ഗ്രീൻ ബുക്സ്

**പതനം**

ആൽബേർ കാമു

അൾജീരിയയിൽ 1913ൽ ജനനം. ബാല്യകാലം ദാരിദ്ര്യത്തി
ന്റേതായാലും അസന്തുഷ്ടമായിരുന്നില്ല.
അൾജിയേഴ്സ് യൂണിവേഴ്സിറ്റിയിൽ ഫിലോസഫിയിൽ പഠനം.
പിന്നീട് പത്രപ്രവർത്തകനായി. Theatre de l'equipe എന്ന
അവാന്ത് ഗാർഡെ (Avant-Garde) തിയ്യറ്റർ ഗ്രൂപ്പിന് ജന്മം നൽകി.
1939ൽ 'കലിഗുള' എന്ന നാടകം അവതരിപ്പിച്ചു.
'പാരീസ് സോയർ' എന്ന പത്രത്തിൽ ജോലി ചെയ്തിരുന്നു.
പാരീസിൽവെച്ചാണ് കാമുവിന്റെ വിഖ്യാതരചനകളായ 'ദി ഔട്ട്സൈഡർ',
'മിത്ത് ഓഫ് സിസിഫസ്' എന്നിവ പ്രസിദ്ധീകരിക്കപ്പെട്ടത്.
1941ൽ ജർമ്മനിയുടെ ഫ്രഞ്ച് അധിനിവേശത്തെ തുടർന്ന്
രൂപപ്പെട്ട പ്രതിരോധസമരങ്ങളുടെ ബൗദ്ധിക നേതാക്കളിൽ
ഒരാളായിരുന്നു കാമു. ഒളിപ്പോരാളികൾക്കുവേണ്ടിയുള്ള
കോംബാറ്റ് (Combat) എന്ന പത്രത്തിന്റെ പ്രാരംഭത്തിലും
തുടർപ്രവർത്തനങ്ങളിൽ സജീവപങ്കാളിയായി. യുദ്ധത്തിനുശേഷം
എഴുത്തിലേക്ക് ശ്രദ്ധ കേന്ദ്രീകരിക്കുകയും 'ദ പ്ലേഗ്' (1947),
'ദ ജസ്റ്റ്' (1949), 'ദ ഫോൾ' (1956) മുതലായ കൃതികൾ
പ്രസിദ്ധീകരിക്കുകയും ചെയ്തു. അമ്പതുകളുടെ ഒടുവിൽ
നാടകപ്രവർത്തനങ്ങളിലേക്കു തിരിച്ചെത്തുകയും
'റെക്യൂം ഫേറർ എ നൺ' (Faulkner), 'ദ പൊസെസ്ഡ് (Dostoyevsky)
മുതലായ കൃതികളുടെ നാടകരൂപം അവതരിപ്പിക്കുകയും ചെയ്തു.
1957ൽ സാഹിത്യത്തിനുള്ള നോബൽ പുരസ്കാരം ലഭിച്ചു.
ഒരു വാഹനാപകടത്തിൽ 1960ൽ കാമു അന്തരിച്ചു.

**പ്രഭാ ആർ. ചാറ്റർജി:** ശാസ്ത്രജ്ഞ, വിവർത്തക.
1951ൽ ജനനം. ഇന്ത്യൻ ഇൻസ്റ്റിറ്റ്യൂട്ട് ഓഫ് സയൻസിൽനിന്ന്
രസതന്ത്രത്തിൽ ഡോക്ടറേറ്റ് (1976). ഇന്ത്യയിലും വിദേശങ്ങളിലും
ഗവേഷണവും അദ്ധ്യാപനവും നടത്തിയിട്ടുണ്ട്.
Vasco da Gama's Voyage to India (E.G. Ravenstein),
La BeteHumaine (Emile Zola) എന്നീ കൃതികൾ
മലയാളത്തിലേക്ക് വിവർത്തനം ചെയ്തിട്ടുണ്ട്.

Blog: Science Delights (prchatterjiblog.blogspot.com)
Email: prabhachatterji@gmail.com

# പതനം
ആൽബേർ കാമു

വിവർത്തനം:
പ്രഭാ ആർ. ചാറ്റർജി

ഗ്രീൻ ബുക്സ്

green books private limited
gb building, civil lane road, ayyanthole,
thrissur- 680 003, kerala, ph: +91 487-2381066, 2381039
website: www.greenbooksindia.com
e-mail: info@greenbooksindia.com

*original title - french*
**la chute**
first published in france by editions gallimard 1956
© editions gallimard, paris, 1956

*malayalam*
**pathanam**
*novel*
*by*
albert camus

translated by
prabha r. chatterji

cover design : rajesh chalode

first malayalam edition published november 2013
reprinted february 2020
copyright reserved

the work is published via the
publication assistance programme tagore with the
support of institut francais en inde ambassade de france
in inde and the institut francais de paris

branches:
thrissur 0487-2422515
thiruvananthapuram 0471-2335301
calicut 0495 4854662
ernakulam 8589095302

isbn : 978-81-8423-273-8

no part of this publication may be reproduced,
or transmitted in any form or by any means,
without prior written permission of the publisher.

GBPL/520/2013

ആൽബേർ കാമു (1913-1960)

# മുഖവുര

**ചി**ന്തിക്കുവാനുള്ള ശേഷി, മനുഷ്യന്റെ അസ്തിത്വത്തിന്റെ തെളിവാണെങ്കിൽ, ആ കഴിവിന്റെ പരമാവധി സ്വന്തം അസ്തിത്വം നിലനിറുത്തിക്കൊണ്ടു പോകാനായി അവൻ ഉപയോഗിക്കുന്നു എന്നതും കേവല സത്യമാണ്; ചിലപ്പോൾ പരസ്പരവിരുദ്ധങ്ങളായ യുക്തിവാദങ്ങളുന്നയിച്ച്, മറ്റു ചിലപ്പോൾ ഒരേ വസ്തുതയെ കഴിവായും ഒഴികഴിവായും ചൂണ്ടിക്കാട്ടി. ഇത് അവനെ സ്വാർത്ഥിയും അവസരവാദിയുമാക്കിത്തീർക്കുന്നില്ലേ. അല്ലെങ്കിൽ ഇവ രണ്ടും തന്നെയാണ് മനുഷ്യന്റെ സ്ഥായിയായ സ്വഭാവമെന്നു വരുന്നില്ലേ?

ഴോങ് ബാറ്റിസ്റ്റ് ക്ലമോസിന്റെ ഏകപക്ഷീയമായ ആത്മഭാഷണത്തിലൂടെ ജീവിതമെന്ന അതിമനോഹരവും അതുല്യവുമായ അനുഭവം, അഭിശപ്തവും ദുസ്സഹവുമായിത്തീരാമെന്ന യാഥാർത്ഥ്യം മറ നീക്കി പുറത്തു വരുന്നു. താൻ മറ്റുള്ളവരിൽനിന്ന് വിഭിന്നനാണെന്നു മാത്രമല്ല കേമനും കൂടിയാണെന്ന് വരുത്തിത്തീർക്കാനാണ് ഓരോരുത്തന്റെയും ശ്രമം. കാപട്യത്തിന്റെ പൊയ്ക്കാലുകളിൽ ഏറിനിന്ന് ഉയരങ്ങൾ എത്തിപ്പിടിക്കാനുള്ള വ്യഗ്രതയിൽ ജീവിതത്തിന്റെ അന്തസത്ത കൈമോശം വരുന്നു. പക്ഷേ, ആ അന്തസത്ത എന്തെന്ന് നമുക്ക് ഒരു പിടിയുമില്ലെന്നത് സ്ഥിതിഗതികളെ കൂടുതൽ വഷളാക്കുന്നതേയുള്ളൂ.

വ്യവസ്ഥാപിത സാമൂഹിക ചിട്ടവട്ടങ്ങൾ ആദ്യമായി ചെയ്യുന്നത്, മനുഷ്യന്റെ സ്വതന്ത്ര ചേതനയുടെ ചിറകുകൾ വെട്ടിമാറ്റുകയാണെന്ന് ക്ലമോസ് അവകാശപ്പെടുന്നു. എന്നിട്ട്, ജോലി, വിവാഹം, കുടുംബം എന്നീ ഉപാധികളിലൂടെ അവന്റെ രക്തവും മാംസവും വലിച്ചെടുത്ത് അവനെ വെറുമൊരു അസ്ഥിപഞ്ജരമാക്കി മാറ്റുന്നു. പക്ഷേ, ഭീരുവായ മനുഷ്യന് ഇതിനെതിരെ പ്രതിരോധിക്കാനാകുന്നില്ല. കാരണം അവന് സ്വാതന്ത്ര്യത്തേയും ഭയമാണ്, സ്വാതന്ത്ര്യം അവനെ ഏകാന്തപഥികനാക്കും, സ്വന്തം ചെയ്തികൾക്ക് അവൻ സ്വയം ഉത്തരവാദിയാകേണ്ടി വരും,

അവൻ വിമർശിക്കപ്പെടും. ഇവ മൂന്നും അവന് ഒട്ടും സ്വീകാര്യമല്ല; സ്വാതന്ത്ര്യത്തിന് അത്രയും വലിയ വില നൽകാൻ അവൻ ഒരുക്കമല്ല. അടിമത്തത്തിലെ കൂട്ടായ്മ ഒരു സുരക്ഷാകവചമായി അവനെ പൊതിയുന്നു. സോപ്പുകുമിളകൾ പോലെ ക്ഷണഭംഗുരമായ പുറംമോടികളുടെ ലോകത്ത് ആനന്ദപ്രാപ്തിക്കുള്ള മാർഗ്ഗം തേടി അവനലയുന്നു. അനശ്വരപ്രണയത്തിന്റെ പാത കവിതാപുസ്തകങ്ങളിലേ കാണൂ. സദാചാരമാർഗ്ഗം വിരസവും അറുമുഷിപ്പനുമാണ്; വിഷയാസക്തിയുടെ വഴി ഭൗതികശരീരത്തിന് മാരകരോഗങ്ങൾ സമ്മാനമായി നൽകും. പിന്നെന്താണൊരു വഴി?

ആത്മനിന്ദ ഒരു പരിഹാസച്ചിരിയായി അവന്റെ അന്തരാളത്തിന്റെ ഒരു കോണിൽ നിരന്തരം മാറ്റൊലി കൊള്ളുന്നുണ്ട്. അതു കേട്ടില്ലെന്നു നടിക്കാൻ അവന് ആകുന്നില്ല. അതു നിറുത്താനായി എന്താണ് ചെയ്യേണ്ടതെന്നും അവനറിയില്ല. ആത്മഹത്യ അതിനുള്ള പ്രതിവിധിയല്ല. അതു വെറും പമ്പരവിഡ്ഢിത്തമാവും. കാരണം, ആത്മഹത്യയായാലും രക്തസാക്ഷിത്വമായാലും പരിഹാസ്യനാവും. ക്രമേണ വിസ്മരിക്കപ്പെടും, അതുമല്ലെങ്കിൽ കുശാഗ്രബുദ്ധികൾ അവയുടെ വാണിജ്യസാധ്യതകൾ കണ്ടെത്തിയെന്നു വരും.

വിധികർത്താക്കൾ നിയമസംഹിതകളിൽ കുരുങ്ങിക്കിടക്കയും നിഷ്ക്കളങ്കത ക്രൂശിക്കപ്പെടുകയും ചെയ്യുന്ന യഥാർത്ഥലോകം സമനിരപ്പായ ക്രീഡാങ്കണമല്ലെന്നിരിക്കേ, സാമൂഹ്യവ്യവസ്ഥിതികളും മതാനുശാസനങ്ങളും ജീവിതത്തിന്റെ അനന്തസാദ്ധ്യതകളെ പരിമിതപ്പെടുത്തവേ, ജീവിതം നിരർത്ഥകമായിത്തീരുന്നു. ഇവിടെ മനഃശാന്തിക്ക് ഒരേയൊരു മാർഗ്ഗമേയുള്ളൂ. സ്വയം നിഷേധിക്കാതിരിക്കുക. ചിന്തയും ചെയ്തിയുമാണ് ഒരു മനുഷ്യനെ നിർവചിക്കുന്നതെങ്കിൽ, ആ വസ്തുത അംഗീകരിക്കുക. ശരിയാണ്, അവൻ അവസരവാദിയാണ്, വേഷംകെട്ടുകാരനാണ്, സ്വാർത്ഥിയാണ്. അതെല്ലാം അവന്റെ ജന്മസിദ്ധ കഴിവുകളാണ്. സന്ദർഭോചിതമായ വിധത്തിൽ അവയെയൊക്കെ ഒഴികഴിവുകളാക്കാനും അവനു കഴിയും. പക്ഷേ, അവന് മറ്റൊരാളായി മാറാൻ കഴിയില്ല എന്നതാണ് സത്യം; എത്ര തന്നെ പരിശ്രമിച്ചാലും അവന്റെ ജന്മസിദ്ധമായ സ്വഭാവം അങ്ങനെത്തന്നെ നിലനിൽക്കും, മരണംവരെ. പാപം ചെയ്തെങ്കിൽ അത് സാഹചര്യങ്ങളുടെ സമ്മർദ്ദത്താൽ, അബദ്ധത്തിൽ പറ്റിയ വൈകാരിക പ്രതികരണമല്ലേ? പ്രലോഭന സാഹചര്യങ്ങൾ ഉണ്ടാക്കിത്തീർത്തത് സമൂഹം തന്നെയല്ലേ? മനുഷ്യരാശി ഒന്നടങ്കം ഈ കുറ്റത്തിൽ പങ്കാളികളാണെന്നിരിക്കേ അവനെന്തിന് ഈ കുറ്റഭാരം ഒറ്റയ്ക്കു

സഹിക്കണം, അതും ഏറ്റുപറച്ചിലിലൂടെയും പശ്ചാത്താപത്തി ലൂടെയും പാപവിമുക്തനാകാനുള്ള പരിഹാരമാർഗ്ഗങ്ങൾ സമൂഹം തന്നെ ഒരുക്കിവെച്ചിരിക്കെ?

ഇഷ്ടാനുസരണം എടുത്തു കളിക്കുകയോ മാറ്റിവെക്കുകയോ ചെയ്യാവുന്ന കളിക്കോപ്പുകളായി മാത്രം കണ്ടിരുന്ന സ്ത്രീകളാണ് രണ്ടു വ്യത്യസ്ത അവസരങ്ങളിൽ ക്ലമോസിനെ സ്വന്തം ശാരീ രിക മാനസിക പരിമിതികളെപ്പറ്റി ബോധവാനാക്കുന്നത്. "ഞാൻ ഞാൻ" എന്ന് അഹങ്കരിച്ചു നടന്ന്, സമൂഹത്തിന്റെയും മതത്തി ന്റെയും ചിട്ടവട്ടങ്ങളെ തള്ളിപ്പറഞ്ഞ അയാൾ അവസാനം അഭയം കണ്ടെത്തുന്നത് ഇവ വെച്ചു നീട്ടുന്ന പണിക്കോപ്പുകളുപയോഗി ച്ചാണ്; വേറെന്തു ചെയ്യാനാണ്, വൈകിപ്പോയില്ലേ? ക്ലമോസിന്റെ പതനകഥ അനുവാചക മനസ്സിലും സംശയത്തിന്റെ വിത്തുകൾ പാകുന്നു. അവ പൊട്ടിമുളച്ച് പടർന്നു പന്തലിക്കുന്നു. അവ നിറച്ചും കാരമുള്ളുകൾ. അത് എന്റെയും കഥയല്ലേ? എന്റെ ജീവിതത്തിലെ സംഭവങ്ങൾ; ഞാനെടുത്തണിഞ്ഞ പൊയ്മുഖങ്ങൾ; ഞാൻ ആടിത്തീർത്ത വേഷങ്ങൾ; പതനത്തിന്റെ അഗാധകയങ്ങളി ലേക്ക് എന്നെ നയിച്ച പടവുകൾ. പക്ഷേ, ഒരു തിരിച്ചുപോക്കിനു സാധ്യതയില്ല. ഒരുപാടു വൈകിപ്പോയിരിക്കുന്നു.

പ്രഭാ ആർ. ചാറ്റർജി

# ഒന്ന്

അനാവശ്യമായി തലയിടുന്നുവെന്ന് കരുതുകയില്ലെങ്കിൽ, ഞാൻ സഹായിക്കട്ടെ? ഈ സ്ഥാപനത്തിന്റെ ഉടമസ്ഥനായ, ആ ഗറില്ലയെ, പറഞ്ഞു ധരിപ്പിക്കാൻ നിങ്ങൾക്കു കഴിഞ്ഞെന്നു വരില്ല. അയാൾക്ക് ഡച്ചുഭാഷ മാത്രമേ അറിയൂ. നിങ്ങളുടെ ആവശ്യം നിറവേറ്റാനായി എന്നെ ചുമതലപ്പെടുത്തിയില്ലെങ്കിൽ നിങ്ങൾ ആവശ്യപ്പെടുന്നത് ജിൻ ആണെന്ന കാര്യം, അയാൾക്ക് ഊഹിക്കാൻ പോലും ആവില്ല. കണ്ടോ, അയാൾക്ക് ഞാൻ പറഞ്ഞതു മനസ്സിലായി; തലയാട്ടിയതിനർത്ഥം എന്റെ വാക്കുകൾ മനസ്സിലായെന്നാണ്. അയാളതിനാണ് പോകുന്നത്, നിശ്ചയിച്ചുറപ്പിച്ച വിധം ധൃതിയിലാണു പോക്ക്. നിങ്ങളുടെ നല്ലകാലം, അയാൾ മുരണ്ടില്ല. അതങ്ങനെയാണ്; ചോദിച്ചതു തരാനിഷ്ടമില്ലെങ്കിൽ അയാൾ ചുമ്മാ മുരളും. ആരും നിർബന്ധം പിടിക്കാറില്ല. തന്നിഷ്ടംപടി പ്രവർത്തിക്കുക ഇത്തരം തടിയന്മാരുടെ പ്രത്യേകാവകാശമാണ്. ശരി, ഇനി ഞാൻ പോട്ടെ, നിങ്ങളെ സഹായിക്കാനായല്ലോ. അതിൽ എനിക്കു സന്തോഷമുണ്ട്. നന്ദിയോ? നിങ്ങൾക്ക് ഒരു ശല്യമായില്ല എന്ന് ഉറപ്പുണ്ടെങ്കിൽ മാത്രമേ ഞാനതു സ്വീകരിക്കൂ. നിങ്ങൾ ദയാലുവാണ്. ശരി, അങ്ങനെയെങ്കിൽ ഞാനെന്റെ ഗ്ലാസ്സുമായി നിങ്ങളുടെ അടുത്തേക്കു വന്നേക്കാം.

നിങ്ങളുടെ നിഗമനം ശരിയാണ്. അയാളുടെ മൂകത കാതടപ്പിക്കുന്നു. ആദിമവനാന്തരങ്ങളിലെ, അപകടങ്ങൾ പതിയിരിക്കുന്ന മൂകത, പരിഷ്കൃതഭാഷകളെ അവഹേളിച്ചേ തീരൂ എന്ന അയാളുടെ പിടിവാശി എന്നെ പലപ്പോഴും അദ്ഭുതപ്പെടുത്തുന്നു. ആംസ്റ്റർഡാം തുറമുഖത്തുള്ള ഈ മധുശാലയ്ക്ക് അയാളെന്താണ് പേരിട്ടിരിക്കുന്നതെന്നറിയാമോ, *മെക്സിക്കോ സിറ്റി*യെന്ന്. അത് എന്തുകൊണ്ടാണെന്ന് ആർക്കും ഒരുപിടിയുമില്ല. അതെന്തായാലും ദേശവിദേശങ്ങളിൽനിന്ന് ഇവിടെയെത്തുന്ന നാവികരെ

സേവിക്കലാണ് അയാളുടെ ജോലി. അങ്ങനെയിരിക്കെ, തന്റെ അജ്ഞത അസൗകര്യമായേക്കും എന്ന ആശങ്ക അയാൾക്കുണ്ടായിരിക്കാം എന്നു നിങ്ങൾക്കു തോന്നാനിടയില്ലേ? ഒന്നാലോചിച്ചു നോക്കൂ, ആദിമമനുഷ്യനെ ബാബേൽ ഗോപുര[1]ത്തിലടച്ചിടുന്ന കാര്യം! ഹോ! നട്ടം തിരിഞ്ഞുപോവില്ലേ? പക്ഷേ, ഈ പുള്ളിക്കാരന് ആ ഭാവമേയില്ല. സ്വന്തം ഇഷ്ടപ്രകാരമേ എന്തും ചെയ്യൂ. ഒന്നും ഒരു പ്രശ്നമല്ല. വളരെ വിരളമായി മാത്രം ആ വായിൽ നിന്ന് വീണുകിട്ടിയിട്ടുള്ള വാക്കുകൾ എന്താണെന്നോ "വേണമെങ്കിൽ മതി, വേണ്ടെങ്കിൽ വേണ്ട". എന്താണീ വേണ്ടതും വേണ്ടാത്തതും എന്നല്ലേ? സ്വയം പുള്ളിക്കാരനെത്തന്നെ. ഉള്ളതു പറയണമല്ലോ ഇത്തരം അപൂർവ്വ ജീവികളോട് എനിക്കു വല്ലാത്ത ആകർഷണം തോന്നിപ്പോകുന്നു. തൊഴിലിന്റെ ഭാഗമായോ അതോ ഒരു തൊഴിലായിത്തന്നെയോ മനുഷ്യരാശിയെപ്പറ്റി അവഗാഹമായി ചിന്തിച്ചിട്ടുള്ളവർക്ക് ഉടനടി ഓർമ്മ വരിക ആദിമമനുഷ്യരെയാണ്. പക്ഷേ, അവർക്കാർക്കും ദുശ്ചിന്തകളൊന്നും ഉണ്ടായിരിക്കാനിടയില്ല.

സത്യം പറയട്ടെ, നമ്മുടെ ആതിഥേയൻ പക്ഷേ, അങ്ങനെയല്ല. അയാളുടെ മനസ്സിനകത്ത് എന്തൊക്കെയോ ഉണ്ട്. അതങ്ങ് അടിച്ചമർത്തി വെച്ചിരിക്കയാണ്. തനിക്കു ചുറ്റുമുള്ളവർ പറയുന്നതൊന്നും മനസ്സിലാകാത്തതിനാൽ അയാൾ സദാ ശങ്കാലുവാണ്. കണ്ടില്ലേ മുഖഭാവം, എല്ലാം തികഞ്ഞവരായി ആരുമില്ലെന്ന, എളുപ്പം ക്ഷതമേൽക്കുന്ന അഭിമാനബോധം? അതാണ് മനസ്സിലിരിപ്പെങ്കിൽ, ജോലിക്കാര്യത്തിനപ്പുറത്ത് മറ്റെന്തെങ്കിലും അയാളോടു സംസാരിക്കുക എളുപ്പമല്ല. ഉദാഹരണത്തിന്, അയാളുടെ തലയ്ക്കു മുകളിലായി ചുമരിന്മേൽ ദീർഘചതുരാകൃതിയിൽ ഒഴിഞ്ഞുകിടക്കുന്ന സ്ഥലം ശ്രദ്ധിക്കൂ. അവിടെനിന്ന് ഒരു ചിത്രം എടുത്തു മാറ്റിയതായി തോന്നുന്നില്ലേ? ശരിയാണ് അവിടെ ഒരു ചിത്രം ഉണ്ടായിരുന്നു. കൗതുകകരമായ, മുന്തിയതരത്തിലുള്ള ഒരു പടം. ഉടമസ്ഥൻ അത് സ്വീകരിക്കുമ്പോഴും വേണ്ടെന്നു വെക്കുമ്പോഴും ഞാനിവിടെ ഉപവിഷ്ടനായിരുന്നു. രണ്ടു വേളകളിലും ശങ്കാലുവായ അയാൾ ആഴ്ചകളോളം ആലോചിച്ചിട്ടാണ് അങ്ങനെ ചെയ്തത്. പാവം അയാളുടെ സ്വാഭാവികമായ സരളപ്രകൃതിയെ സമൂഹം വഷളാക്കിയതാണെന്ന് സമ്മതിച്ചേ തീരൂ.

1. ബാബേൽ ഗോപുരം - ഏകഭാഷക്കാരായിരുന്ന ഭൂലോകവാസികൾ വിവിധഭാഷകൾ സംസാരിച്ചു തുടങ്ങിയ ഇടം (ബൈബിൾ ഉത്പത്തി 11:9)

ഞാനയാളെ കുറ്റപ്പെടുത്തുകയല്ല, കേട്ടോ. അയാളുടെ ആശങ്കകൾ ന്യായീകരിക്കാവുന്നതാണെന്ന് ഞാൻ കരുതുന്നു. ഞാനും അതുപോലാവുമായിരുന്നു, എന്റെ സ്വഭാവം അയാളുടേതിൽനിന്ന് നേരെ വിപരീതമല്ലായിരുന്നെങ്കിൽ. ഞാൻ സംസാരപ്രിയനാണ്, എളുപ്പം സൗഹൃദം സ്ഥാപിക്കാനും കഴിയും. അല്ല, എത്രത്തോളം അടുക്കണമെന്ന് എനിക്കറിയാമെങ്കിലും, കിട്ടുന്ന ഒരവസരവും ഞാൻ പാഴാക്കാറില്ല. ഞാൻ ഫ്രാൻസിലായിരുന്നപ്പോൾ, ബുദ്ധിജീവികളെ കണ്ടാൽ മതി ഞാൻ കൂടെക്കൂടും. അതു വിഡ്ഢിത്തമാണെങ്കിൽ, കണ്ടോ, കണ്ടോ എന്റെ വ്യാഖ്യാനം കേട്ട് നിങ്ങൾ പുഞ്ചിരിക്കുന്നു. എന്തുചെയ്യാം. അത്തരം ഉയർന്ന ഭാവഹാവങ്ങളോടും കുലീനത്വമുള്ള സംഭാഷണശൈലിയോടും എനിക്കുള്ള ദൗർബല്യം ഞാൻ സമ്മതിക്കുന്നു. നിങ്ങൾക്കറിയാമോ, ഈ ദൗർബല്യത്തെ ഞാൻ സ്വയം നിശിതമായി വിമർശിക്കുകയും ചെയ്യാറുണ്ട്. എനിക്കു നന്നായിട്ടറിയാം, പട്ടുകൊണ്ടുള്ള കാലുറകളോടുള്ള മോഹത്തിനർത്ഥം, കാലുകൾ ചെളിപുരണ്ടതാണെന്നല്ല. പക്ഷേ, പരിഷ്കൃതശൈലികൊണ്ട് പലതും മൂടിമറയ്ക്കാം, തനിപ്പട്ടുകൊണ്ട് എക്സിമയെ എന്നപോലെ ഞാനെന്നെ ഇങ്ങനെയാണ് ആശ്വസിപ്പിക്കുക: ഭാഷയെ കൊലപാതകം ചെയ്യുന്നവരും നിഷ്ക്കളങ്കരല്ലല്ലോ. എന്താ പറഞ്ഞത്? ഓ ശരി, ആവാം ഒരു ജിന്നുകൂടിയാവട്ടെ.

നിങ്ങൾ ആംസ്റ്റർഡാമിൽ ഏറെ ദിവസം കാണുമോ? നല്ല ഭംഗിയുള്ള നഗരം, അല്ലേ? മനംമയക്കുന്നതെന്നോ? ഹാ! ആ വിശേഷണം കുറച്ചുകാലമായി ഞാൻ കേൾക്കാത്തതാണ്. ശരിക്കു പറഞ്ഞാൽ വർഷങ്ങൾക്കു മുമ്പ് പാരീസു വിട്ടതിൽപ്പിന്നെ. പക്ഷേ, അതുകൊണ്ടെന്ത്? മനസ്സിന് അതിന്റേതായ സ്മൃതികളുണ്ട്, എന്റെ തലസ്ഥാനനഗരിയെപ്പറ്റി, അതിന്റെ മനോഹാരിതയെപ്പറ്റി, നദിയോരത്തുള്ള കല്പടവുകളെപ്പറ്റി, ഞാനൊന്നും മറന്നിട്ടില്ല. പാരീസ് ഒരു മഹാമിഥ്യയാണ്. നാല്പതു ലക്ഷം നിഴലുകൾ അധിവസിക്കുന്ന അതിഗംഭീരമായ കപടനഗരി. എന്ത്? ഏറ്റവും അവസാനത്തെ കണക്കെടുപ്പു പ്രകാരം അമ്പതു ലക്ഷമെന്നോ? പിന്നല്ലാതെ, ഇരട്ടിക്കാതിരിക്കുമോ? എനിക്കൊട്ടും അദ്ഭുതം തോന്നുന്നില്ല. എനിക്കു തോന്നിയിട്ടുള്ളതെന്താണെന്നോ, നമ്മുടെ നാട്ടുകാർക്ക് രണ്ടു കാര്യങ്ങളിലാണ് ഉത്സാഹം മുഴുവനും: പുതിയ ആശയങ്ങളും ലൈംഗികവേഴ്ചയും കാര്യകാരണപ്രസക്തിക്കൊന്നും ഇതിലിടമില്ല. പക്ഷേ, നമുക്ക് അവരെ അധിക്ഷേപിക്കാതിരിക്കാൻ ശ്രമിക്കാം; കാരണം അവരു മാത്രമല്ല, യൂറോപ്പു

മുഴുവനും ഇതുതന്നെ സ്ഥിതി. ഞാനിടയ്ക്ക് ആലോചിക്കാറുണ്ട് ഭാവി ചരിത്രകാരന്മാർക്ക് നമ്മെപ്പറ്റി എന്താണു പറയാനുണ്ടാവുക? ആധുനിക മനുഷ്യനെപ്പറ്റിപ്പറയാൻ ഒരൊറ്റ വാചകം മതി "അവൻ ഒരുപാടു വായിച്ചു. ലൈംഗികവേഴ്ചയിൽ ഏർപ്പെട്ടു." ഇത്തരമൊരു ഊർജ്ജസ്വലമായ വ്യാഖ്യാനത്തിനുശേഷം സംഗതി തീർന്നില്ലേ, ഇനിയെന്തുണ്ട് പറയാൻ?

ഓ! അല്ല, ഡച്ചുകാരങ്ങനെയല്ല, അവരത്ര പരിഷ്കാരികളല്ല! അവർക്കു വേണ്ടിടത്തോളം സമയമുണ്ട്. നോക്കിയാട്ടെ. അവരെന്താണ് ചെയ്യുന്നത്? ഈയിരിക്കുന്ന മാന്യന്മാരുണ്ടല്ലോ. അവരു പജീവിക്കുന്നത്, അതാ അങ്ങു ദൂരെയിരിക്കുന്ന സ്ത്രീകളുടെ കഠിനാധ്വാനം കൊണ്ടാണ്. മധ്യവർഗ്ഗക്കാരായ ഇവരെയൊക്കെ സ്ത്രീകളും പുരുഷന്മാരുമടക്കം, എല്ലാവരെയും ഇവിടെ എത്തിച്ചത് കിനാവുകളിലുള്ള ഭ്രമം അല്ലെങ്കിൽ വെറും വിഡ്ഢിത്തം. ഒന്നുകിൽ ഭാവനാശക്തി കുറെക്കൂടിപ്പോയി, അല്ലെങ്കിൽ തൊട്ടു തെറിച്ചിട്ടില്ല. ഈ മാന്യന്മാർ ഇടയ്ക്കൊക്കെ കത്തിയോ റിവോൾവറോ കൊണ്ട് കളി നടത്താറുണ്ട്. ഹേയ്! അങ്ങനെ വലിയ കാര്യമായിട്ടൊന്നുമില്ല. അവർക്ക് അങ്ങനെ ചെയ്യേണ്ടി വരുന്നെന്നു മാത്രം. ആയുധക്കളി നടത്തവേ അവരങ്ങ് ഭയന്നു വിറച്ച് മരിക്കാറായിക്കാണും. എന്നാലും സദാചാരബോധമുള്ളവരാണ്, കുടുംബജീവിതത്തിന്റെ കരളു കരണ്ടുതിന്നുന്ന മറ്റു ചിലരേക്കാളും.

നിങ്ങൾക്കു തോന്നുന്നില്ലേ, ഇത്തരത്തിലുള്ള ഉന്മൂലനാശത്തിനു സഹായകമാകും വിധമാണ് നമ്മുടെ സമൂഹത്തിന്റെ ഘടനയെന്ന്? നിങ്ങൾ കേട്ടിരിക്കും, ബ്രസീലിയൻ പുഴകളിലുള്ള ഒരു തരം മീനുകളെപ്പറ്റി?[2] യാതൊരു വിധ ആപൽശ്ശങ്കകളുമില്ലാതെ നീന്താനായെത്തുന്ന പാവം മനുഷ്യനെ, അവ ആയിരക്കണക്കിനു സംഘം ചേർന്ന് ആക്രമിക്കുന്നു. ഏതാനും മിനിട്ടുകൾക്കകം ശരീരം മുഴുവനായും കരണ്ടു തിന്ന്, വൃത്തിയുള്ള അസ്ഥികൂടം മാത്രം ബാക്കിവെക്കുന്നു. അതവയുടെ സമൂഹ വ്യവസ്ഥ അല്ല. ഞാൻ പറയുന്നതു നീതിയല്ല. അവയുടെ മാത്രം സമൂഹവ്യവസ്ഥയല്ല. നമ്മുടേതും കൂടിയാണ്. ഇവിടെ ആര് ആരെ തുടച്ചുമാറ്റും എന്നതാണ് പ്രസക്തമായ ചോദ്യം. "നിങ്ങൾക്ക് മറ്റുള്ളവരെപ്പോലെ നല്ല വൃത്തിയുള്ള ജീവിതം വേണോ?" നിങ്ങൾ തീർച്ചയായും വേണമെന്നു പറയും. വേണ്ടെന്ന് ആരു പറയാനാണ്? "ശരി ഇതാ പിടിച്ചോളൂ, ഉദ്യോഗം, കുടുംബം, വിനോദവേളകൾ

---

2. പിറാണ മത്സ്യങ്ങൾ - മനുഷ്യ മാംസഭുക്കുകൾ

എല്ലാം നിങ്ങൾക്കുവേണ്ടി തയ്യാറാക്കപ്പെട്ടിരിക്കുന്നു.” പിന്നെ ആ കുഞ്ഞിപ്പല്ലുകൾ നിങ്ങളുടെ മാംസത്തിലാഴുന്നു, എല്ലുവരെ. ഇതാ നമ്മുടെ ജിൻ എത്തിക്കഴിഞ്ഞു. നിങ്ങളുടെ ഭാസുരമായ ഭാവിക്ക്. അതെയതെ, ആ ആൾക്കുരങ്ങ് വാതുറന്ന് എന്നെ ഡോക്ടർ എന്നു വിളിച്ചിരിക്കുന്നു. ഇവിടെ എല്ലാവരും ഡോക്ടർമാരോ, പ്രൊഫസർമാരോ ആണ്. ദയ കൊണ്ടാവാം, അല്ലെങ്കിൽ വിനയം കൊണ്ടാവാം, ഇവിടുത്തുകാർ ബഹുമാനം പ്രകടിപ്പിക്കാൻ ഇഷ്ടപ്പെടുന്നു. എന്തൊക്കെയായാലും ദ്രോഹവിചാരം ഡച്ചുകാരുടെ പൊതുസ്വഭാവമല്ല. പിന്നെ ഞാനൊരു ഡോക്ടറല്ല. നിങ്ങൾക്കു താത്പര്യമുണ്ടെങ്കിൽ കേട്ടോളൂ. ഇവിടെ വരുന്നതിനു മുമ്പ് ഞാനൊരു വക്കീലായിരുന്നു. ഇപ്പോഴോ പശ്ചാത്തപിക്കുന്ന ജഡ്ജിയും.

ഞാനെന്നെ പരിചയപ്പെടുത്തട്ടെ: ഞാൻ ഴാങ് ബാറ്റിസ്റ്റ് ക്ലമോസ്, നിങ്ങളെ പരിചയപ്പെടാൻ കഴിഞ്ഞതിൽ സന്തോഷമുണ്ട്. നിങ്ങൾക്കു ബിസിനസ്സാണല്ലേ? എന്താണ് അങ്ങനെയൊക്കെയെന്നോ? കൊള്ളാം, ഒന്നാന്തരം ഉത്തരം തന്നെ. വളരെ വിവേകപൂർവ്വമായ ഉത്തരം. നമ്മൾ എല്ലാ കാര്യത്തിലും ഏതാണ്ട് 'അങ്ങനെയൊക്കെയല്ലേ?' അതിരിക്കട്ടെ, ഞാനിത്തിറ്റി ഡിറ്റക്ടീവു പണി നടത്തി നോക്കട്ടെ. നിങ്ങൾക്ക്, ഏതാണ്ട് എന്നോളം പ്രായം കാണും. ഒരു നാല്പതുകാരന്റെ അനുഭവസമ്പന്നതയും സംസ്ക്കാരവുമുള്ള കാഴ്ചപ്പാടാണ്, നമ്മുടെ നാട്ടുകാരെപ്പോലെ ഏതാണ്ട് വളരെ നന്നായിത്തന്നെയാണ് വസ്ത്രധാരണം ചെയ്തിരിക്കുന്നത്. നിങ്ങളുടെ കൈക്ക് നല്ല മിനുസമുണ്ട്. നിങ്ങൾ ഏതാണ്ടൊരു ബൂർഷ്വയാണ്. പക്ഷേ, പരിഷ്കാരിയായ ബൂർഷ്വ. കണ്ടോ, വിശേഷണം കേട്ട് പുഞ്ചിരിക്കുന്നു. നിങ്ങൾ പരിഷ്കൃതനാണ് എന്നുള്ളതിന് ഇരട്ടിത്തെളിവാണത്. ഒന്നാമത് നിങ്ങൾക്കതു ബോദ്ധ്യമുണ്ട്. രണ്ടാമത് അതുമൂലം നിങ്ങൾക്ക് ഗമ അല്പം കൂടുതലാണ്. അവസാനമായി പറയട്ടെ, ഞാൻ നിങ്ങളെ രസിപ്പിക്കുന്നു, അതു ജാട കൂടാതെ സമ്മതിക്കുന്നുവെന്നത് നിങ്ങളുടെ തുറന്ന മനസ്സിനെ സൂചിപ്പിക്കുന്നു. അതുകൊണ്ട് നിങ്ങളേതാണ്ട്... ആങ് അതങ്ങു വിട്ടേക്കാം. തൊഴിൽ മേഖലകളേക്കാളും കൂട്ടായ്മകളിലാണ് എനിക്കു കൂടുതൽ താത്പര്യം. രണ്ടേരണ്ടു ചോദ്യങ്ങൾ ചോദിച്ചോട്ടെ? അല്ല, ഇത്തിരി കടന്ന ചോദ്യമായിപ്പോയി എന്നു തോന്നിയാൽ മറുപടി തരണമെന്നില്ല. നിങ്ങൾക്ക് സ്വത്തും പണവുമുണ്ടോ? കുറച്ചൊക്കെയുണ്ട്? ശരി, നിങ്ങളവ പാവപ്പെട്ടവരുമായി പങ്കുവച്ചിട്ടുണ്ടോ? ഇല്ല? ആഹാ! എന്നാൽ നിങ്ങളൊരു

സദൂക്ക്യ[3]നാണ്. ബൈബിളുമായി പറയത്തക്ക പരിചയമൊന്നും ഇല്ലെങ്കിൽ ഇതു മനസ്സിലായെന്നു വരില്ല. മനസ്സിലായി? ഓ! നിങ്ങൾക്കു ബൈബിളറിയാം. കൊള്ളാം. നിങ്ങൾ ആളൊരു രസികനാണല്ലോ.

ഇനി എന്നെപ്പറ്റി... നിങ്ങൾ തന്നെ വിലയിരുത്തിക്കൊള്ളൂ. എന്റെ ഇരിപ്പും നടപ്പും ചുമലുകളും ഈ മുഖവും. മുഖത്ത് ലജ്ജ കലർന്ന ഭാവമാണത്രെ. എല്ലാം കൂടി കാഴ്ചയ്ക്ക് ഞാനൊരു ഫുട്ബോൾ കളിക്കാരനെപ്പോലെയുണ്ട്, അല്ലേ?

പക്ഷേ, എന്റെ സംഭാഷണശൈലിയെ അടിസ്ഥാനമാക്കിയാണ് വിലയിരുത്തലെങ്കിലോ? ദുരൂഹമായ വ്യക്തിത്വം. ഞാനിട്ടിരിക്കുന്ന കോട്ടിലെ കമ്പിളി ചൊറിപിടിച്ച ഒട്ടകത്തിൽ നിന്നാവാം, അതിലെന്തിരിക്കുന്നു, എന്റെ കൈനഖങ്ങൾ നോക്കൂ, എത്ര വൃത്തിയായി വെട്ടി മിനുസപ്പെടുത്തിയിരിക്കുന്നു. ഞാൻ സംസ്ക്കാരസമ്പന്നനാണ്, പരിഷ്കാരിയാണ്. എന്നിട്ടും അപരിചിതനായ നിങ്ങളോട് യാതൊരുവിധ മുൻകരുതലുകളുമില്ലാതെ തുറന്നു സംസാരിക്കുന്നു. നിങ്ങൾ കാഴ്ചയ്ക്ക് മാന്യനാണ് എന്നതുകൊണ്ടുമാത്രം. പിന്നെ, എന്റെ പെരുമാറ്റം അന്തസ്സുറ്റതും ഭാഷ അതികുലീനവുമാണെങ്കിലും, ഞാൻ സന്ദർശിക്കുന്നതോ സീഡിക്കിലുള്ള[4] നാവികത്തൊഴിലാളികളുടെ മധുശാലകളാണ്. വിട്ടേക്കൂ. നിങ്ങളെക്കൊണ്ടാവില്ല. ഞാൻ ദ്വിമുഖനാണ്, എല്ലാ മനുഷ്യന്മാരെയും പോലെ. മുമ്പേ പറഞ്ഞില്ലേ, പശ്ചാത്തപിക്കുന്ന ജഡ്ജിയാണ്, ഞാനെന്ന്. എന്നെ സംബന്ധിച്ച് ഒരൊറ്റക്കാര്യമേ സരളമായിട്ടുള്ളൂ: എനിക്ക് സ്വത്തും പണവുമൊന്നുമില്ല. അതേയതെ, ഞാൻ പണക്കാരനായിരുന്നു. ഇല്ല, പാവങ്ങൾക്കു വീതിച്ചു കൊടുത്തിട്ടുമില്ല. അതിനെന്താണർത്ഥം. ഞാനുമൊരു സദൂക്കനാണെന്നല്ലേ? ഓ, അതാ കേട്ടോളൂ തുറമുഖത്തുനിന്നുള്ള സൈറൺ വിളി, ഇന്നു രാത്രി സ്യൂഡർസിയിൽ[5] കനത്ത മൂടൽ മഞ്ഞുണ്ടാകുമെന്നതിനുള്ള മുന്നറിയിപ്പാണത്.

പോകാൻ തിടുക്കമായോ? ക്ഷമിക്കണം, ഒരു വേള ഞാനാവും വൈകിച്ചത്, അല്ലേ? അയ്യയ്യോ. നിങ്ങൾ പൈസ കൊടുക്കുകയോ അതു പറ്റില്ല. ഈ *മെക്സിക്കോ സിറ്റി* എന്റെ താവളമാണ്. ഇവിടെ നിങ്ങളെ സത്കരിക്കാൻ കഴിഞ്ഞതിൽ എനിക്ക് ഏറെ

---

3. സദൂക്യർ - യഹൂദമതത്തിൽ നിലനിന്നിരുന്ന ഒരു വിഭാഗം ധനികർ ഏറെയും സദൂക്യരായിരുന്നു.
4. സീഡെക്ക് - ആംസ്റ്റർഡാമിലെ അധോലോകം.
5. സ്യൂഡർസി - ആംസ്റ്റർഡാം നഗരത്തിലേക്ക് തള്ളിക്കിടക്കുന്ന ഉൾക്കടൽ.

സന്തോഷമുണ്ട്. ഉവ്വുവ്വ്. എന്നും വൈകീട്ട് ഇവിടെയുണ്ടാവും. നാളെയും ഞാനിവിടെ കാണും. നിങ്ങളുടെ ക്ഷണം സസന്തോഷം സ്വീകരിച്ചിരിക്കുന്നു. നിങ്ങൾക്കു തിരിച്ചുപോകാനുള്ള വഴി... ഏറ്റവും എളുപ്പം ഇതാണ്, വിരോധമില്ലെങ്കിൽ തുറമുഖം വരെ ഞാൻ നിങ്ങളുടെ കൂടെ വരാം. അവിടുന്ന് ജൂതക്കോളനി ചുറ്റി വളഞ്ഞുപോയാൽ ഇരുവശത്തും ഭംഗിയുള്ള പൂക്കൾ നിറഞ്ഞുനിൽക്കുന്ന വീതിയേറിയ റോഡുകൾ കാണാം. അതിലൊന്നിലാണ് നിങ്ങളുടെ ഹോട്ടൽ, ദാംറാക്. റോഡിലൂടെ ട്രാമുകൾ ഇടിവെട്ടുന്ന ശബ്ദത്തോടെ ഇരമ്പിപ്പാഞ്ഞുകൊണ്ടിരിക്കും. ആദ്യം നിങ്ങളിറങ്ങൂ. ഞാനാ ജൂതക്കോളനിയിലാണ് താമസം, ഹിറ്റ്ലറുടെ കൂട്ടാളികൾ അടിച്ചു പരത്തുന്നതിനു മുമ്പ് അതായിരുന്നു ആ സ്ഥലത്തിന്റെ പേര്. ഹോ, എന്തൊരു വെടിപ്പാക്കലായിരുന്നു!

എഴുപത്തിയയ്യായിരം ജൂതന്മാരെയല്ലേ നാടുകടത്തുകയോ കൊന്നൊടുക്കുകയോ ഒക്കെ ചെയ്തത്! ശരിക്കുമൊരു വാക്വം ക്ലീനിംഗ് തന്നെ. എന്തൊരു ശുഷ്കാന്തി! എന്തൊരു ചിട്ട! എന്തൊരു ക്ഷമ! അല്ല, മണ്ടന്മാർക്ക് ചിട്ടയോടെ പണിചെയ്താലേ പറ്റൂ. കണ്ടില്ലേ, ഈ സ്ഥലം ആശ്ചര്യകരമാം വിധം മെച്ചപ്പെട്ടിരിക്കുന്നു. അതാർക്കും നിഷേധിക്കാനാവില്ല. ലോകചരിത്രത്തിലെ ഏറ്റവും ക്രൂരമായ പാതകങ്ങൾ നടന്ന സ്ഥലത്താണ് ഞാനിപ്പോൾ താമസിക്കുന്നത്. അതുകൊണ്ടാവാം, ആ ആൾക്കുരങ്ങിനെയും അയാളുടെ ആശങ്കകളെയും എനിക്കു മനസ്സിലാവുന്നത്. അങ്ങനെ എന്റെ സഹജമായ വാസനകൾ എന്നെ എനിക്കു താത്പര്യമുള്ള ഇടങ്ങളിലേക്കു നയിക്കുമ്പോൾ, ഞാനതിനെതിരായി പോരാടുന്നു. ഒരു പുതിയ മുഖം കണ്ടാൽ മതി എന്റെ അന്തരാളത്തിൽ ആപൽശ്ശങ്കയുടെ മണി മുഴങ്ങുന്നു. "സൂക്ഷിക്കണം, പതുക്കെ, അപകടമാണ്". ആകർഷണം തീവ്രമാണെങ്കിലും ഞാൻ കരുതലോടെ നിലകൊള്ളുന്നു.

നിങ്ങൾക്കറിയാമോ, എന്റെ കൊച്ചുഗ്രാമത്തിൽ ജർമ്മൻസേന പ്രതികാര നടപടികൾ നടപ്പിലാക്കുന്ന സമയം, ഒരു ജർമ്മൻ അധികാരി, വളരെ വിനയാന്വിതനായി വൃദ്ധയായ ഒരമ്മയോടു ചോദിച്ചു. "ദയവു ചെയ്ത് നിങ്ങൾ സ്വയം തിരഞ്ഞെടുക്കൂ, നിങ്ങളുടെ രണ്ട് ആൺമക്കളിൽ ആരെയാണ് ഞങ്ങൾ പ്രതിയെന്ന നിലയ്ക്ക് വെടിവെച്ചു കൊല്ലേണ്ടത്?" തിരഞ്ഞെടുക്കുകയോ? നിങ്ങൾക്ക് ഇത് ഊഹിക്കാനാകുമോ? ഇവനെയോ, അതോ അവനെയോ? എന്നിട്ട് ഒരുത്തനെ കൊണ്ടുപോകുന്നതു കണ്ടു നിൽക്കുക! ഹോ. വേണ്ട!

നമുക്കിതിനെപ്പറ്റി കൂടുതലൊന്നും വിസ്തരിക്കണ്ട. ഇത്രമാത്രം... അചിന്ത്യമായതെന്തും സംഭാവ്യമാണ്. ആശങ്കകളൊന്നുമില്ലാതിരുന്ന ഒരു ശുദ്ധഹൃദയനെക്കുറിച്ച് എനിക്കറിയാം. മനുഷ്യന്റെ സ്വതന്ത്രചേതനയിൽ ഉറച്ചു വിശ്വസിച്ചിരുന്നയാൾ, സമാധാനവാദി. മനുഷ്യരെയും പക്ഷിമൃഗാദികളേയും പക്ഷഭേദമില്ലാതെ സ്നേഹിച്ചിരുന്നവൻ. മതഭ്രാന്ത് കൊടുമ്പിരിക്കൊണ്ട യുദ്ധകാലത്ത്, അയാൾ നാട്ടിൻപുറത്ത് താമസമാക്കി. തന്റെ വീട്ടിന്റെ പടിവാതിൽക്കൽ ഇപ്രകാരം എഴുതി വെച്ചു "നിങ്ങളാരായിരുന്നാലും, എവിടെനിന്നായാലും ശരി, നിങ്ങൾക്കു സ്വാഗതം. അകത്തേക്കു വരൂ" അത്രയും ഉദാരമായ ക്ഷണം സ്വീകരിച്ചെത്തിയവർ ആരാണെന്നറിയാമോ? പട്ടാളക്കാർ. അവർ വീട്ടിനകത്തെ സുഖസൗകര്യങ്ങളെല്ലാം എടുത്തുപയോഗിച്ചു. പിന്നെ അയാളുടെ വയറു കീറി, കുടൽമാല വലിച്ചു പുറത്തിട്ട്, സ്ഥലം വിട്ടു.

ഓ, ക്ഷമിക്കണം, മദാം... ആ പോട്ടെ. ഞാൻ പറഞ്ഞതിൽ ഒരക്ഷരം അവർക്കു മനസ്സിലായിട്ടുണ്ടാവില്ല. എന്തൊരു ആൾക്കൂട്ടം. അല്ലേ? ഇത്ര രാത്രിയിൽ, മഴയാണെങ്കിൽ ദിവസങ്ങളായി തോരുന്ന ലക്ഷണമില്ല. ഭാഗ്യത്തിന് ജിന്നുണ്ട് കൂട്ടിന്. ഈ അന്ധകാരത്തിലെ നുറുങ്ങുവെട്ടം. സ്വർണ്ണാഭയുള്ള, ചെമ്പുനിറത്തിലുള്ള പ്രകാശം. അതു നിങ്ങളുടെയുള്ളിൽ തെളിയിക്കുന്നത്, നിങ്ങൾക്ക് അനുഭവപ്പെടുന്നില്ലേ? ജിൻ പകർന്നു തരുന്ന ചെറുചൂടുമേറ്റ് സായാഹ്നവേളകളിൽ, ഈ നഗരവീഥികളിലൂടെ നടക്കുന്നത് എനിക്കിഷ്ടമാണ്. ചിലപ്പോൾ രാത്രി മുഴുവനും നടന്നുകൊണ്ടേയിരിക്കും, സ്വപ്നം കണ്ടുകൊണ്ട്, അല്ലെങ്കിൽ എന്നോടു തന്നെ നിറുത്താതെ സംസാരിച്ചുകൊണ്ട്. അതെ, ഈ സായാഹ്നം പോലെ.... അയ്യോ ഞാൻ കാരണം നിങ്ങളുടെ തല പെരുത്തു വരുന്നുണ്ടെന്നു തോന്നുന്നു. ക്ഷമിക്കണം. നിങ്ങൾ വളരെ മര്യാദക്കാരനാണ്, നന്ദിയുണ്ട്, കേട്ടോ. എന്തു ചെയ്യാം. ഞാൻ വാ തുറന്നാൽ മതി, വാചകങ്ങൾ അണപൊട്ടി ഒഴുകും. മാത്രമല്ല, ഈ ദേശം എന്നെ ഉത്തേജിതനാക്കുന്നു. നടപ്പാതകളിൽ, വീടുകൾക്കിടയ്ക്കുള്ള ഇടുങ്ങിയ സ്ഥലങ്ങളിൽ തിക്കിത്തിരക്കുന്ന ആൾക്കൂട്ടം, മൂടൽമഞ്ഞ് അതിരു പാകുന്ന കൈത്തോടുകൾ, തണുത്തു മരവിച്ച ഭൂപ്രദേശം, നനച്ചിട്ട തുണിയിൽ നിന്നെന്നപോലെ നീരാവി ഉയരുന്ന കടൽ. എനിക്കിതൊക്കെ ഇഷ്ടമാണ്. കാരണം ഇവയും ബഹുമുഖികളാണ്, ഇവിടെയും മറ്റു പലേടത്തും ഇവയുണ്ട്.

മിന്നിത്തിളങ്ങുന്ന കൗതുകവസ്തുക്കളും ഉണങ്ങിയ ഇലകളുടെ നിറത്തിലുള്ള വിലപിടിച്ച വസ്തുക്കളും കുത്തിനിറച്ചി

രിക്കുന്ന ഈ കടകളിൽ നിന്ന് ചിന്താക്രാന്തരായി അകത്തേക്കും പുറത്തേക്കും പോകുന്നവരെക്കണ്ട്, നനഞ്ഞ നടപ്പാതയിൽ വീഴുന്ന ഇവരുടെ പാദപതനങ്ങൾ കേട്ട്, അവരൊക്കെ ഈ സായാഹ്നത്തിൽ, ഇവിടെ, നമ്മോടൊപ്പം ഉണ്ടെന്നുള്ള അനുമാനത്തിലാണോ നിങ്ങൾ? നിങ്ങളും മറ്റെല്ലാവരെയും പോലെയാണ്. ഈ നല്ല മനുഷ്യർ വെറുമൊരു കച്ചവടസമൂഹമാണെന്നും സ്വർണ്ണ നാണയങ്ങളോടൊപ്പം ദീർഘായുസ്സിനായുള്ള സാദ്ധ്യതകളും എണ്ണിതിട്ടപ്പെടുത്തുന്നവരാണെന്നും, അവരുടെ ഭാവനാസമ്പത്ത്, ഇടയ്ക്കൊക്കെ തൊപ്പി പോലുമൂരാതെ ശരീരശാസ്ത്രം പഠിക്കുന്നതിൽ ഒതുങ്ങിനിൽക്കുന്നുവെന്നും നിങ്ങൾ ധരിക്കുന്നുവോ? കഷ്ടം, നിങ്ങൾക്കും തെറ്റിപ്പോയി. അവർ നമ്മോടൊപ്പം നടക്കുന്നു, എന്നതു ശരിയാണ്. പക്ഷേ, അവരുടെ ശിരസ്സ് എവിടെയാണെന്നു നോക്കൂ. അങ്ങുയരത്തിൽ, പീടികകളുടെ മുകളിലായുള്ള നിയോൺ ബോർഡുകളിൽ നിന്നുതിരുന്ന ചുവപ്പും പച്ചയും നിറങ്ങളും പേപ്പർമിന്റിന്റെയും ജിന്നിന്റെയും മണവും കൂടിക്കലർന്നു കിടക്കുന്ന പുകമറയ്ക്കുള്ളിൽ. അതേ ശ്രീമൻ. ആംസ്റ്റർഡാം ഒരു സ്വപ്നമാണ്. സ്വർണ്ണവും പുകയും കൊണ്ടുള്ള ഒരു സ്വപ്നം. പകൽ നേരങ്ങളിൽ പുകയ്ക്ക് കട്ടിക്കൂടും. രാത്രികളിൽ സുവർണ്ണ ദീപ്തി വെട്ടിത്തിളങ്ങും. രാവും പകലും ആ സ്വപ്നത്തിലൂടെ ചരിക്കുന്നതോ ലോൺഗ്രീനിനെ[6] പ്പോലുള്ള ഈ മനുഷ്യരും. ഉയർന്ന കൈപ്പിടിയുള്ള കറുത്ത സൈക്കിളുകളിൽ സവാരി ചെയ്യുന്ന സ്വപ്നാടകർ. രാജ്യമാസകലം കടലിലൂടെ, കൈത്തോടുകളിലൂടെ ഒഴുക്കിനൊത്തു നീങ്ങുന്ന ശവമടക്കു യാത്രയിലെ അരയന്നങ്ങൾ. ചെമ്പു നിറമുള്ള പുകമറയ്ക്കുള്ളിൽ ശിരസ്സു പൂഴ്ത്തി അവർ സ്വപ്നം കാണുന്നു: കറങ്ങിക്കൊണ്ടേയിരിക്കുന്നു, മിന്നിത്തിളങ്ങുന്ന, സുഗന്ധപൂരിതമായ പുകമറയ്ക്കുള്ളിലൂടെ അവർ സ്വപ്നാടകരെപ്പോലെ ചലിക്കുന്നു, അവരിവിടെയെങ്ങുമല്ല; അങ്ങ്, ദൂരെ അനേകായിരം മൈലുകൾക്കപ്പുറത്തുള്ള വിദൂരദ്വീപിലേക്ക്, ജാവയിലേക്കാണ് അവർ പോയിരിക്കുന്നത്. തങ്ങളുടെ ഷോപ്പുകളുടെ ജാലകപ്പടികളിൽ അലങ്കരിച്ചുവെച്ചിട്ടുള്ള മുഖം കൂർപ്പിച്ചു നിൽക്കുന്ന ഇന്തോനേഷ്യൻ ദേവതമാരോടു പ്രാർത്ഥിക്കുകയാണവർ, ഈ നിമിഷം അതാ അവയൊക്കെ നമ്മുടെ തലയ്ക്കു മുകളിലായുണ്ട്, ഷോപ്പുകളുടെ പരസ്യപ്പലകയിൽ നിന്ന് പടിപടിയായുള്ള മേൽക്കൂരകളിലേക്കു ചാടാൻ ഒരുങ്ങിനിൽക്കുന്ന

---
6. ലോൺഗ്രീൻ - ജർമ്മൻ പുരാണകഥയിലെ നായകൻ. അരയന്നത്തോണികളുമായി നായികയെ രക്ഷിക്കാനിറങ്ങിയവൻ.

ഗംഭീരന്മാരായ വാനരന്മാരെപ്പോലെ. അതൊക്കെ, ഗൃഹാതുരത്വം അനുഭവിക്കുന്ന ഈ മുൻകോളനി അധീശ്വരന്മാരെ ഓർമ്മിപ്പിക്കുകയാണ്, ഹോളണ്ട്, യൂറോപ്പിന്റെ മാത്രമല്ല, കടലിന്റെയും കടലിനപ്പുറത്തുള്ള സിപാങ്ഗോവിന്റെയും[7] അതിനപ്പുറത്ത് ആനന്ദമത്തരായ ജനങ്ങൾ ജീവിക്കുകയും മരിക്കുകയും ചെയ്യുന്ന മറ്റു പല ദ്വീപുകളിലെയും കച്ചവടക്കാരാണ്.

ഹോ, എന്നെ കയറൂരി വിട്ടപോലുണ്ട്. കേസു വാദിക്കയാണെന്നു തോന്നിപ്പോകും. ക്ഷമിക്കണം, എന്തു ചെയ്യാം തൊഴിലതായിപ്പോയില്ലേ? പിന്നെ ഈ നഗരത്തെപ്പറ്റി, ഈ നഗരത്തിന്റെ അന്തസ്സത്തയെപ്പറ്റി, എല്ലാം വ്യക്തമായി നിങ്ങളെ പറഞ്ഞു ധരിപ്പിക്കണമെന്ന ആഗ്രഹവും. നമ്മളിവിടെ നഗരത്തിന്റെ കാതലായ ഭാഗത്താണ് നിൽക്കുന്നത്. നിങ്ങൾ ശ്രദ്ധിച്ചിട്ടുണ്ടോ, ആംസ്റ്റർഡാം നഗരത്തിലെ വൃത്താകൃതിയിൽ ഒന്നിനുള്ളിൽ മറ്റൊന്നായുള്ള കൈത്തോടുകളെ? നരകത്തിലെ വൃത്തങ്ങളെപ്പോലെയല്ലേ[8] അവ? മധ്യവർഗ്ഗക്കാരുടെ നരകം, ദുഃസ്വപ്നങ്ങൾ നിറഞ്ഞ നരകം. പുറത്തുനിന്നു വരുമ്പോൾ, വൃത്തങ്ങൾ ഓരോന്നായി നമ്മൾ താണ്ടിക്കടക്കവേ ജീവിതത്തിന്റെ തിക്കും തിരക്കും വർദ്ധിക്കുന്നു. അതുകൊണ്ടുതന്നെ അക്രമങ്ങളും അന്ധകാരവും ക്രമത്തിൽ കൂടിക്കൂടി വരുന്നു. നമ്മളിവിടെ അവസാനത്തിലെ വൃത്തത്തിലാണ് നിൽക്കുന്നത്. ഇതിന്റെ പേര്... ഹാ നിങ്ങൾക്ക് അതറിയാമെന്നോ? ശ്ശെടാ നിങ്ങളെ ഇനം തിരിക്കാനിത്തിരി പ്രയാസമാണല്ലോ. അതുപോട്ടെ, ഞാനീ പറഞ്ഞുകൊണ്ടു വരുന്നതു മനസ്സിലായിക്കാണുമല്ലോ. എല്ലാത്തിന്റെയും കേന്ദ്രബിന്ദു ഇവിടെയാണ്, ഒരു ഭൂഖണ്ഡത്തിന്റെ ഒരറ്റത്തായാണ് നമ്മുടെ നില്പെങ്കിലും, ഇതാണ് കേന്ദ്രബിന്ദു. സംവേദനക്ഷമതയുള്ള ഒരു വ്യക്തിക്കേ ഈ അസാധാരണത്വം മനസ്സിലാവൂ. പത്രവായനക്കാരും ശരീരവേഴ്ചക്കാരും എങ്ങോ പോയി തുലയട്ടെ. അവസാനം യൂറോപ്പിന്റെ നാലു മൂലകളിൽനിന്നും അവരൊക്കെ ഇവിടെയെത്തുന്നു. ഈ ഉൾക്കടലിനെ നോക്കി വിരസമായ സമുദ്രതീരത്തു നിൽക്കുന്നു. മൂടൽമഞ്ഞു വരുമെന്ന മുന്നറിയിപ്പായുള്ള സൈറൻ കേൾക്കുന്നു. കടുത്ത പുകമറയ്ക്കുള്ളിലൂടെ ബോട്ടുകളുടെ നിഴലുകൾ കണ്ടെത്താൻ ശ്രമിക്കുന്നു. എന്നിട്ട് കൈത്തോടുകളിലൂടെ, മഴയിൽ നനഞ്ഞൊലിച്ച്

7. സിപാംഗോ - ജപ്പാന് യൂറോപ്പുകാർ ഉപയോഗിച്ചിരുന്ന പഴയ പേര്.

8. നരകവൃത്തങ്ങൾ പ്രശസ്ത ഇറ്റാലിയൻ കവി അലിഘെറി ദാന്തേയുടെ (1265-1321) ഡിവൈൻ കോമഡിയിലെ ഇൻഫെർണോ. പാപത്തിന്റെ ഉഗ്രതയനുസരിച്ച് തരംതിരിക്കപ്പെട്ട ഒന്നിനകത്തൊന്നായുള്ള നരകലോകം.

താവളങ്ങളിലേക്കു മടങ്ങുന്നു. എല്ലു കോച്ചുന്ന തണുപ്പത്ത്, *മെക്സിക്കോ സിറ്റി* എന്ന മധുശാലയിലെത്തി എല്ലാ ഭാഷകളിലും ജിൻ ആവശ്യപ്പെടുന്നു. അവിടെയാണ് ഞാൻ അവർക്കായി കാത്തുനിൽക്കാറുള്ളത്.

ശരി, പ്രിയപ്പെട്ട നാട്ടുകാരാ ഇനി നാളെക്കാണാം. ഇല്ലില്ല, ഇനി നിങ്ങൾക്ക് എളുപ്പം വഴി കണ്ടുപിടിക്കാം. അതാ, ആ പാലം വരെ കൊണ്ടുവിട്ടേക്കാം. രാത്രികാലങ്ങളിൽ ഞാനീ പാലം കടക്കാറില്ല. ഒരുതരം ശപഥമാണെന്നു വെച്ചോളൂ. അല്ല, ആരെങ്കിലും ഈ രാത്രി നേരത്ത് വെള്ളത്തിലേക്ക് എടുത്തു ചാടിയെന്നു വെക്കുക. രണ്ടിലൊന്നേ ചെയ്യാനുള്ളൂ. ഒന്നുകിൽ പുറകെ ചാടി അയാളെ പൊക്കിയെടുത്തു കൊണ്ടുവരണം. ഈ തണുപ്പത്ത് അതു വലിയ അപകടം തന്നെയാണ്. അല്ലെങ്കിൽ അവനെ അവന്റെ പാട്ടിനു മുങ്ങാൻ വിടണം. പക്ഷേ, അതു പിന്നീട് തീരാത്ത മനോവേദനയ്ക്ക് കാരണമായിത്തീരും. ശരി, ശുഭരാത്രി. എന്താ, ചോദിച്ചത് ആ ജനാലകളിലെ സ്ത്രീകളോ? അതൊക്കെ വെറും കിനാക്കളല്ലേ, ശ്രീമൻ, വിലകുറഞ്ഞ കിനാക്കൾ? സുഗന്ധവ്യഞ്ജനങ്ങളാണ് അവരൊക്കെ പൂശുന്നത്. അകത്തേക്കു കടന്നാൽ മതി, ജനൽവിരികൾ താഴ്ത്തിയിടും, പിന്നെ നീക്കങ്ങൾ തുടങ്ങുകയായി. നഗ്നമേനികളിൽ ദൈവം ഇറങ്ങി വരുമത്രെ. ഒഴുക്കിൽപ്പെട്ട ദ്വീപുകളിൽ, മോക്ഷം കിട്ടാത്ത ആത്മാക്കളെപ്പോലെ പനകൾ തലമുടി വിടർത്തിയാടും. എന്താ ഒന്നു ശ്രമിച്ചു നോക്കണോ, ആയ്ക്കോട്ടെ.

## രണ്ട്

**പ**ശ്ചാത്തപിക്കുന്ന ജഡ്ജി*, വിധികർത്താവ്, അതെന്താണെ ന്നല്ലേ? ആഹാ, അപ്പോൾ ആ കൊച്ചു കാര്യം പറഞ്ഞ് ഞാൻ നിങ്ങളെ ചിന്താക്കുഴപ്പത്തിലാക്കി, അല്ലേ? എനിക്ക് ദുരുദ്ദേശ്യ മൊന്നും ഉണ്ടായിരുന്നില്ല. നിങ്ങളതു വിശ്വസിക്കണം. ഞാനെല്ലാം കുറെക്കൂടി വ്യക്തമായി പറയാം. ഒരുതരത്തിൽ പറഞ്ഞാൽ, അത് ശരിക്കും എന്റെ ഔദ്യോഗിക ചുമതലകളിലൊന്നാണ്. പക്ഷേ, അതിനൊക്കെ മുമ്പ് ഏതാനും വസ്തുതകൾ നിങ്ങളുടെ മുമ്പാകെ നിരത്തി വെക്കേണ്ടതുണ്ട്, എന്റെ കഥ മനസ്സിലാക്കി യെടുക്കാൻ അവ താങ്കൾക്കു സഹായകമാകും.

ഏതാനും വർഷങ്ങൾക്കു മുമ്പ് ഞാൻ പാരീസിൽ വക്കീലാ യിരുന്നു. നല്ല പേരു കേട്ട വക്കീൽ. ശരിയാണ്, എന്റെ യഥാർത്ഥ ത്തിലുള്ള പേരല്ല ഞാൻ നിങ്ങളോടു പറഞ്ഞത്. ആദർശപരമായ കേസുകൾ വാദിക്കുന്നതിലായിരുന്നു എന്റെ സവിശേഷത. അതാ യത് വിധവകൾ, അനാഥർ എന്നിങ്ങനെ... അല്ല, വഞ്ചകികളായ വിധവകളും ക്രൂരന്മാരായ അനാഥരും ഇല്ലെന്നല്ല. എന്നാലും കക്ഷി പീഡിപ്പിക്കപ്പെട്ടിരിക്കുന്നു എന്നൊരു നേരിയ മണം കിട്ടി യാൽ മതി ഉടനടി ഞാൻ കച്ച കെട്ടിയിറങ്ങും. അതങ്ങനെ വെറുതെ ഇറങ്ങുകയല്ല, തനി കൊടുങ്കാറ്റ്. മനസ്സിൽ തോന്നിയത് ഒളിമറവില്ലാതെ പുറത്തുകാണിക്കുന്ന പ്രകൃതമായിരുന്നു, എന്റേത്. നീതിന്യായം എന്നും രാത്രി എന്നോടൊപ്പമാണ് ഉറക്കം എന്ന മട്ട്. കോടതി മുമ്പാകെയുള്ള എന്റെ കിറുകൃത്യമായ സ്വര ഭേദങ്ങൾ, വികാരപ്രകടനത്തിലുള്ള ഔചിത്യബോധം, സ്വാധീനി ക്കാനുള്ള കഴിവ്, ഊഷ്മളത, പ്രഭാഷണങ്ങളിൽ അടക്കിവെച്ച ധാർമ്മികരോഷം! ഹോ! ഒന്നും പറയണ്ട. നിങ്ങളതൊക്കെ ആരാ ധനാപൂർവ്വം നോക്കിനിന്നിരുന്നേനെ. പ്രകൃതി കനിഞ്ഞു നൽകിയ

---

* കാമു ഉപയോഗിച്ചിരിക്കുന്ന പദം judge-penitent ആണ്. അതായത് പശ്ചാത്താപാ കുലനായ ജഡ്ജി. മനുഷ്യരാണ് വിധികർത്താക്കൾ. സ്വാഭാവികമായും അവർക്കു തെറ്റു പറ്റിയേക്കാം. തെറ്റിനുള്ള പരിഹാരം പശ്ചാത്താപമാണെന്നിരിക്കെ, എല്ലാ വിധികർത്താ ക്കൾക്കും അതാവാം. ഈ വാദഗതിയുടെ വ്യംഗ്യത പുസ്തകത്തിന്റെ അവസാനഭാഗത്ത് വെളിപ്പെടുന്നു.

നല്ല ശരീരപ്രകൃതി, അനായാസേന മഹാമനസ്കത പ്രകടിപ്പിക്കാനുള്ള കഴിവ്. ഇവ കൂടാതെ എന്നെ പൊക്കി നിറുത്തിയിരുന്ന, നിഷ്കപടമായ മറ്റു രണ്ടു വികാരങ്ങളുണ്ടായിരുന്നു. കോടതിയിൽ ഞാനെപ്പോഴും ശരിയുടെ ഭാഗത്താണെന്ന സംതൃപ്തി, പിന്നെ വിധികർത്താക്കളോടുള്ള സഹജമായ പുച്ഛം. ആ പുച്ഛഭാവം, അതത്ര സ്വാഭാവികം അല്ലായിരുന്നുവെന്നും അതിന് തക്കതായ കാരണങ്ങളുണ്ടായിരുന്നുവെന്നും എനിക്ക് ഇപ്പോൾ മനസ്സിലാകുന്നുണ്ട്. പക്ഷേ, പുറമേനിന്നു നോക്കുമ്പോൾ അത് ഒരുതരം മനക്ഷോഭമായാണ് കാണപ്പെട്ടത്. വിധികർത്താക്കളെ തൽക്കാലം വേണ്ടെന്നു വെക്കാനാവില്ലല്ലോ. പക്ഷേ, എനിക്കു മനസ്സിലാവാഞ്ഞത് ഇതാണ്, ഇത്തരം അദ്ഭുതകരമായ പ്രവൃത്തി ഒരാൾക്ക് എങ്ങനെ ചെയ്യാനാകുന്നു? ചെയ്യുന്നു എന്ന വസ്തുത അംഗീകരിച്ചേ പറ്റൂ. കാരണം ഞാനതു നിത്യേന കാണുന്നതാണല്ലോ. പക്ഷേ, വെട്ടുക്കിളികളുണ്ടെന്ന കാര്യം അംഗീകരിക്കുന്ന അതേ രീതിയിലാണ് ഞാനിതും അംഗീകരിക്കുന്നത്. പക്ഷേ, ഒരു വ്യത്യാസമുണ്ട്; വെട്ടുകിളികളുടെ ആക്രമണംകൊണ്ട് എനിക്ക് ഒരു കാശിനു ഗുണമില്ല. എന്നാലോ, ഞാൻ പുച്ഛിച്ചു തള്ളുന്ന വിധികർത്താക്കളുമായുള്ള സംവാദം എനിക്കു വേതനം നേടിത്തരുന്നു.

അതെന്തൊക്കെയായാലും, കോടതിയിൽ ഞാനെപ്പോഴും ശരിയുടെ ഭാഗത്തായിരുന്നു. എന്റെ മനസ്സമാധാനത്തിന് അതു മതിയായിരുന്നു. നീതിബോധം, എന്നും ശരിഭാഗത്താണെന്ന സംതൃപ്തി, സ്വാഭിമാനത്തിൽ നിന്നുളവാകുന്ന ആനന്ദം, ഇതൊക്കെയാണ് എന്റെ മാന്യസുഹൃത്തേ, നമ്മെയൊക്കെ സത്യസന്ധന്മാരും ഉത്കർഷേച്ഛുക്കളുമാക്കുന്ന അതിശക്തമായ പ്രേരണകൾ. ഇവ നിഷേധിക്കപ്പെട്ടാൽ മനുഷ്യർ, നുരയും പതയും വീഴ്ത്തുന്ന ഭ്രാന്തൻ നായ്ക്കളായി രൂപാന്തരപ്പെടും. തെറ്റു പറ്റിയതു മറ്റുള്ളവർ അറിയുന്നത് അസഹ്യമായതുകൊണ്ടുമാത്രം എത്രയോ കുറ്റകൃത്യങ്ങൾ ഇവിടെ നടക്കുന്നുണ്ട്. എനിക്ക് ഒരു ബിസിനസ്സുകാരനെ അറിയാം. അയാളുടെ പത്നി എല്ലാം തികഞ്ഞവളായിരുന്നു. എല്ലാവരും അവളുടെ സത്ഗുണങ്ങളെ പുകഴ്ത്തി. പക്ഷേ, അയാൾ അവളെ വഞ്ചിച്ചു. എന്തുകൊണ്ട്? സ്വന്തം നന്മകൾക്കായി പ്രമാണപത്രം കിട്ടില്ലെന്നു വരിക, സ്വയം നൽകാനും കഴിയാതിരിക്കുക. അങ്ങനെ വരുമ്പോൾ ഒരാൾ തിന്മയിലേക്കു ഉന്തിത്തള്ളപ്പെടുന്നു. ഭാര്യയുടെ ഗുണഗണങ്ങൾ കൂടിക്കൂടി വരവേ, അയാളുടെ പീഡകളും തിന്മകളും പെരുകിപ്പെരുകി വന്നു. അവസാനം തിന്മ ചെയ്തുകൊണ്ട് ജീവിക്കുക അസഹ്യമായിത്തീർന്നു. അയാളെന്തു ചെയ്തെന്നാണ് നിങ്ങൾ കരുതുന്നത്? ഭാര്യയെ

വഞ്ചിക്കുന്നതു നിർത്തിയെന്നാണോ? അല്ലേയല്ല, അയാളവളെ കൊന്നു. അങ്ങനെയാണ് അയാളുമായുള്ള എന്റെ ഇടപാടു തുടങ്ങിയത്.

എന്റെ സ്ഥിതി വളരെ അസൂയാവഹമായിരുന്നു. ക്രിമിനലുകളുടെ സംഘത്തിൽ പെട്ടേക്കാം എന്നുള്ള ആശങ്ക എനിക്കില്ലായിരുന്നു. (പ്രത്യേകിച്ച് ഭാര്യയെ കൊല്ലുമെന്ന സാദ്ധ്യത തീരെയില്ല. ഞാൻ അവിവാഹിതനാണല്ലോ) പക്ഷേ, ഞാനത്തരക്കാരുടെ കേസു വാദിക്കാൻ തയ്യാറായി. എനിക്ക് ഒരൊറ്റ നിബന്ധനയേ ഉണ്ടായിരുന്നുള്ളൂ: ആദർശവാദികളായ കൊലയാളികളായിരിക്കണം, ആദർശവാദികളായ നരാധമന്മാരായിരിക്കണം. അത്തരം കേസുകൾ ഞാൻ വാദിച്ച രീതി എനിക്കു വളരെയധികം തൃപ്തി നേടിത്തന്നു. ഔദ്യോഗിക ജീവിതത്തിൽ ആർക്കും എന്നിൽ കുറ്റം കണ്ടെത്താനായില്ല. ഞാനൊരിക്കലും കോഴ വാങ്ങിയില്ല. അക്കാര്യം പ്രത്യേകം പറയേണ്ടല്ലോ. തരംതാണ ഒരു കാര്യത്തിനുവേണ്ടിയും മുട്ടുമടക്കിയില്ല. പിന്നെ വളരെ വിരളമായ മറ്റൊരു കാര്യം പത്രക്കാരെ സ്വന്തം പക്ഷത്തു ചേർക്കാനായി ഞാനവരെ ഒരു തരത്തിലും പ്രീണിപ്പിച്ചില്ല. എന്നെങ്കിലും ഉപയോഗപ്രദമാകുമെന്നു കരുതി ഭരണാധികാരികളുമായി സൗഹൃദം സ്ഥാപിച്ചതുമില്ല. രണ്ടോ മൂന്നോ തവണ ലീജിയൺ ഓഫ് ഓണർ ബഹുമതിക്കു തിരഞ്ഞെടുക്കപ്പെടാനുള്ള സൗഭാഗ്യം എനിക്കുണ്ടായി. പക്ഷേ, ഓരോ തവണയും അന്തസ്സുറ്റ വിധത്തിൽ ഞാനതു നിരസിച്ചു. അതിലാണ് ഞാൻ സാഫല്യം കണ്ടെത്തിയത്. അവസാനമായി പറയട്ടെ, പാവപ്പെട്ടവരിൽ നിന്ന് ഞാനൊരിക്കലും ഫീസ് ഈടാക്കിയില്ലെന്നു മാത്രമല്ല, അതിനെപ്പറ്റി വീമ്പടിച്ചു നടന്നതുമില്ല. മാന്യ സുഹൃത്തേ, ഞാൻ ആത്മപ്രശംസ നടത്തുകയാണെന്ന് നിങ്ങൾ നൊടിയിടപോലും വിചാരിച്ചു പോകരുത്. ഇതൊക്കെ എനിക്ക് അവകാശപ്പെട്ടതല്ല. അഭ്യുദയേച്ഛയ്ക്കു പകരം അത്യാഗ്രഹത്തെ കൊണ്ടാടുന്ന നമ്മുടെ സമൂഹം എന്നെ എല്ലായ്പ്പോഴും ചിരിപ്പിച്ചിട്ടേയുള്ളൂ. ഉയരങ്ങളിലേക്കായിരുന്നു, എന്റെ ലക്ഷ്യം. ഈ വാക്കുകൾ എന്റെ കാര്യത്തിൽ എത്ര ശരിയായിരുന്നുവെന്ന് നിങ്ങൾ കാണാനിരിക്കുന്നതേയുള്ളൂ.

അതു പോട്ടെ, ഞാനനുഭവിച്ച ആത്മസംതൃപ്തിയെക്കുറിച്ച് നിങ്ങൾക്ക് ഊഹിക്കാനാകുമല്ലോ. ഞാൻ എന്നിൽ, എന്റെ സ്വഭാവത്തിൽ, അങ്ങേയറ്റം സന്തുഷ്ടനായിരുന്നു; അതാണല്ലോ ശരിയായ ആനന്ദവും. ഇടയ്ക്കൊക്കെ മറ്റുള്ളവരെ സമാധാനിപ്പിക്കാനായി അത്തരം ആനന്ദത്തെ, നമ്മൾ സ്വാർത്ഥതയെന്നു

പഴിക്കാറുണ്ടെങ്കിലും വിധവകളോടും അനാഥരോടും അനുയോജ്യമായ വിധത്തിൽ പ്രതികരിക്കാൻ കഴിഞ്ഞിരുന്നത് എന്റെ സ്വഭാവത്തിന്റെ ഒരു ചെറിയ അംശമായിരുന്നു. അത് ഞാൻ ശരിക്കും ആസ്വദിക്കുകയും ചെയ്തു. പിന്നെ ക്രമേണ പഴക്കത്തിലൂടെ, പരിശീലനത്തിലൂടെ, അതായി എന്റെ മുഖ്യസ്വഭാവം. ഉദാഹരണത്തിന്, പാത മുറിച്ചു കടക്കാൻ അന്ധന്മാരെ സഹായിക്കുന്നത് എനിക്കിഷ്ടമുള്ള പണിയായിരുന്നു. അങ്ങ് ദൂരെ, പാതവക്കിൽ ഒരു ചൂരൽ വടി പരുങ്ങി നിൽക്കുന്നതു കണ്ടാൽ മതി, ഞാനോടിയെത്തും. ചിലപ്പോൾ മറ്റൊരു ദയാലു കൈ നീട്ടുന്നതിന് ഒരു നിമിഷം മുമ്പായിരിക്കും ഞാനെത്തുക. അന്ധനെ എന്റെ മാത്രം സേവനത്തിനു തട്ടിയെടുത്ത്, പതുക്കെ, ദൃഢതയോടെ, റോഡിലെ അപകടങ്ങളെ തരണം ചെയ്ത് മറുഭാഗത്ത് തിരക്കു കുറഞ്ഞ ഒരിടത്തേക്കു നയിക്കും. അവിടെ വെച്ച് ഞങ്ങൾ പിരിയും. ഒരു പാരസ്പരികബോധത്തോടെ. അതേപോലെ വഴി പറഞ്ഞുകൊടുക്കുന്നതും എനിക്കിഷ്ടമുള്ള പ്രവൃത്തിയായിരുന്നു. വെളിച്ചം തെളിയിച്ചു കൊടുക്കുക, ഭാരം നിറച്ച കൈവണ്ടി ഉന്തിക്കൊടുക്കുക, നിന്നുപോയ കാർ തള്ളിക്കൊടുക്കുക, മുക്തി സേനയ്ക്കു വേണ്ടി പണിയെടുക്കുന്ന പെൺകുട്ടിയിൽനിന്നു പത്രമോ വൃദ്ധയായ പൂക്കാരിയിൽനിന്ന് പൂക്കളോ (അതവർ അടുത്തുള്ള മൊപാസ്സെ സെമിത്തേരിയിൽ നിന്നു മോഷ്ടിച്ചതാണെന്ന് അറിയാമെങ്കിലും) വാങ്ങുക, പറയാനിത്തിരി ബുദ്ധിമുട്ടുള്ള കാര്യമാണെങ്കിലും പറയട്ടെ, ഭിക്ഷ കൊടുക്കാനും ഞാനിഷ്ടപ്പെട്ടു. സത്യക്രിസ്ത്യാനിയായ എന്റെ സുഹൃത്ത് ഒരിക്കൽ അഭിപ്രായപ്പെടുകയുണ്ടായി. ഭിക്ഷക്കാർ വീട്ടിലേക്കു വരുന്നതു കണ്ടാൽ അയാൾക്ക് അസ്വാസ്ഥ്യം തോന്നുമെന്ന്. എന്നെ സംബന്ധിച്ചിടത്തോളം സംഗതി മറിച്ചായിരുന്നു. ഞാൻ ഹർഷോന്മത്തനാവുമായിരുന്നു, നമുക്കതേപ്പറ്റി അധികം സംസാരിക്കേണ്ട.

എന്റെ തറവാടിത്തം തികഞ്ഞ പെരുമാറ്റത്തെപ്പറ്റിയാവട്ടെ ഇനിയുള്ള ചർച്ച. അതു സുപ്രസിദ്ധമായിരുന്നു. ആർക്കും ചോദ്യം ചെയ്യാനാവാത്തതും. ഉള്ളതു പറയാമല്ലോ, ഇത്തരം സൽപ്പെരുമാറ്റം എന്നെയും വളരെയേറെ സന്തുഷ്ടനാക്കി. ചില ദിവസങ്ങളിൽ ഭാഗ്യമുണ്ടെങ്കിൽ ബസ്സിലോ ഭൂഗർഭോ റെയിലിലോ എന്റെ ഇരിപ്പിടം കൂടുതൽ അർഹതയുള്ള മറ്റൊരാൾക്കു കൊടുക്കാനായെന്നു വരും. അല്ലെങ്കിൽ ഒരു വൃദ്ധയുടെ കൈയിൽനിന്നു വീണുപോയ വസ്തു പെറുക്കിയെടുത്ത് ബോധപൂർവമുള്ള പുഞ്ചിരിയോടെ തിരിച്ചേല്പിക്കാനുള്ള അവസരം കിട്ടും. അതുമല്ലെങ്കിൽ

ഞാൻ വിളിച്ചു വരുത്തിയ ടാക്സി, കൂടുതൽ ധൃതിയുള്ള മറ്റൊരാൾക്കു വിട്ടുകൊടുക്കാനുള്ള സന്ദർഭം കിട്ടും. അത്തരം ദിവസങ്ങൾ എനിക്കു സുദിനങ്ങളായിരുന്നു. ഞാൻ ഏറ്റവും സന്തോഷിച്ചത് പൊതുവാഹനങ്ങൾ പണിമുടക്കുന്ന ദിവസങ്ങളിലാണ്. വീട്ടിലെത്താനാകാതെ ബസ്സ്റ്റോപ്പുകളിൽ കിടന്നുഴറുന്ന സഹജീവികളെ ഞാനെന്റെ കാറിൽ കയറ്റിക്കൊണ്ടുപോകും. തിയേറ്ററുകളിൽ ഇളംജോടികൾക്ക് ഒന്നിച്ചിരിക്കാനായി എന്റെ സീറ്റ് ഒഴിഞ്ഞുകൊടുക്കുക, ട്രെയിനിൽ പെൺകിടാങ്ങളുടെ പെട്ടി പൊക്കിയെടുത്ത് സാമാനറാക്കിൽ വെയ്ക്കുക, ഇതൊക്കെ മറ്റേതൊരു വ്യക്തിയേക്കാളുമധികം ഞാൻ ചെയ്തു. കാരണം ഞാൻ തക്കംപാർത്തിരിക്കയായിരുന്നു. അത്തരം പ്രവൃത്തികൾ എനിക്കു നൽകിയ ആനന്ദം ആസ്വദിക്കാനായി.

അതുകൊണ്ടുതന്നെ, ഉദാരമനസ്കനെന്ന് ഞാനറിയപ്പെട്ടു. ഞാനങ്ങനെത്തന്നെ ആയിരുന്നുതാനും. പരസ്യമായും സ്വകാര്യമായും ഞാൻ ഒരുപാടു ദാനം ചെയ്തു. പണമോ മറ്റു വസ്തുക്കളോ കൊടുക്കുന്നതിൽ എനിക്ക് ഒരു തരത്തിലുള്ള വേദനയും തോന്നിയില്ലെന്നു മാത്രമല്ല, ഒരു തരം സുഖമാണ് അനുഭവപ്പെട്ടത്. ഉവ്വ്, ഇടയ്ക്ക് ശകലം വൈക്ലബ്യം തോന്നിയിരുന്നു. ഉപയോഗശൂന്യമായ സമ്മാനങ്ങൾ കൃതഘ്നതയ്ക്ക് വഴിതെളിക്കുമോ എന്ന്. സ്വമേധയാ കൊടുക്കുന്നതിൽ ഞാനതിരറ്റു സന്തോഷിച്ചു. പക്ഷേ, എന്നെക്കൊണ്ട് കൊടുപ്പിക്കുന്നത് എനിക്ക് അശേഷം സ്വീകാര്യമായിരുന്നില്ല. പൈസയുടെ കാര്യത്തിൽ കണക്കു പറയുന്നത് എന്നെ ബോറടിപ്പിച്ചു. ആചാരമുറകൾ പാലിക്കുന്നതിലും ഞാൻ വിമുഖനായിരുന്നു. എന്റെ മഹാമനസ്കതയുടെ മേലധികാരി ഞാൻ തന്നെയാവണമെന്ന് എനിക്കു നിർബന്ധമുണ്ടായിരുന്നു.

ഈ കൊച്ചു കൊച്ചു രേഖാചിത്രങ്ങൾ, ജീവിതത്തിൽ പൊതുവായും ഔദ്യോഗിക ജീവിതത്തിൽ പ്രത്യേകമായും നിരന്തരം എനിക്കനുഭവപ്പെട്ട ആനന്ദം മനസ്സിലാക്കാൻ നിങ്ങളെ സഹായിക്കും. നീതിയും സഹതാപവും മാത്രം മുൻനിർത്തി ഒരു പൈസ പ്രതിഫലം വാങ്ങാതെ വാദിച്ച കേസ്: കക്ഷിയുടെ ഭാര്യ കോടതിയുടെ ഇടനാഴിയിൽ വെച്ച് ഗദ്ഗദപൂർവ്വം മന്ത്രിക്കുന്നു, തങ്ങൾക്കുവേണ്ടി ഇത്രയൊക്കെ ചെയ്തതിന്, ഒരിക്കലും ഒരു തരത്തിലും ഈ കടം വീട്ടാനാവില്ലെന്ന്. നിങ്ങളുടെ മറുപടി ഓ! ഇതൊക്കെ സാധാരണയല്ലേ. ആരും ചെയ്യാവുന്നതേ ഞാനും ചെയ്തുള്ളൂ. പിന്നെ ദുർദ്ദിനങ്ങൾ മറികടക്കാനായി ധനസഹായം

ചെയ്യാനൊരുങ്ങുക കരച്ചിലും പിഴിച്ചിലും ഒഴിവാക്കാനായി, മര്യാദ യനുസരിച്ച് ആ സ്ത്രീയുടെ കൈ മുത്തി, ധൃതിയിൽ നടന്നു പോവുക. ഹാ! എന്റെ മാന്യസുഹൃത്തേ, ഇതിൽപ്പരം സന്തോഷം വേറെന്തുണ്ട്. അസഭ്യരായ അത്യാഗ്രഹികൾക്കു നേടിയെടുക്കാ വുന്നതിലും എത്രയോ മടങ്ങ് അധികം, സാഫല്യത്തിന്റെ ഉന്നത ശിഖരം. ഇവിടെ നന്മയ്ക്ക് നന്മതന്നെ പ്രതിഫലം.

നമുക്ക് ഈ ഉന്നതങ്ങളിൽ അല്പം വിശ്രമിക്കാം. ഞാൻ മുമ്പെ ഉയരങ്ങളെപ്പറ്റി പറഞ്ഞത് താങ്കൾക്കു മനസ്സിലാവുന്നുണ്ട്. അല്ലേ? ഈ മഹത്തായ ഔന്നത്യങ്ങളെപ്പറ്റിത്തന്നെയാണ് ഞാനും പറഞ്ഞുകൊണ്ടിരുന്നത്. ഇവിടെയേ എനിക്കു സത്യത്തിൽ ജീവി ക്കാനാകൂ. അതേ, അതു സത്യമാണ്. ഇത്തരം ഉയർന്ന തല ങ്ങളിലേ എനിക്കു സ്വസ്ഥത അനുഭവപ്പെട്ടിട്ടുള്ളൂ. എന്റെ ദിനചര്യ കളിലെ വിശദാംശങ്ങളിലേക്കു കടക്കാം. അവിടെയും എനിക്ക് ഉയരത്തിലിരുന്നാലേ സമാധാനമാവൂ. ഭൂഗർഭ റെയിലിനേക്കാളും ബസ്സിനോടായിരുന്നു എനിക്കു താത്പര്യം. ടാക്സികളെക്കാളും മേൽക്കൂരയില്ലാത്ത വണ്ടികളും വീട്ടിനകത്തെ മുറിയേക്കാളേറെ തുറസ്സായ ടെറസ്സുമാണ് ഞാനിഷ്ടപ്പെട്ടത്. വിനോദാർത്ഥം, വിമാനം പറപ്പിക്കുമായിരുന്നു. ബോട്ടുകളിൽ ഞാനെപ്പോഴും ഏറ്റവും മുകളിലുള്ള തട്ടിലായിരിക്കും നിൽപ്പ്. പർവ്വതപ്രദേശ ങ്ങളിൽ ഞാൻ താഴ്വരകളെ ഒഴിവാക്കി, മലമ്പാതകളിലും പീഠ ഭൂമികളിലും സഞ്ചരിച്ചു. ചുരുക്കത്തിൽ ഞാനൊരു ഉന്നതതല വാസിയായിരുന്നു. വിധിവൈപരീത്യത്താൽ ദേഹാദ്ധ്വാനത്തിനു വിധിക്കപ്പെട്ട്, ലേയ്ത്തു പണിയോ പുരമേച്ചിലോ തിരഞ്ഞെടു ക്കാൻ പറഞ്ഞാൽ സംശയം വേണ്ട, ഞാൻ പുരമേച്ചിലു തന്നെ തിരഞ്ഞെടുക്കും; തലചുറ്റലു വേഗം പഴക്കമായിക്കൊള്ളും. കൽക്കരി ഖനികൾ, കപ്പലിന്റെ അടിത്തട്ട്, ഭൂഗർഭമാർഗ്ഗങ്ങൾ, ഗഹ്വരങ്ങൾ, കുഴികൾ ഇതൊക്കെ ഞാൻ വെറുത്തു. ഗുഹകളെ ക്കുറിച്ചു ഗവേഷണം നടത്തുന്നവരോട് എനിക്കു പ്രത്യേക അവ ജ്ഞയായിരുന്നു. അവരുടെ കൂസലില്ലായ്മ നോക്കൂ! അവരുടെ പഠനങ്ങളും പര്യവേഷണങ്ങളും വലിയ അക്ഷരങ്ങളിൽ പത്ര ത്തിൽ ആദ്യപേജിൽ അച്ചടിച്ചു വരുന്നതു കണ്ട് എനിക്ക് ഓക്കാനം വന്നു. ഭൂമിക്കടിയിൽ രണ്ടായിരം അടി താഴേക്കിറങ്ങിച്ചെല്ലുക, ഫണലുപോലുള്ള പാറയിടുക്കിൽ തലയിട്ടടിച്ചേക്കാമെന്ന ഭീതി വേറെ. ഇതൊക്കെ വികല മനസ്കരുടെ, മനോരോഗികളുടെ സാഹസികവൃത്തികളല്ലേ? ഇതിലെന്തോ ക്രിമിനൽ വാസനയു ണ്ടെന്നു കൂടി എനിക്കു തോന്നിപ്പോയി.

സമുദ്രനിരപ്പിൽനിന്ന് ഏതാണ്ട് ആയിരത്തഞ്ഞൂറടി മുകളിൽ സൂര്യപ്രകാശത്തിൽ കുളിച്ചു നിൽക്കുന്ന ഒരു ബാൽക്കണി, അവിടെയാണ് എനിക്കു സ്വതന്ത്രമായി ശ്വസിക്കാനാകുക. പ്രത്യേകിച്ച് ഞാൻ ഒറ്റയ്ക്കാണെങ്കിൽ, താഴെയുള്ള ഉറുമ്പു മനുഷ്യരിൽ നിന്ന് എത്രയോ ഉയരത്തിൽ. ഉപദേശപ്രസംഗങ്ങളും പ്രബോധനങ്ങളും തീക്കളികളും എന്തുകൊണ്ടാണ് ഇത്ര ഉയരത്തിൽ നടത്തപ്പെടുന്നതെന്ന് എനിക്കു പെട്ടെന്നു മനസ്സിലായി. ഇരുണ്ട നിലവറകളിലും ജയിലറകളിലും ആൾക്കാർക്കു പൂപ്പു പിടിക്കുകയേയുള്ളൂ. ആരും ധ്യാനനിരതരാവുന്നില്ല എന്നാണ് എന്റെ ഉറച്ച വിശ്വാസം. പുറംകാഴ്ചകൾക്കു സാദ്ധ്യതയുള്ള ഉയർന്ന ഗോപുരങ്ങളിലെ ധ്യാനം നടക്കൂ. വൈദികജീവിതത്തിൽ ഏർപ്പെട്ടവരിൽ ചിലർ എന്തുകൊണ്ടാണ് ളോഹയൂരി പുറത്തേക്കു വന്നതെന്ന് എനിക്കു മനസ്സിലാകും. കാരണം അവരുടെ അറകളിൽ നിന്നു നോക്കിയാൽ വിശാലമായ പ്രകൃതിദൃശ്യത്തിനു പകരം ചുമരുകളെ കാണാനുണ്ടായിരുന്നുള്ളൂ. എനിക്കു പൂപ്പു പിടിച്ചതേയില്ല. അതു സുനിശ്ചിതം. ദിവസത്തിലെ ഓരോ മണിക്കൂറും ഞാനൊറ്റയ്ക്കും കൂട്ടായും ഉയരങ്ങളിലേക്കു കയറി, അവിടെ സന്തോഷാഗ്നി ആളിക്കത്തിച്ചു. താഴെനിന്ന് ഹർഷാവരങ്ങൾ എന്റെ നേർക്കുയർന്നു വന്നു. അങ്ങനെ ജീവിതത്തിലും സ്വന്തം ശ്രേഷ്ഠതയിലും ഞാൻ ആഹ്ലാദിച്ചു.

ഔന്നത്യത്തിലേക്കെത്താനുള്ള എന്റെ ഉത്കടമായ അഭിവാഞ്ഛയെ തൃപ്തിപ്പെടുത്താനുള്ള അവസരങ്ങൾ എന്റെ തൊഴിൽ ലോഭമില്ലാതെ ഒരുക്കിത്തന്നു. എനിക്കു സഹജീവികളോടു പകയോ വൈരാഗ്യമോ തോന്നിയില്ല. അവരൊക്കെ എന്നോടു കടപ്പെട്ടിരുന്നു. പക്ഷേ, എനിക്ക് അവരോട് ഒരിക്കലും ഒരു കടപ്പാടും ഇല്ലായിരുന്നു. എന്റെ സ്ഥാനം വിധികർത്താക്കൾക്കു മുകളിലായിട്ടായിരുന്നു, അവിടിരുന്ന് ഞാൻ വിധികർത്താവിനെ വിലയിരുത്തി; എന്റെ കക്ഷിയെ കൃതജ്ഞതയ്ക്കു വിധേയനാക്കി. ഒന്നാലോചിച്ചു നോക്കൂ, സുഹൃത്തേ, ഞാൻ അജേയനായിരുന്നു, അനാക്രാന്തനായിരുന്നു. വിധിതീർപ്പ് എന്നെ അലട്ടിയതേയില്ല. കോടതിമുറിയുടെ തറയിലായിരുന്നില്ല എന്റെ നില്പ്. ഞാനങ്ങ് ഉയരത്തിലായിരുന്നു, ഭൂതലത്തിലെ പ്രക്രിയകളെ രൂപാന്തരപ്പെടുത്താനും അവയ്ക്കു വ്യാഖ്യാനം നൽകാനുമായി യന്ത്രപ്പാവകളെപ്പോലെ താഴേക്കിറക്കിക്കൊണ്ടു വരാവുന്ന ദൈവങ്ങളോടൊപ്പം എന്തൊക്കെപ്പറഞ്ഞാലും ഉയരത്തിലിരുന്നാലല്ലേ താഴെയുള്ള ജനസഹസ്രങ്ങൾക്ക് നമ്മെ കാണാനാവൂ, ആർപ്പു വിളിക്കാനാവൂ.

ഇതേ മനോഭാവമാണ്, സ്വതേ നല്ലവന്മാരായ എന്റെ ചില കക്ഷികളെ ക്രിമിനലുകളാക്കിയത്, കൊലപാതകം ചെയ്യാൻ പ്രേരിപ്പിച്ചത്. പിന്നീട്, ഇതേപ്പറ്റിയുള്ള പത്രവാർത്തകൾ, ശോചനീയാവസ്ഥയിലായിരുന്ന അവർക്ക് ഒരുതരം നഷ്ടപരിഹാരമായി തോന്നിയിരിക്കാം. പലർക്കുമെന്നപോലെ അവർക്കും അറിയപ്പെടാത്തവരായി, അപ്രശസ്തരായി ജീവിതം തുടർന്നുകൊണ്ടുപോകുന്നത് അസഹ്യമായിത്തീർന്നിരിക്കാം, ആ അക്ഷമയാണ് അവരെ ഈ നിലയ്ക്ക് എത്തിച്ചത്. ഭൃത്യനെ കൊന്നാലും മതി, (കു)പ്രസിദ്ധി നേടാമല്ലോ. പക്ഷേ, ദുഃഖകരമെന്നു പറയട്ടെ, ഈ കുപ്രസിദ്ധി പോലും ക്ഷണികമാണ്. കത്തിക്ക് ഇരയാവാനർഹരായവരും ഇരയാവുന്നവരുമായ എത്രയോ ഭൃത്യന്മാരുണ്ട്. പത്രങ്ങളിലെ തലക്കെട്ടുകളുടെ കുത്തകാവകാശം എപ്പോഴും അക്രമവാർത്തകൾക്കാണ്, അക്രമിയുടെ പേര് ഒന്നു മിന്നിമറയുകയേയുള്ളൂ, ഒന്നിനു പകരം മറ്റൊന്നായി, അതിവേഗം. ചുരുക്കിപ്പറഞ്ഞാൽ ഇത്തരം ക്ഷണിക വിജയങ്ങൾക്കു വലിയ വില കൊടുക്കേണ്ടി വരുന്നു. നേരെമറിച്ച്, അതേ സമയത്ത്, അതേ നേരത്ത്, (കു)പ്രസിദ്ധിയുടെ പിന്നാലേ പോയ എന്റെ കക്ഷികൾക്കുവേണ്ടി വാദിക്കുന്നത് എന്നെ പ്രസിദ്ധനാക്കി, അതും വലിയ ചെലവുകളൊന്നുമില്ലാതെ. അതുകൊണ്ട് എന്റെ പ്രഗൽഭമായ ഉദ്യമങ്ങളിലൂടെ, അവർ കൊടുക്കുന്ന വില കഴിയുന്നത്ര കുറയ്ക്കണമെന്ന് എനിക്കുണ്ടായിരുന്നു. എന്റെ സ്ഥാനത്തിനുള്ള വില കുറെയൊക്കെ അവരു തന്നെയല്ലേ വഹിക്കുന്നത്? ഞാൻ അവർക്കുവേണ്ടി ഒഴുക്കിയ ധാർമ്മികരോഷം, പ്രതിഭ, വികാരതീവ്രത എനിക്ക് അവരോടുള്ള ഋണബാദ്ധ്യത മുഴുവനും തുടച്ചുമാറ്റി. വിധികർത്താക്കൾ വിധി പ്രസ്താവിച്ചു. കുറ്റവാളികൾ പ്രായശ്ചിത്തം ചെയ്തു; ഞാനോ, യാതൊരു വിധ ഉത്തരവാദിത്വങ്ങളുമില്ലാതെ, വിധിയിൽനിന്നും ശിക്ഷയിൽനിന്നും ഒരുപോലെ പരിരക്ഷിതനായി ഏദൻ തോട്ടത്തിലെ പ്രഭയിലെന്നപോലെ കുളിച്ചു നിന്നു.

ശരിക്കും അതു തന്നെയല്ലേ, ഏദൻ തോട്ടം? മാന്യ സുഹൃത്തേ, എനിക്കും ജീവിതത്തിനുമിടയ്ക്ക് ഇടനിലക്കാരില്ലാത്ത അവസ്ഥ. അതായിരുന്നു എന്റെ ജീവിതം. എങ്ങനെ ജീവിക്കണമെന്ന് പഠിക്കേണ്ട ആവശ്യമേ എനിക്കില്ലായിരുന്നു. ഞാൻ ജന്മനാ സർവ്വജ്ഞനായിരുന്നു. പലർക്കും മറ്റുള്ളവരെ അകറ്റിനിർത്തുകയോ അവരുമായി പൊരുത്തപ്പെട്ടു പോകയോ ഒക്കെ വലിയ പ്രശ്നങ്ങളാണ്. എനിക്ക് ഇതൊക്കെ നല്ലപോലെ അറിയാമായിരുന്നു. വേണ്ടിടത്ത് നല്ല പരിചയം നടിക്കുക. മൗനം പാലിക്കേണ്ടപ്പോൾ

അങ്ങനെ ചെയ്യുക. ചിലയിടത്ത്, തുറന്ന് സഹജമായി സല്ലപിക്കുക, അത്രതന്നെ സുഗമമായി അന്തസ്സു പാലിക്കുക. എല്ലാതരത്തിലും ഇണങ്ങിച്ചേർന്നുപോകാൻ കഴിയുമായിരുന്നു. അതു കാരണം ഞാൻ ഏറെ ജനപ്രീതി നേടി. സമൂഹത്തിൽ എന്റെ നേട്ടങ്ങളും വർദ്ധിച്ചു. ഞാൻ കാണാൻ കൊള്ളാവുന്നവനായിരുന്നു. തളരാതെ വളരെനേരം നൃത്തം ചെയ്യാൻ കഴിയുന്നവൻ, പണ്ഡിതനാണെങ്കിലും ജാടയില്ലാത്തവൻ, അല്പം വിഷമമുള്ള കാര്യമായിരുന്നെങ്കിലും നിയമത്തോടും സ്ത്രീകളോടും ഒരേസമയം പ്രേമമുള്ളവൻ, കായികരംഗത്തും ലളിതകലാരംഗത്തും ഒരുപോലെ വിലസുന്നവൻ. ഓ, ഇനി മതി, ഇതിലുമധികമായാൽ ഞാൻ വെറുതെ ആത്മപ്രശംസ നടത്തുകയാണെന്ന് നിങ്ങൾ സംശയിച്ചെന്നു വരും. പക്ഷേ, ഒന്നു സങ്കല്പിച്ചു നോക്കൂ, ആത്മബലത്തിൽ അഗ്രഗണ്യൻ, കായികമായും മാനസികമായും നിർല്ലോഭം അനുഗൃഹീതനായ പ്രതിഭാശാലി, ദരിദ്രനോ ധനാഢ്യനോ അല്ല. ആരോഗ്യസമ്പന്നൻ, സ്വസ്ഥമായി ഉറങ്ങുന്നവൻ, അടിസ്ഥാനപരമായി പറഞ്ഞാൽ, സ്വയം തന്നിൽത്തന്നെ പ്രസന്നനായിരിക്കുന്നവൻ, ആ പ്രസന്നത പ്രകടിപ്പിക്കുന്നതോ, സൗഹാർദ്ദപരമായ പെരുമാറ്റത്തിലൂടെ മാത്രം. ഇപ്പോൾ നിങ്ങൾക്കു മനസ്സിലാകുന്നുണ്ടാകും, ജാട ലവലേശമില്ലാതെ, വിജയകരമായ ജീവിതത്തെക്കുറിച്ച് എനിക്ക് എങ്ങനെ സംസാരിക്കാനാകുന്നെന്ന്.

അതെ എന്നെപ്പോലുള്ളവർ പ്രകൃത്യാ വിരളമാണ്. ഞാൻ ജീവിതവുമായി പൂർണ്ണമായും സ്വരച്ചേർച്ചയിലായിരുന്നു. അടിമുതൽ മുടി വരെ ഞാനതിൽ ലയിച്ചു ചേർന്നു. ജീവിതത്തിന്റെ വ്യംഗതകളെയോ പൊലിമയെയോ അടിമത്തത്തെയോ നിരാകരിക്കാതെ. പ്രത്യേകിച്ച്, പ്രണയാതുരരും അല്ലാത്തവരുമായ പുരുഷന്മാരെ അത്യന്തം അസ്വസ്ഥപ്പെടുത്തുകയും ആശങ്കാഭരിതരാക്കുകയും ചെയ്യുന്ന മാംസനിബദ്ധമായ ശാരീരികവേഴ്ചകൾ, എന്നെ അടിമപ്പെടുത്താതെ വേണ്ടുവോളം സുഖം പകർന്നുതന്നു. എന്റെ ഭൗതിക ശരീരത്തെ ഞാൻ അംഗീകരിച്ചു. എന്റെ അത്തരത്തിലുള്ള സ്വരലയം, പിരിമുറുക്കമില്ലാത്ത അതിജീവനം, തങ്ങൾക്കും സഹായകമായെന്ന്, പലരും എന്നോടു പറയുകകൂടി ഉണ്ടായി. അങ്ങനെ എന്നെ എല്ലാവർക്കും ആവശ്യമായി. പലർക്കും തോന്നി, അവരെന്നെ മുൻപു പരിചയപ്പെട്ടിട്ടുണ്ടെന്ന്. ജീവിതത്തിൽ സ്നേഹിതരും സമ്മാനങ്ങളും എന്നെത്തേടിയെത്തി. ഞാനതൊക്കെ, വിനയാന്വിതമായ അഭിമാനത്തോടെ സ്വീകരിച്ചു. സത്യം

പറഞ്ഞാൽ എല്ലാ രൂപത്തിലും ഒരു സാധാരണ മനുഷ്യൻ എന്ന നിലയിൽനിന്ന് ഞാൻ എന്നെത്തന്നെ ഒരു അതിമാനുഷനായി കണ്ടു തുടങ്ങി.

ഞാൻ ജനിച്ചത് കുലീനമെങ്കിലും എളിയകുടുംബത്തിലായിരുന്നു. എന്റെ പിതാവ് ഒരു ചെറിയ ഉദ്യോഗസ്ഥനായിരുന്നു. എന്നാലും തുറന്നു പറയട്ടെ. ചില പ്രഭാതവേളകളിൽ ഞാനൊരു രാജാവിന്റെ മകനാണെന്ന്, അല്ലെങ്കിൽ കത്തിജ്ജ്വലിച്ചു നിൽക്കുന്ന കാട്ടുപൊന്തയാണെന്ന അനുഭൂതി എനിക്കുണ്ടായി. ഞാൻ മറ്റാരേക്കാളും ബുദ്ധിമാനാണെന്ന് എനിക്ക് ഉറച്ച വിശ്വാസമുള്ളതുകൊണ്ടല്ല അങ്ങനെ തോന്നിയത്. അത്തരം ഉറച്ച വിശ്വാസം കൊണ്ട് ഒരു ഫലവുമില്ല. കാരണം എത്രയോ പമ്പര വിഡ്ഢികൾ ആ ഉറച്ച വിശ്വാസം പങ്കുവെക്കുന്നുണ്ടല്ലോ. പല വിധത്തിലും അനുഗൃഹീതനാണെന്നതുകൊണ്ട്, അല്പം സങ്കോചമുണ്ടെങ്കിലും പറയട്ടെ, എനിക്കു പ്രത്യേകതയുണ്ടെന്ന് ഞാൻ വിശ്വസിച്ചു. അനേകായിരങ്ങൾക്കിടയിൽ, നിരന്തരവും ശാശ്വതവുമായ വിജയങ്ങൾക്കായി പ്രത്യേകം മുദ്രകുത്തപ്പെട്ടവൻ. ഇതും എന്റെ വിനയത്തിന്റെ ഫലമായിരുന്നു. എന്റെ സ്വന്തം കഴിവുകളാണ്. എന്റെ വിജയകാരണമെന്നു അംഗീകരിച്ചു കൊടുക്കാൻ ഞാൻ തയ്യാറായില്ല. ഇത്രയധികം വിഭിന്നവും അപരിമേയവുമായ സദ്ഗുണങ്ങൾ ഒരു വ്യക്തിയിൽ സമീകരിച്ചത് യാദൃച്ഛികമായിരിക്കുമെന്ന് വിശ്വസിക്കാനും ഞാൻ ഒരുക്കമായില്ല. അതുകൊണ്ടാണ് എന്റെ ആനന്ദത്തിന്, ആനന്ദപൂർണ്ണമായ ജീവിതത്തിന് ഏതോ ഉന്നതതലാദേശമാണ് കാരണമെന്ന് എനിക്കു ദൃഢ വിശ്വാസം തോന്നാനിട വന്നത്. കൂട്ടത്തിൽ, എനിക്കു മതവിശ്വാസം തീരെയില്ലെന്നു കൂടി പറയുമ്പോൾ നിങ്ങൾക്ക് എന്റെ ഉറച്ച വിശ്വാസം അതിവിചിത്രമായി തോന്നിയേക്കാം. എന്തൊക്കെയായാലും ആ വിശ്വാസം എന്നെ സാധാരണ ദിനചര്യകൾക്കപ്പുറമുള്ള ഉയരങ്ങളിലേക്കു നയിച്ചു. ശരിക്കും ആ ഉയരങ്ങളിൽ ഞാൻ വർഷങ്ങളോളം ഉയർന്നുപൊന്തി, സത്യം പറയട്ടെ, ഇന്നും എന്റെ ഉള്ളിന്റെയുള്ളിൽ ആ ദിനങ്ങൾക്കായി ഞാൻ കൊതിക്കുന്നുണ്ട്. അതേ, ഉയർന്നുപൊന്തി, ആ സായാഹ്നം വരെ. അന്ന്.... ഓ! അതു വേണ്ട. അതു വേറെ കാര്യം, മറന്നു കളയേണ്ട കാര്യം. ഒരു പക്ഷേ, ഞാൻ അതിശയോക്തി കലർത്തിയതാവും. ഒരു കാര്യം തീർച്ചയാണ്. എനിക്ക് എല്ലാം എളുപ്പമായിരുന്നു. എന്നാലും ഒന്നിലും എനിക്കു മതി വന്നില്ല. ഓരോ സുഖവും മറ്റൊന്നിനായി എന്നെ മോഹിപ്പിച്ചു. ആനന്ദത്തിമിർപ്പിൽനിന്ന് ആനന്ദത്തിമിർപ്പിലേക്ക്

ഞാൻ നീങ്ങി. ചിലപ്പോൾ ജീവിതത്തോടും കൂട്ടുകാരോടുമുള്ള ഭ്രാന്തമായ ആവേശത്തിൽ ഞാൻ നിർത്താതെ നൃത്തം ചെയ്തു. അത്തരം സന്ദർഭങ്ങളിൽ, ആ വൈകിയ രാത്രികളിൽ, നൃത്തവും വന്യമായ ആവേശവും ലഹരിയും മറ്റുള്ളവരുടെ അക്രമാസക്തമായ സ്വാതന്ത്ര്യബോധവും എന്നിൽ ആലസ്യത കലർന്ന പരമാനുഭൂതി കോരി നിറയ്ക്കും. തളർന്നു വീണേക്കാമെന്ന അവസ്ഥയിൽ, ഒരു മിന്നലെന്നപോലെ എനിക്കു തോന്നും, ഈ ജഗത്തിന്റെ, ഇതിലെ ജീവജാലങ്ങളുടെ മർമ്മരഹസ്യം എനിക്കു ജ്ഞാതമായിരിക്കുന്നെന്ന്; പക്ഷേ പിറ്റേന്ന് എന്റെ ക്ഷീണം മാറും. അതോടൊപ്പം മർമ്മരഹസ്യവും അപ്രത്യക്ഷമാകും. നവോന്മേഷത്തോടെ വീണ്ടുമൊരു പുനരാരംഭം. ഞാനങ്ങനെ പാഞ്ഞു പൊയ്ക്കൊണ്ടേയിരുന്നു. ഒരിക്കലും മതി വരാതെ, എപ്പോൾ എവിടെ, പൂർണ്ണവിരാമം ഇടണമെന്നറിയാതെ... ആ ദിവസം വരെ. ശരിക്കു പറഞ്ഞാൽ, ആ സായാഹ്നം വരെ; സംഗീതം നിലച്ച, വിളക്കുകൾ അണഞ്ഞുപോയ ആ സായാഹ്നം വരെ. ഞാൻ ആനന്ദാതിരേകത്തോടെ പങ്കെടുത്ത ആഘോഷ പരിപാടി... അതവിടിരിക്കട്ടെ, നമ്മുടെ സുഹൃത്തിനെ, ആൾക്കുരങ്ങിനെ കണ്ടിട്ടു വരാം. നിങ്ങൾ നന്ദിസൂചകമായി അയാളെ നോക്കി തല കുലുക്കുക മാത്രമല്ല, എന്നോടൊപ്പമിരുന്നു പാനം ചെയ്യുകയും വേണം. എനിക്ക് നിങ്ങളുടെ സഹാനുഭൂതി ആവശ്യമാണ്.

ഈ തുറന്ന പ്രഖ്യാപനം നിങ്ങളെ ആശ്ചര്യപ്പെടുത്തിയെന്നു തോന്നുന്നു. നിങ്ങൾക്ക് ഒരിക്കലും അത്തരം ആവശ്യം അനുഭവപ്പെട്ടിട്ടില്ല. സഹാനുഭൂതി, സഹായം, സൗഹാർദ്ദം? സമ്മതിച്ചല്ലോ, ശരി, സഹാനുഭൂതിയുണ്ടായാൽ മതി, അതുകൊണ്ട് ഞാൻ തൃപ്തിയടയും. അതാണെളുപ്പം, അതിനു ബാദ്ധ്യതകളൊന്നുമില്ല. "ദയവായി താങ്കളെന്നെ മനസ്സിലാക്കണം. താങ്കളുടെ സഹാനുഭൂതി എനിക്കാവശ്യമാണ്" എന്നു പറഞ്ഞു കഴിഞ്ഞാലുടനെ പറയുന്നത് "ഇനി നമുക്ക് മറ്റു കാര്യങ്ങളിലേക്കു കടക്കാം" എന്നാണ്. ഇത് സാധാരണ കമ്പനി അദ്ധ്യക്ഷന്മാരുടെ വികാരപ്രകടനമാണ്. ഇതിനു വലിയ വിലയില്ല. അത്യാഹിതങ്ങൾക്കു ശേഷമാണ് ഇതുണ്ടാവുന്നത്. സുഹൃദ്ബന്ധം അത്ര സരളമല്ല. അതുണ്ടാക്കിയെടുക്കാൻ സമയവും പ്രയത്നവും ആവശ്യമാണ്. പക്ഷേ, ഒരിക്കലുണ്ടാക്കിയെടുത്താൽ പിന്നെ അതു നഷ്ടമാകുന്ന പ്രശ്നമേയില്ല; നടത്തിക്കൊണ്ടു പോകുകയേ വേണ്ടൂ. ഇന്നാണോ നിങ്ങൾ ആത്മഹത്യയ്ക്ക് ഒരുമ്പെടുന്നതെന്നറിയാനായോ, അഥവാ ചുമ്മാ ഒരു കൂട്ടിനുവേണ്ടിയോ, അതോ ഒന്നു കറങ്ങിയിട്ടു വരാമെന്നു

പറഞ്ഞോ, നിങ്ങളുടെ സുഹൃത്തുക്കൾ എല്ലാ സായാഹ്നങ്ങളിലും നിങ്ങളെ ഫോണിൽ വിളിക്കേണ്ടതാണ്. പക്ഷേ വിളിച്ചെന്നു വരില്ല. വേണ്ട, പരിഭ്രമിക്കേണ്ട. നിങ്ങൾ ഏകനല്ലാത്ത നേരത്ത്, ജീവിതം വളരെ സുന്ദരമായിത്തോന്നുന്ന ഒരു സായാഹ്നത്തിൽ, അവർ വിളിക്കും. ഇനി ആത്മഹത്യയുടെ കാര്യം; അവരായിരിക്കും ഒരു വേള നിങ്ങളെ അതിലേക്ക് ഉന്തിത്തള്ളുക. അവരുടെ അഭിപ്രായത്തിൽ അതു വെറും നീതി, നിങ്ങളോടു സ്വയം നിങ്ങൾ തന്നെ കാട്ടുന്ന നീതി. സുഹൃത്തുക്കൾ നമ്മെ സിംഹാസനത്തിലേറ്റിയിരുത്തുന്നതിൽ നിന്ന് ദൈവം നമ്മളെയൊക്കെ കാത്തു രക്ഷിക്കട്ടെ. നമ്മളെ സ്നേഹിക്കേണ്ട ബന്ധുബാന്ധവന്മാരുടെ (ഹാ! എത്ര നല്ല പദം) കാര്യമോ തോക്കെടുത്തു വെടിവെക്കുന്ന മട്ടിലാണ് അവരുടെ ഫോൺവിളി. യോജിച്ച വാക്കുകളെടുത്ത് നമ്മുടെ നേർക്ക് ഒരൊറ്റ വെടി. ഉന്നം പിഴക്കുകയേയില്ല. ബസൈൻമാർ![9]

ങേ! എന്താ ചോദിച്ചത്? ഏതു സായാഹ്നം? പറയാമെന്നേ, എന്നോടല്പം ക്ഷമ കാട്ടൂ. ഒരു തരത്തിൽ ബന്ധുബാന്ധവന്മാരെപ്പറ്റിയാണ് സംസാരിക്കുന്നതെങ്കിലും വിഷയം അതു തന്നെയാണ്. ഞാനൊരു വ്യക്തിയെപ്പറ്റി കേട്ടിട്ടുണ്ട്. അയാളുടെ സുഹൃത്ത് ജയിലിലടയ്ക്കപ്പെട്ടപ്പോൾ അയാൾ എന്നും രാത്രി വെറും തറയിൽ കിടന്നാണത്രേ ഉറങ്ങാറുണ്ടായിരുന്നത്. സുഹൃത്തിനില്ലാത്ത സുഖസൗകര്യങ്ങൾ അയാൾക്കും വേണ്ട. നമുക്കു വേണ്ടി, എന്റെ മാന്യ സുഹൃത്തേ, ആരാണ് തറയിൽ കിടക്കാൻ തയ്യാറാവുക! എനിക്ക് സ്വയം അങ്ങനെ ചെയ്യാനാവുമോ? നോക്കൂ, എനിക്ക് അങ്ങനെയാവണമെന്നുണ്ട്. ഞാനങ്ങനെ ചെയ്യുകയും ചെയ്യും. അതെ, എന്നെങ്കിലും ഒരിക്കൽ നമ്മൾക്കൊക്കെ അതിനു കഴിയുമായിരിക്കും. അതാവും പരമമോക്ഷം. പക്ഷേ, അതത്ര എളുപ്പമുള്ള കാര്യമല്ല. കാരണം, സുഹൃദ്ബന്ധം ഏതാണ്ട് വിസ്മരിക്കപ്പെട്ടിരിക്കുന്നു, അതല്ലെങ്കിൽ ആരും അതിനെ കാര്യമായെടുക്കുന്നില്ല. അങ്ങനെയിരിക്കെ അതിന് ഒന്നും സാധിച്ചെടുക്കാനാവില്ല. അങ്ങനെ വേണമെന്ന് നമ്മളൊട്ടാഗ്രഹിക്കുന്നുമില്ലെന്നാവാം. നമ്മൾ ജീവിതത്തെ വേണ്ടത്ര സ്നേഹിക്കുന്നില്ലെന്നു വരുമോ? നിങ്ങൾ ശ്രദ്ധിച്ചിട്ടുണ്ടോ, മരണം ഒന്നു മാത്രമാണ് നമ്മുടെ വികാരങ്ങളെ തട്ടിയുണർത്തുന്നത്. അടുത്ത കാലത്ത് നമ്മെ വിട്ടുപിരിഞ്ഞുപോയ സുഹൃത്തുക്കളെ നമ്മളെന്തുമാത്രം

9. ഫ്രാൻസ്വാ ബസൈൻ (1811-1888) - രാജ്യദ്രോഹത്തിന് വിധിക്കപ്പെട്ട പ്രശസ്തനായ ഫ്രഞ്ചു സേനാപതി.

സ്നേഹിക്കുന്നു! മരിച്ച്, ശബ്ദം നിലച്ച്, മണ്ണിനടിയിലായ നമ്മുടെ ഗുരുക്കന്മാരെ നമ്മളെന്തു മാത്രം ബഹുമാനിക്കുന്നു! സ്വതന്ത്ര മായി, നിർല്ലോഭം പുറത്തു വരുന്ന സ്തുതിവചനങ്ങൾ! ജീവിച്ചി രുന്നപ്പോൾ നമ്മിൽ നിന്നും അവർ പ്രതീക്ഷിച്ചിരുന്ന സ്തുതി വചനങ്ങൾ. നിങ്ങൾക്കറിയാമോ നമ്മളെന്തുകൊണ്ടാണ് മരിച്ചവ രോട് നീതിയും ഉദാരതയും പ്രകടിപ്പിക്കുന്നതെന്ന്? കാരണം, നമുക്ക് അവരോടിനി ബാദ്ധ്യതകളൊന്നുമില്ല. അവർ നമ്മെ സ്വതന്ത്രരാക്കിയിരിക്കുന്നു. നമുക്കു സൗകര്യം പോലെ, മദ്യപാന സൽക്കാരത്തിനും ഇഷ്ടകാമുകിക്കുമായി നീക്കിവെച്ച സമയത്തി നിടയ്ക്കുള്ള ഇടവേളയിൽ അവരെ തിരുകിവെയ്ക്കാം. വേറെ എന്തിനെങ്കിലും അവർ നമ്മെ നിർബന്ധിതരാക്കുന്നെങ്കിൽ അത് അവരെ സ്മരിക്കലാവും. അതിന്, നമ്മുടെ സ്മരണകൾക്ക് അല്പായുസ്സല്ലേയുള്ളൂ? സുഹൃത്തുക്കളുടെ ഇടയിൽ ഈയടുത്ത കാലത്ത് മരിച്ചവരെയാണ് നാം സ്നേഹിക്കുന്നത്; നമ്മുടെ വികാര ങ്ങൾ, സ്വയം നമ്മളും മരിച്ചു മരവിച്ചിരിക്കുന്നു, വേദനാജനകം തന്നെ.

ഉദാഹരണത്തിന് എനിക്കൊരു സുഹൃത്തുണ്ടായിരുന്നു. സാധാരണ ഞാനയാളെ കഴിവതും ഒഴിവാക്കാറാണു പതിവ്. കാരണം അയാളൊരു തനി ബോറനായിരുന്നു. പോരാത്തതിന് സദാചാരവാദിയും. അയാൾ മരണശയ്യയിലായപ്പോൾ, പേടി ക്കേണ്ട, ഞാനവിടെയെത്തി. ഒരൊറ്റ ദിവസം പോലും മുടക്കം വരുത്തിയില്ല. അയാൾ സംതൃപ്തനായി എന്റെ രണ്ടു കൈകളും കൂട്ടിപ്പിടിച്ചുകൊണ്ടാണ് മരിച്ചത്. പിന്നൊരിക്കൽ വൃഥാവിലാണെ ങ്കിലും എന്റെ പുറകെ വിടാതെ കൂടിയിരുന്ന ഒരു മഹിളയ്ക്ക്, ചെറുപ്രായത്തിൽ മരിക്കാനുള്ള സത്ബുദ്ധി തോന്നി; മാത്രമല്ല, അത് ആത്മഹത്യയും കൂടിയായിരുന്നു. നൊടിയിടയിൽ എന്റെ ഹൃദയത്തിന് എന്തു മാത്രം വിശാലത! തിരക്കും ബഹളവും ഒന്നും പറയണ്ട. തുരുതുരാ ഫോണടിക്കുന്നു. എന്റെ ഹൃദയം അണ പൊട്ടിയൊഴുകുന്നു. മനഃപൂർവ്വം അറുത്തു മുറിച്ചതെങ്കിലും അർത്ഥംകൊണ്ട് ഭാരിച്ച കൊച്ചു വാചകങ്ങൾ, അടക്കിപ്പിടിച്ച യാതന, ആ... പിന്നെ കുറച്ചൊക്കെ സ്വയം കുറ്റപ്പെടുത്തലും.

അതാണ് മനുഷ്യൻ, മാന്യ സുഹൃത്തേ. അവന് രണ്ടു മുഖ ങ്ങളുണ്ട്. സ്വയം സ്നേഹിക്കാതെ, അവന് വേറൊരുത്തനെ സ്നേഹിക്കാനാവില്ല. സംഗതിവശാൽ നിങ്ങളുടെ കെട്ടിടത്തിൽ ഒരു മരണം നടന്നെന്നു വരട്ടെ, അന്തേവാസികളൊക്കെ സ്വന്തം ദിനചര്യകളുടെ സുഖസുഷുപ്തിയിലാണ്ടിരിക്കേ, കാവൽക്കാരൻ

മരിക്കുന്നു. ഉടനെ അവരൊക്കെ എഴുന്നേൽക്കുകയായി, വിവര ങ്ങൾ ശേഖരിക്കുകയായി, സഹതപിക്കുകയായി. പുത്തൻ പുതിയ മൃതദേഹം, പിന്നെ പ്രഹസനം തുടങ്ങുകയായി. നിങ്ങൾക്കറി യില്ലേ, എല്ലാവർക്കും ദുരന്തങ്ങളോടാണ് പ്രിയം. അതാണ് ജീവി തത്തെ സ്വാദിഷ്ടമാക്കുന്നത്. സത്യത്തിൽ, ഞാൻ കാവൽക്കാ രനെപ്പറ്റി പറഞ്ഞത് വെറും യാദൃച്ഛികമല്ല. എനിക്കുമുണ്ടായിരുന്നു ഒരുത്തൻ. ദ്രോഹബുദ്ധിയുടെ മൂർത്തീഭാവം, പകയും വൈരാ ഗ്യവും മൂത്ത ക്ഷുദ്രജീവി, ഫ്രാൻസിസ്ക്കനെ[10] പ്പോലും നിരുത്സാ ഹപ്പെടുത്തിയിരുന്നേനെ. ഞാനയാളോടു സംസാരിക്കുന്നതു പോലും നിർത്തി. അയാളുടെ അസ്തിത്വം തന്നെ എന്റെ പൊതു വായ സംതൃപ്ത മനോഭാവത്തെ അലോസരപ്പെടുത്തി. എന്നിട്ടും അയാൾ മരിച്ചപ്പോൾ ഞാനയാളുടെ ശവമടക്കിനു പോയി. എന്തു കൊണ്ടാണെന്ന്... അതുപോട്ടെ. ശവമടക്കിനു തൊട്ടുമുമ്പുള്ള രണ്ടു ദിവസങ്ങളായിരുന്നു ഏറ്റവും രസകരം. ഒറ്റമുറിവീട്ടിൽ മരക്കാലി യിൽ പൊക്കിവെച്ച ശവപ്പെട്ടി, അതിനടുത്ത് അയാളുടെ സുഖമി ല്ലാത്ത വിധവ കിടപ്പാണ്. എല്ലാവർക്കും കത്തുകളൊക്കെ സ്വയം ചെന്നു വാങ്ങേണ്ടി വന്നു. വാതിലിനടുത്തു ചെന്ന് വിധവയോട് കുശലപ്രശ്നം ചെയ്യണം. പരേതനായ, ഭർത്താവിനെ ചൂണ്ടി ക്കാട്ടി, പ്രകീർത്തിക്കുന്നതും കേട്ടു നിൽക്കണം. എന്നിട്ട് കത്തു കൾ ഏറ്റുവാങ്ങണം. ഇതിലെന്താണിത്ര രസം എന്നല്ലേ? എന്നിട്ടും ആ കെട്ടിടത്തിലുള്ള എല്ലാവരും, കാർബോളിക് സോപ്പു മണ ക്കുന്ന അവരുടെ ഒറ്റമുറി വീട്ടിലെത്തി, വാടകയ്ക്കു താമസിക്കു ന്നവർ പോലും ഭൃത്യന്മാരെയല്ല അയച്ചത്, സ്വയം വന്നു; അവി ചാരിതമായി കൈവന്ന കൗതുകക്കാഴ്ചയല്ലേ, ഭൃത്യന്മാരും എത്തി, പാത്തും പതുങ്ങിയും. ശവമടക്കു ദിവസം ശവപ്പെട്ടിക്കു വാതിലി നേക്കാളും വലുപ്പം. "എന്റെ ദൈവമേ!" കിടക്കയിൽ വീണു കിടന്ന വിധവ ദുഃഖംകൊണ്ടും സന്തോഷംകൊണ്ടും നിലവിളിച്ചു "വലിയ ദേഹപ്രകൃതിയായിരുന്നില്ലേ?" "പേടിക്കേണ്ട, മാഡം ഞങ്ങൾ ചെരിച്ചു കൊണ്ടുപോയേക്കാം. എന്നിട്ട് ശരിക്കു വെക്കാം." അങ്ങനെ അയാളെ പുറത്തേക്കെടുത്തു. ശവപ്പറമ്പു വരെ പോകാനും ശവപ്പെട്ടിക്കു - എന്തു വലുപ്പമാണതിന് - പുറത്ത് പൂക്കൾ വിതറാനും ഞാനും പിന്നെ മറ്റൊരുത്തനും മാത്രമേ ഉണ്ടായിരുന്നുള്ളൂ. അയാൾ കാബറേ വേദിയിലെ കാവൽക്കാര നായിരുന്നു, അവരിരുവരും എന്നും വൈകീട്ട് ഒന്നിച്ചു മദ്യപിക്കാ റുണ്ടായിരുന്നത്രേ. എല്ലാം കഴിഞ്ഞ് ഞാൻ വിധവയെ വീണ്ടും

---

10. ഫ്രാൻസിസ്ക്കൻ സന്ന്യാസി - ദാരിദ്ര്യവ്രതമനുഷ്ഠിക്കുന്ന, പരോപകാര തത്പരരായ ഒരു വിഭാഗം ക്രിസ്തീയ സന്ന്യാസിമാർ.

സന്ദർശിച്ചു. ദുഃഖാർത്തയായിരുന്ന അവരുടെ നന്ദി ഏറ്റുവാങ്ങി. പറയൂ, എന്തിനായിരുന്നു ഇതൊക്കെ, വെറുതെ ഒരു രസത്തിന്? അതുപോലെത്തന്നെ ഞാൻ ബാർ അസോസിയേഷനിലെ ഒരു സഹപ്രവർത്തകന്റെ ശവമടക്കിനും ചെന്നു. ആരും ഒരിക്കലും ശ്രദ്ധിക്കാതിരുന്ന, വെറുമൊരു ക്ലർക്ക്, പക്ഷേ ഞാനെന്നും അയാൾക്കു ഹസ്തദാനം നൽകുമായിരുന്നു. ജോലിസ്ഥലത്ത് ഞാൻ എല്ലാവരുമായും ഹസ്തദാനം ചെയ്യുമായിരുന്നു. ചിലപ്പോൾ ഒന്നിലേറെ തവണ. ഒരു ചെലവുമില്ലാത്ത പണി. പക്ഷേ, അത്തരത്തിലുള്ള എളിയ സ്നേഹപ്രകടനം എന്റെ സംതൃപ്തഭാവത്തിന് ആവശ്യമായ ജനപ്രീതി നേടിത്തന്നു. ക്ലർക്കിന്റെ ശവമടക്കിന് ബാർ അസോസിയേഷന്റെ അദ്ധ്യക്ഷൻ വന്നില്ല. പക്ഷേ, ഞാനെത്തി, അന്നും അതിനു തലേദിവസവും. എല്ലാവരും അതു ചൂണ്ടിക്കാണിക്കയും ചെയ്തു. എനിക്കു നല്ല ബോദ്ധ്യമുണ്ടായിരുന്നു, എന്റെ സാന്നിദ്ധ്യം എല്ലാവരും ശ്രദ്ധിക്കുമെന്നും അനുകൂലമായ അഭിപ്രായങ്ങൾ പറയുമെന്നും. അതുകൊണ്ട് അന്നുണ്ടായ മഞ്ഞുവീഴ്ചയ്ക്കു പോലും എന്നെ ഇതിൽനിന്നു പിന്തിരിപ്പിക്കാനായില്ല.

എന്താ? ഓ! ഇതാ പറഞ്ഞെത്തി. പരിഭ്രമിക്കേണ്ട. മാത്രമല്ല, ഞാനതു മറന്നിട്ടില്ല. പക്ഷേ, ആദ്യം കാവൽക്കാരന്റെ വിധവയുടെ കാര്യം മുഴുവനാക്കട്ടെ. വെള്ളിപ്പിടികളോടുകൂടിയ, ഓക്കുകൊണ്ടുള്ള ശവപ്പെട്ടിക്കും അതിനു മീതെയുള്ള കുരിശിനുമായു വലിയൊരു തുക ചെലവു ചെയ്ത് വികാരപാരവശ്യം പ്രകടിപ്പിച്ച ആ സ്ത്രീ, ഒരു മാസം തികഞ്ഞില്ല, ഒരു സുന്ദരക്കുട്ടപ്പനുമായി പ്രേമത്തിലായി. പകിട്ടു വസ്ത്രധാരിയായ അയാൾ ഒരൊന്നാന്തരം ശബ്ദത്തിനുടമയായിരുന്നു. അയാൾ ആ സ്ത്രീയെ അടിക്കുമായിരുന്നു. അവരുടെ ഭീതി പൂണ്ട നിലവിളികൾ നിലച്ചാലുടൻ അയാൾ ജനാല തുറന്ന് തനിക്ക് ഏറ്റവും ഇഷ്ടമുള്ള പാട്ട് ഉറക്കെ പാടും. "പെണ്ണുങ്ങൾ അവരെത്ര സുന്ദരികൾ" അയൽവാസികൾ പറയും "എല്ലാരും ഒരുപോലെ" എന്നുവെച്ചാൽ? ശരി, സാഹചര്യത്തെളിവുകൾ പാട്ടുകാരന് അനുകൂലമായിരുന്നില്ല. വിധവയ്ക്കും അനുകൂലമായിരുന്നില്ല. എന്നുവെച്ച് അവർക്കു പരസ്പരം സ്നേഹമില്ലെന്നു വരുന്നില്ലല്ലോ. വിധവയ്ക്ക് മരിച്ചുപോയ ഭർത്താവിനോടു സ്നേഹമില്ലായിരുന്നു എന്നതിനും ഇതു മതിയായ തെളിവല്ല. മാത്രമല്ല, കൈയും തൊണ്ടയും കഴച്ച് സുന്ദരക്കുട്ടപ്പൻ സ്ഥലം വിട്ടപ്പോൾ, വിശ്വസ്തയായ വിധവ വീണ്ടും പരേതനെ വാഴ്ത്താൻ തുടങ്ങി. എനിക്ക് മറ്റു ചിലരെക്കുറിച്ചറിയാം, കാഴ്ചയ്ക്ക്

എന്തൊരു പൊരുത്തം! പക്ഷേ, സത്യത്തിൽ ഒരു തുള്ളി സ്നേഹമോ പരസ്പരവിശ്വാസമോ ഇല്ല. ഇരുപതു കൊല്ലം, ബുദ്ധിശൂന്യയായ ഒരു സ്ത്രീക്കു വേണ്ടി ജീവിതം ഉഴിഞ്ഞുവെച്ച ഒരാളെ എനിക്കറിയാം. സ്വന്തം സുഹൃത്തുക്കൾ, ഉദ്യോഗം, എന്തിന് ജീവിതത്തിന്റെ സത്തയായ അഭിമാനബോധം പോലും അവൾക്കുവേണ്ടി അയാൾ ത്യജിച്ചു. ഒരു നിർണ്ണായക സായാഹ്നത്തിൽ അയാൾക്കു ബോദ്ധ്യമായി, താനവളെ ഒരിക്കലും സ്നേഹിച്ചിരുന്നില്ലെന്ന്. മടുപ്പ് ജീവിതത്തോടുള്ള മടുപ്പ്. ആ മടുപ്പകറ്റാനായി മറ്റെല്ലാവരെയുംപോലെ അയാളും സങ്കീർണ്ണതകളും നാടകീയതയും കൂട്ടിക്കലർത്തി ജീവിതമെന്ന വസ്ത്രം സ്വയം നെയ്തെടുത്തു - എന്തെങ്കിലുമൊക്കെ സംഭവിക്കണം - വ്യക്തിനിബന്ധമായ മിക്ക ബാദ്ധ്യതകളെയും ഈ വിധത്തിൽ വ്യാഖ്യാനിക്കാം. അതെ, സ്നേഹശൂന്യമായ അടിമത്തമായാലും യുദ്ധമായാലും മരണമായാലും ശരി, എന്തെങ്കിലുമൊക്കെ സംഭവിക്കണം. അപ്പോൾ പിന്നെ ശവമടക്കുക വാഴ്ത്തപ്പെടേണ്ടവയാണല്ലോ.

പക്ഷേ, എനിക്ക് ആ ഒഴികഴിവു പറയാനാവില്ല. എനിക്കു മടുപ്പു തോന്നിയിരുന്നില്ല. എന്റെ സഞ്ചാരം തിരമാലയുടെ കൊമ്പത്തായിരുന്നല്ലോ. മുമ്പു സൂചിപ്പിച്ച സായാഹ്നത്തിൽ എനിക്കു മടുപ്പു തീരെയില്ലായിരുന്നു എന്നു വേണം പറയാൻ. എന്നിട്ടും... നോക്കൂ, സുഹൃത്തേ, അതൊരു ശരത്കാല സായാഹ്നമായിരുന്നു. ഊഷ്മളമായ നഗരം, സൈൻ നദിക്കരയിൽ ഈർപ്പവും. രാത്രിയാവുന്നതേയുള്ളൂ. പശ്ചിമാകാശത്ത് അപ്പോഴും വെളിച്ചമുണ്ടായിരുന്നു. ഇരുട്ടു വീഴാറാകുന്നു. പാതവിളക്കുകൾ മങ്ങിമങ്ങി കത്തിയിരുന്നു. ഇടത്തേക്കരയിലൂടെ ഡാർട്ട്സ് പാലത്തെ[11] ലക്ഷ്യമാക്കി ഞാൻ നടക്കുകയായിരുന്നു. പഴയ പുസ്തകങ്ങൾ വില്പനയ്ക്കു വെച്ചിരുന്ന കടകൾക്കിടയിലൂടെ നദിയുടെ തിളക്കം കാണാമായിരുന്നു. നദീതീരത്ത് വളരെ കുറച്ചു പേരെ ഉണ്ടായിരുന്നുള്ളൂ. പാരീസ് അത്താഴത്തിന് ഇരുന്നുകഴിഞ്ഞിരുന്നു. വേനൽക്കാലത്തെ ഓർമ്മിപ്പിച്ച പൊടി പുരണ്ട മഞ്ഞ ഇലകളിൽ അമർത്തിച്ചവിട്ടി ഞാൻ നടന്നു. ഒരു പാതവിളക്കിൽനിന്ന് മറ്റൊന്നിലേക്കു നടക്കവേ ആകാശത്ത് നക്ഷത്രങ്ങൾ വിരിയുന്നതു കാണാമായിരുന്നു. നിശ്ശബ്ദത, സായാഹ്നത്തിന്റെ സൗമ്യത, പാരീസിന്റെ ശൂന്യത എല്ലാം ഞാൻ ആസ്വദിച്ചു. ഞാൻ സന്തുഷ്ടനായിരുന്നു. അന്നത്തെ ദിവസം എന്നെ സംബന്ധിച്ചേടത്തോളം വളരെ നല്ലതായിരുന്നു. ഒരു

11. ഡാർട്ട്സ് പാലം - കാൽനടക്കാർക്കു മാത്രമായുള്ള ഈ പാലം സൈൻ നദിയുടെ ഇരുകരകളെയും ബന്ധിപ്പിക്കുന്നു.

അന്ധൻ, ഞാൻ പ്രതീക്ഷിച്ച വിധം കക്ഷിക്കു ലഘുശിക്ഷ, കക്ഷിയുടെ ഹാർദ്ദമായ ഹസ്തഗ്രഹണം, മറ്റു ചില ഉദാര കർമ്മങ്ങൾ, പിന്നെ ഉച്ചകഴിഞ്ഞ് സുഹൃത്തുക്കൾക്കു മുമ്പാകെ സർക്കാറിന്റെ രൂക്ഷതയേയും നേതാക്കന്മാരുടെ കാപട്യത്തെയും കുറിച്ചുള്ള തൽക്ഷണപ്രഭാഷണം.

ഞാൻ വിജനമായ പാലത്തിലേക്കു കയറി, താഴെയുള്ള നദിയിലേക്കു നോക്കാൻ ശ്രമിച്ചു. ഇരുട്ടു വീണതിനാൽ നദി കാണാൻ തന്നെ പ്രയാസമായിരുന്നു. വേഗലോങ്ങിന്റെ[12] പ്രതിമയെ നോക്കി നിൽക്കേ, ആ ദ്വീപിന്റെ അധീശനാണ് ഞാനെന്ന് എനിക്കു തോന്നിപ്പോയി. എന്റെയുള്ളിൽ അധികാരപ്രമത്തത പതഞ്ഞുയർന്നു. പറഞ്ഞറിയിക്കാനാകാത്ത പൂർണ്ണതാബോധം, ഹൃദയത്തെ അത്യധികം ആഹ്ലാദിപ്പിച്ചു. നിവർന്നു നിന്ന് ഒരു സിഗററ്റ്, സംതൃപ്തിയുടെ സിഗററ്റ്, കൊളുത്തുവാനാഞ്ഞു. മറു ക്ഷണം പിന്നിൽ നിന്ന് ഒരു പൊട്ടിച്ചിരി. ആശ്ചര്യചകിതനായി ഞാൻ പുറകോട്ടു തിരിഞ്ഞു. അവിടെ ആരുമില്ലായിരുന്നു. ഞാൻ പാലത്തിന്റെ അഴികളിൽ പിടിച്ച് താഴേക്കു നോക്കി, താഴെ ബോട്ടോ തോണിയോ ഒന്നുമില്ല. ഞാൻ വീണ്ടും ദ്വീപിനു നേരെ തിരിഞ്ഞു. വീണ്ടും പുറകിൽനിന്നുള്ള പൊട്ടിച്ചിരി. ഇത്തവണ അല്പം ദൂരേക്കു മാറി, താഴോട്ടു ഒഴുകിപ്പോകുന്നതുപോലെ. ഞാൻ സ്തംഭിച്ചു നിന്നു. ചിരിയുടെ ഒച്ച നേർത്തു നേർത്തു വന്നു. എന്നാലും വ്യക്തമായി കാതിൽ വീണു; എവിടെനിന്നുമല്ലാത്ത പൊട്ടിച്ചിരി... അല്ലെങ്കിൽ വെള്ളത്തിൽ നിന്നാവാനെ തരമുള്ളൂ. ദ്രുതഗതിയിലുള്ള സ്വന്തം നെഞ്ചിടിപ്പ് എനിക്കു കേൾക്കാമായിരുന്നു. അരുത്, നിങ്ങൾ എന്നെ തെറ്റിദ്ധരിക്കരുത്. ആ പൊട്ടിച്ചിരിയിൽ മാസ്മരികമായ ഒന്നും തന്നെ ഇല്ലായിരുന്നു. ഒരു നല്ല, മനസ്സു തുറന്ന, മിക്കവാറും സൗഹാർദ്ദപരമായ പൊട്ടിച്ചിരി. ആ പൊട്ടിച്ചിരി എല്ലാത്തിനെയും വേണ്ടിടത്ത് വേണ്ടപോലെ ഇരുത്തിക്കളഞ്ഞു. പിന്നെ ഒന്നും കേൾക്കാനില്ലാതായി. ഞാൻ തിരിച്ച് നദീതീരത്തെത്തി. ഡോഫീനാ റോഡിലൂടെ നടന്നു. ആവശ്യമില്ലെങ്കിലും സിഗററ്റു വാങ്ങി. എനിക്കല്പം തലകറക്കം തോന്നിയിരുന്നു, കിതപ്പും. അന്നു വളരെ വൈകി ഞാൻ എന്റെ സ്നേഹിതനെ ഫോണിൽ വിളിച്ചു, അയാൾ വീട്ടിലില്ലായിരുന്നു. പുറത്തേക്കിറങ്ങാൻ ഞാൻ മടിച്ചു നിൽക്കെ, ജനലിനു താഴെ നിന്ന് വീണ്ടും ആ പൊട്ടിച്ചിരി. ഞാൻ ജനാല തുറന്നു. താഴെ നടപ്പാതയിൽ കൗമാരപ്രായക്കാർ

12. വേഗലോങ്ങ് – നിത്യഹരിതകാമുകൻ (ഫ്രഞ്ച് ചക്രവർത്തി ഹെൻറി നാലാമൻ ഈ പേരിലാണ് അറിയപ്പെട്ടിരുന്നത്)

ഉച്ചത്തിൽ വിട പറയുന്നു. എനിക്കു കേസു പഠിക്കാനുണ്ടായിരുന്നു. വെള്ളം കുടിക്കാനായി കുളിമുറിയിലേക്കു പോയി. ചുമരിലെ കണ്ണാടിയിൽ എന്റെ പ്രതിച്ഛായ എന്നെ നോക്കി ചിരിക്കുന്നു. പക്ഷേ, അതൊരുതരം ഇരട്ടച്ചിരിയായിട്ടാണ് എനിക്കു തോന്നി യത്.

എന്താ പറഞ്ഞത്? ക്ഷമിക്കണം. ഞാൻ വേറെന്തോ ഓർത്തു പോയി. ഇനി ഒരുപക്ഷേ, നാളെ കാണാം. അതെ നാളെ അതു തന്നെ. ഇല്ല, ഇനി എനിക്ക് ഇവിടിരിക്കാനാവില്ല. കൂടാതെ, അതാ അവിടിരിക്കുന്ന ബ്രൗൺ നിറത്തിലുള്ള കരടി എന്നെ ഒരു ചർച്ചയ്ക്കു വിളിച്ചിട്ടുണ്ട്. കാണുന്നതു പോലല്ല, മര്യാദക്കാരനാണ്, കേട്ടോ. ദുഷ്ടബുദ്ധികളായ പോലീസുകാർ അയാളെ ചുമ്മാ പീഡിപ്പിക്കുന്നതാണ്. മറ്റവന് കൊലപാതകിയുടെ മട്ടുണ്ടെന്നോ? കാണുന്നപോലെത്തന്നെയാണ് അയാളുടെ പ്രവൃത്തികളും. അതാ ആ ഗുഹാമനുഷ്യന് ഭവനഭേദനമാണ് തൊഴിൽ. കൂടാതെ താങ്കൾക്ക് അദ്ഭുതം തോന്നും അപൂർവ്വ കലാസൃഷ്ടിയുടെ ക്രയ വിക്രയവും. ഇവിടെ ഹോളണ്ടിൽ എല്ലാവരും വർണ്ണചിത്രങ്ങളിലും ടുലിപ് പൂക്കളിലും പാണ്ഡിത്യമുള്ളവരാണ്. ഇതാ വിനയാന്വിത നായിരിക്കുന്ന ഇയാളെ നോക്കൂ. വിശ്വപ്രസിദ്ധമായ ഒരു പെയിന്റിം ഗിന്റെ മോഷണം ആസൂത്രണം ചെയ്തവനാണ്. ഏതു പെയിന്റിം ഗെന്നോ, പറയാം. പിന്നീടൊരിക്കലാകട്ടെ. എന്റെ അറിവുഭണ്ഡാരം കണ്ട് ആശ്ചര്യപ്പെടേണ്ട. പശ്ചാത്തപിക്കുന്ന വിധികർത്താവാ ണെങ്കിലും എനിക്കിവിടെ മറ്റൊരു ചെറിയ ജോലി കൂടിയുണ്ട്. ഈ നല്ലവന്മാരുടെ നിയമോപദേഷ്ടാവാണ് ഞാൻ. ഈ നാട്ടിലെ നിയമമൊക്കെ പഠിച്ചു വശമാക്കിയിട്ടുണ്ട്. ഇവിടെ ഡിഗ്രിയും ഡിപ്ലോമയുമൊന്നും ആവശ്യമില്ല. എനിക്ക് നല്ലൊരു പറ്റം കക്ഷി കളുമുണ്ട്. അല്ല, അതത്ര എളുപ്പമൊന്നുമായിരുന്നില്ല. പക്ഷേ, എന്നെ കണ്ടാൽ ആർക്കും ഒരു വിശ്വാസമൊക്കെ തോന്നില്ലേ? എനിക്ക് ഉള്ളു തുറന്നു ചിരിക്കാനാകും, മുറുകെ, ഊർജ്ജസ്വല മായി, ഹസ്തദാനം നൽകാനാകും. അവയൊക്കെയാണ് എന്റെ തുരുപ്പു ശീട്ടുകൾ. ആദ്യം സ്വാർത്ഥതാത്പര്യങ്ങളെ മുൻനിർ ത്തിയും പിന്നീട് ഉറച്ച വിശ്വാസംകൊണ്ടും ഞാൻ ചില വിഷമം പിടിച്ച കേസുകൾ ഒതുക്കിത്തീർത്തു. എല്ലാ കള്ളന്മാരും ദല്ലാളു മാരും ശിക്ഷിക്കപ്പെട്ടാൽ മാന്യന്മാരെന്തു വിചാരിക്കും, തങ്ങ ളെല്ലാം എപ്പോഴും നിരപരാധികളാണെന്ന്. മാന്യ സുഹൃത്തേ, എന്റെ അഭിപ്രായത്തിൽ – ശരി, ശരി, ദാ വരുന്നു, എത്തിപ്പോയി – എന്തു വില കൊടുത്തും അത്തരമൊരു സാഹചര്യം ഒഴിവാ ക്കണം, അല്ലെങ്കിൽ എല്ലാം വെറുമൊരു തമാശ മാത്രമാവില്ലേ?

## മൂന്ന്

എന്റെ പ്രിയപ്പെട്ട നാട്ടുകാരാ, എനിക്കു നിങ്ങളോട് ഒരുപാടു നന്ദിയുണ്ട്, കേട്ടോ. നിങ്ങളുടെ ഈ ജിജ്ഞാസ തന്നെ കാരണം. പക്ഷേ, എന്റെ കഥയിൽ അസാധാരണമായി ഒന്നും തന്നെയില്ല. നിങ്ങൾക്കു താത്പര്യമുള്ളതുകൊണ്ടു പറയുന്നതാണ്, ആ ചിരി യെപ്പറ്റി ഞാൻ കുറച്ചൊക്കെ ചിന്തിച്ചു, ഏതാനും ദിവസങ്ങൾ മാത്രം, പിന്നെ അതങ്ങു മറന്നുപോയി ഇടക്കെങ്ങാനും, വളരെ നീണ്ട ഇടവേളകൾക്കു ശേഷം, എന്റെയുള്ളിൽ ആ ചിരി കേട്ടെന്നു തോന്നിപ്പോകും. പക്ഷേ, സാധാരണ ഗതിയിൽ ഒരു പ്രയാസവും കൂടാതെ മറ്റു കാര്യങ്ങളിൽ എനിക്കു ശ്രദ്ധ പതിപ്പിക്കാനായി.

ശരിയാണ്, ഒരു കാര്യം സമ്മതിച്ചേ പറ്റൂ. നദീതീരത്തുള്ള നടത്തം ഞാൻ നിറുത്തി. ബസ്സിലോ കാറിലോ ആ വഴിക്കു പോകാനിട വന്നാൽ, ഒരുതരം മൂകത എന്നെ പൊതിയും. ഞാനെന്തോ പ്രതീക്ഷിക്കുന്നപോലെ. പക്ഷേ, ഒന്നും സംഭവിക്കാ റില്ലായിരുന്നു. എന്നാലും സൈൻ നദി കടന്നു കഴിഞ്ഞാലേ ശ്വാസം നേരെ വീഴൂ. അക്കാലത്താണ് എന്റെ ആരോഗ്യപ്രശ്ന ങ്ങൾ തുടങ്ങിയത്. അങ്ങനെ പ്രത്യേകിച്ചൊന്നുമില്ല. വൈക്ലബ്യം, ഒരു തരം ഉത്സാഹക്കുറവ്. ഡോക്ടർമാരെ കണ്ടു, അവരെനിക്ക് ഉത്തേജകമരുന്നുകൾ തന്നു. അങ്ങനെ ഇടവിട്ടിടവിട്ട് ഞാൻ ഉത്തേജിതനും ഹതാശനുമായി. ജീവിതം എളുപ്പമല്ലാതായി ത്തീർന്നു. അതെങ്ങനെ, ശരീരം അസ്വസ്ഥമാകുമ്പോൾ മനസ്സും വിഷമിക്കില്ലേ? പഠിക്കാതെത്തന്നെ സ്വായത്തമായിരുന്ന അറിവ്, എങ്ങനെ ജീവിക്കണമെന്ന അറിവ് എനിക്കു പതുക്കെപ്പതുക്കെ നഷ്ടമാകുന്നതുപോലെ തോന്നി. അതെ, അവിടെനിന്നായിരുന്നു എല്ലാത്തിന്റെയും തുടക്കം.

ഇന്ന്, ഈ സായാഹ്നത്തിൽ എനിക്കു നല്ല സുഖം പോരാ. മനസ്സിലുള്ളത് പറയാൻ ക്ലേശിക്കുന്നു. സംസാരം പോലും ശരി യാകുന്നില്ല. വാക്കുകൾക്ക് ഒരുറപ്പില്ലാത്തപോലെ. കാലാവസ്ഥ

മാറിയതു കൊണ്ടാവാം. ശ്വാസം വിടാനെന്തു ബുദ്ധിമുട്ട്, വായു വിനെന്തു ഭാരം, നെഞ്ചത്തു വലിയൊരു ഭാരമിറക്കിവെച്ച പോലുണ്ട്. നമുക്ക് ടൗണിലൂടെ ഒന്നു നടന്നിട്ടു വരാം, നിങ്ങൾക്കു വിരോധമൊന്നുമില്ലല്ലോ, വളരെ നന്ദി.

ഈ സായാഹ്നത്തിൽ കൈത്തോടുകൾക്ക് എന്തൊരു ഭംഗി. കെട്ടിക്കിടക്കുന്ന വെള്ളത്തിലൂടെ വീശുന്ന കാറ്റ്, വെള്ളത്തിൽ കുതിർന്നു കിടക്കുന്ന ഉണങ്ങിയ ഇലകളുടെ മണം, പുഷ്പഭാരം പേറി നിൽക്കുന്ന നൗകകളിൽ നിന്നുയരുന്ന മരണഗന്ധം. മനോരോഗത്തിന്റെ ദുസ്വാദുണ്ടെന്നോ? ഹേയ്! ഇല്ലില്ല അങ്ങനെയൊന്നുമില്ല. തീർച്ച. നേരെമറിച്ച്, ഞാനിതു മനഃപൂർവ്വം ചെയ്യുന്നതാണ്, ഈ കൈത്തോടുകളെ ആസ്വദിക്കാൻ സ്വയം നിർബന്ധിക്കയാണ്. എനിക്ക് ലോകത്തിൽ ഏറ്റവും ഇഷ്ടപ്പെട്ട സ്ഥലം സിസിലിയാണ്. അതും, സൂര്യപ്രകാശത്തിൽ എറ്റ്നയുടെ ശിഖരത്തിൽ നിന്ന് നോക്കുമ്പോൾ, അതെ ദ്വീപും കടലും എന്റെ അധീനതയിലാണെന്ന ബോധം വരണം. ജാവയും മോശമില്ല. പക്ഷേ, വാണിജ്യക്കാറ്റുകളുടെ സമയമായിരിക്കണമെന്നു മാത്രം. ഉവ്വുവ്വ്. ഞാനവിടെ പോയിട്ടുണ്ട്. ചെറുപ്പകാലത്ത്. എനിക്ക് എല്ലാ ദ്വീപുകളെയും പൊതുവിൽ ഇഷ്ടമാണ്. അവയെ എളുപ്പത്തിൽ കീഴടക്കാം.

ആ വീടു കൊള്ളാം, അല്ലേ? മുകളിലുള്ള പരസ്യപ്പലകയിൽ രണ്ടു തലകൾ കാണുന്നില്ലേ, അവ നീഗ്രോ അടിമകളുടെ തലകളാണ്. ആ വീട് മുമ്പൊരു അടിമക്കച്ചവടക്കാരന്റേതായിരുന്നു. ഓ! അക്കാലത്ത് ആരും അതത്ര മോശമായിക്കണ്ടില്ല. അവരൊക്കെ ആത്മവിശ്വാസത്തോടെ തുറന്നു പ്രഖ്യാപിച്ചു "എനിക്ക് സ്വത്തും പണവുമുണ്ട്. അടിമക്കച്ചവടത്തിലൂടെ ഉണ്ടാക്കിയെടുത്തതാണ്. കറുത്തവരെ ക്രയവിക്രയം ചെയ്യുന്നു." ഇക്കാലത്ത് ഒരാളിങ്ങനെ പരസ്യമായി പറയുന്നത് നിങ്ങൾക്ക് ഊഹിക്കാൻ പോലും ആവില്ല. എന്തൊരു ചീത്തപ്പേര്! പാരീസിലെ സുഹൃത്തുക്കളുടെ പ്രതിഷേധശബ്ദം എന്റെ കാതിൽ മുഴങ്ങുന്നു. അവർ വലിയ ശാഠ്യക്കാരാണ്. രണ്ടോ മൂന്നോ, വേണമെങ്കിൽ അതിൽ കൂടുതലോ പ്രതിഷേധ ലഘുലേഖകളിറക്കാൻ അവർ ഒട്ടും വൈകിക്കില്ല. ഒന്നു വിചാരിക്കുമ്പോൾ ഞാനും അവരോടൊപ്പം അതിൽ കൈയൊപ്പിട്ടെന്നു വരും. അടിമത്തമോ? - പറ്റില്ല. ഞങ്ങളതിനെ ശക്തിയായി എതിർക്കുന്നു. അപ്പോൾ വീടുകളിലും ഫാക്ടറികളിലുമൊക്കെയുള്ളതോ? അതു പിന്നെ സ്വാഭാവികമല്ലേ. പക്ഷേ, അതിനെപ്പറ്റി വീമ്പടിക്കുന്നത്.... എല്ലാത്തിനും ഒരു പരിധിയൊക്കെയില്ലേ?

എനിക്കു നന്നായിട്ടറിയാം, ഉടമത്തവും അടിമത്തവുമില്ലാതെ ഒന്നും നടത്തിക്കൊണ്ടുപോകാനാവില്ലെന്ന്. ശുദ്ധവായു പോലെ ഓരോ വ്യക്തിക്കും അത്യന്താപേക്ഷിതമാണ് അടിമകളും. കല്പിക്കുക എന്നാൽ ശ്വസിക്കുക എന്നാണ്, നിങ്ങൾ എന്നോടു യോജിക്കില്ലേ? ഏതു അഗതിക്കും ശ്വസിക്കാനാകുന്നുണ്ട്? സമൂഹത്തിൽ ഏറ്റവും താഴേക്കിടയിലുള്ളവന് മെക്കിട്ടു കേറാനായി ഭാര്യയോ കുട്ടികളോ കാണും. ഇനി അയാൾ അവിവാഹിതനാണെങ്കിൽ, ഒരു പട്ടിയുണ്ടാകും. അതായത് തർക്കുത്തരം പറയാൻ അവകാശമില്ലാത്തവനോട് കയർക്കാനുള്ള അധികാരം അത്യന്താപേക്ഷിതമാണ്. 'അച്ഛനോടു തർക്കുത്തരം പറയരുത്' ഇതു കേട്ടു പഴക്കമുള്ള വാക്കുകളല്ലേ? ഒരു തരത്തിൽ നോക്കിയാൽ എത്ര വിചിത്രം! സ്നേഹമുള്ളവരോടല്ലാതെ മറ്റാരോടാണ് മറുത്തു പറയേണ്ടത്. അല്ല മറ്റൊരു വിധത്തിൽ ശരിയാണുതാനും. അവസാന വാക്കു പറയാൻ ഒരാളു വേണമല്ലോ. അല്ലെങ്കിൽ ഓരോ കാരണത്തിനും മറുകാരണം ഉണ്ടാകും. അതങ്ങ് തൊടുത്തു തൊടുത്ത് ഒരവസാനം ഉണ്ടാകില്ല. അധികാരം, നേരെ മറിച്ച് എല്ലാത്തിനും തീർപ്പു കല്പിക്കുന്നു. വൈകിയാണെങ്കിലും നമുക്ക് അതു മനസ്സിലായിരിക്കുന്നു. ഉദാഹരണത്തിന്, നിങ്ങൾ ശ്രദ്ധിച്ചിട്ടില്ലേ, നമ്മുടെ പഴഞ്ചൻ യൂറോപ്പ് എല്ലാത്തിനും ശരിയായ രീതിയിൽ പ്രത്യയശാസ്ത്രങ്ങൾ കണ്ടെത്തുന്നു. ഒന്നും നേരെചൊവ്വേ, "ഇതാണ് എന്റെ അഭിപ്രായം, ഇനി കേൾക്കട്ടെ, എന്തൊക്കെയാണ് നിങ്ങളുടെ എതിർവാദങ്ങൾ?" എന്നു നമ്മൾ പറയുന്നില്ല. നമ്മൾ എല്ലാം കുറെക്കൂടി തെളിച്ചു പറയുന്നു. സംസാരം എന്നതിന് ചർച്ച എന്നേ പറയൂ. "ഇതാണ് സത്യം. നിങ്ങൾക്കു മതിയാവോളം ഇതേപ്പറ്റി ചർച്ച ചെയ്യാം. ഞങ്ങൾക്കു വലിയ താത്പര്യമൊന്നുമില്ല. പക്ഷേ, ഏതാനും വർഷങ്ങൾക്കകം പോലീസുകാർ ഞാൻ പറഞ്ഞതു തന്നെയാണ് ശരിയെന്ന് നിങ്ങളെ ബോദ്ധ്യപ്പെടുത്തും."

നമ്മുടെയീ പുന്നാര, പഴഞ്ചൻ ഗ്രഹത്തിൽ നമുക്കെല്ലാം വ്യക്തമായിട്ടറിയാം. സ്വയം നമ്മെപ്പറ്റി, നമ്മുടെ കഴിവുകളെപ്പറ്റി. ഉദാഹരണത്തിന് എന്റെ കാര്യമെടുക്കൂ. വിഷയം മാറ്റാതെ ഉദാഹരണങ്ങൾ മാറ്റിയേക്കാം. ഒരു പുഞ്ചിരിയോടെ പരിചരിക്കപ്പെടുന്നതാണ് എനിക്കിഷ്ടം. പരിചാരിക ദുഃഖിതയെങ്കിൽ എന്റെ അന്നത്തെ ദിവസം മുഴുവനും വിഷലിപ്തമാകും. ശരിയാണ്, അവർക്കു ദുഃഖിക്കാനുള്ള അവകാശമുണ്ട്. പക്ഷേ, എന്റെ അഭിപ്രായത്തിൽ കണ്ണീരോടെ പരിചരിക്കുന്നതിലും ഭേദം, പുഞ്ചിരിയോടെ പരിചരിക്കുന്നതാണ്. സത്യത്തിൽ എനിക്കും അതാണ്

വേണ്ടത്. വീമ്പടിക്കയല്ല, ഇത് അപ്പാടെ ബുദ്ധിശൂന്യമായ ചിന്താഗതിയല്ല. ചൈനീസ് ഭക്ഷണശാലകളിൽ ചെന്ന് ആഹാരം കഴിക്കുന്നത് എനിക്കു തീരെ സമ്മതമുള്ള കാര്യമല്ല. കാരണം മിണ്ടാതിരിക്കുമ്പോഴും വെള്ളക്കാരുടെ സാന്നിദ്ധ്യത്തിലും അവരുടെ മുഖത്ത് ഒരു പരിഹാസഭാവമുണ്ട്. നമുക്ക് ഭക്ഷണം വിളമ്പിത്തരുമ്പോഴും അതേ മുഖഭാവം. പൊരിച്ച കോഴിക്കറി എങ്ങനെ ആസ്വദിച്ചു കഴിക്കാനാകും? അതു മാത്രമല്ല, അവരുടെ മുഖത്തു നോക്കി നമ്മളാണ് കേമന്മാരെന്ന് എങ്ങനെ വിചാരിക്കാനാകും?

ഒരു കാര്യം, പുറത്തു പറയരുത്, കേട്ടോ. അടിമത്തം, (കഴിയുമെങ്കിൽ പുഞ്ചിരിയോടെ) ഒഴിവാക്കാനാവില്ല. പക്ഷേ, അതു സമ്മതിച്ചു കൊടുക്കരുത്. അടിമകളില്ലാതെ കാര്യം നടത്തിക്കൊണ്ടുപോകാൻ ബുദ്ധിമുട്ടുള്ളവർ അവരെ സ്വതന്ത്രരെന്നു വേണം വിളിക്കാൻ, അതല്ലേ നല്ലത്? ഒന്നാമത് താത്ത്വികമായി അതാണ് ശരി, രണ്ടാമത് അവരെ നിരാശരാക്കരുത്. അവർക്കു നഷ്ടപരിഹാരം കൊടുക്കാൻ നാം ബാദ്ധ്യസ്ഥരാണല്ലോ, അല്ലേ? അങ്ങനെ അവരുടെ ചിരിയും നമ്മുടെ തെളിഞ്ഞ മനസ്സാക്ഷിയും നിലനിർത്തിക്കൊണ്ടു പോകാം. അതല്ലെങ്കിൽ നമുക്ക് നമ്മെപ്പറ്റിയുള്ള അഭിപ്രായം പുനർവിചിന്തനം ചെയ്യേണ്ടി വരും. മാനസിക പീഡമൂലം നമുക്ക് ഭ്രാന്തു പിടിച്ചെന്നു വരും, നമ്മൾ ലജ്ജിതരായെന്നു വരാം, എന്തും സംഭവിക്കാം. മറ്റൊരു കാര്യം എല്ലാവരും മനസ്സിലുള്ളതെല്ലാം തുറന്നു പറയാനൊരുങ്ങിയാൽ, തൊഴിലും വ്യക്തിഗതമായ കാര്യങ്ങളും വെളിപ്പെടുത്തിയാൽ നമ്മൾ നട്ടം തിരിഞ്ഞുപോവില്ലേ? അതുകൊണ്ട് ഇത്തരത്തിലുള്ള പരസ്യപ്പലകകളൊന്നും വേണ്ട. അതൊക്കെ നമ്മെ നടുക്കിക്കളയും. വിസിറ്റിംഗ് കാർഡുകളെക്കുറിച്ച് ഒന്നാലോചിച്ചു നോക്കൂ "ശ്രീമാൻ ഡ്യൂപോ, പരിഭ്രാന്തനായ തത്ത്വചിന്തകൻ", അല്ലെങ്കിൽ "ക്രിസ്ത്യാനിയായ ഭൂവുടമ", അതുമല്ലെങ്കിൽ "പരസ്ത്രീഗമനനായ മനുഷ്യസ്നേഹി". ആഹാ! എന്തു മാത്രം സാദ്ധ്യതകൾ. പക്ഷേ, സ്ഥിതിഗതികൾ നരകതുല്യമാവും. അതെ നരകത്തിലങ്ങനെയാവും; പലതരത്തിലുള്ള പരസ്യപ്പലകകൾ, ഒന്നിനും വിശദീകരണം കൊടുക്കാനാവില്ല, എന്നെന്നേക്കുമായി നിങ്ങളെ ഇനം തിരിച്ചു കഴിഞ്ഞിരിക്കും.

എന്റെ സുഹൃത്തേ, ഒന്നു നിൽക്കൂ, നിങ്ങൾ സ്വയം ഒന്നാലോചിച്ചു നോക്കൂ. നിങ്ങളുടെ പരസ്യം എന്തായിരിക്കും? എന്താണ് മൗനം പാലിക്കുന്നത്. പിന്നീടു പറയാമെന്നോ? ശരി, അങ്ങനെയാവട്ടെ. എനിക്ക് എന്റെ കാര്യമറിയാം. അടയാളം ഇരട്ടമുഖമുള്ള

ജാനസ്[13] അതിനു മുകളിലായി കമ്പനിയുടെ നയപ്രഖ്യാപനം "വിശ്വസിക്കാൻ കൊള്ളില്ല." എന്റെ വിസിറ്റിംഗ് കാർഡിലി ങ്ങനെയും "ഴോങ് ബാപ്റ്റിസ് ക്ലാമെൻസ്, വേഷം കെട്ടുകാരൻ" എന്തുകൊണ്ടാണെന്നോ, പറയാം. ഒരു സായാഹ്നത്തെപ്പറ്റി സൂചി പ്പിച്ചല്ലോ, അതിനടുത്തൊരു നാൾ ഞാൻ ചിലതു കണ്ടുപിടിച്ചു. അന്ധനെ കൈപിടിച്ച് റോഡു മുറിച്ചു കടക്കാൻ സഹായിച്ചശേഷം ഞാൻ സാദരപൂർവ്വം തൊപ്പി പൊക്കുമായിരുന്നു. ആ തൊപ്പിപൊക്കൽ നിശ്ചയമായും അന്ധനെ ഉദ്ദേശിച്ചായിരുന്നില്ല. കാരണം, അയാൾക്കു കാണാൻ വയ്യല്ലോ. അപ്പോൾ പിന്നെ ആരെ ഉദ്ദേശിച്ചാണ് ഞാനതു ചെയ്തിരുന്നത്? പൊതുജനങ്ങളെ ഉദ്ദേ ശിച്ച്; അതെ സ്വന്തം ഭാഗം അഭിനയിച്ചു തീർത്തശേഷം കാണി കളെ കുമ്പിട്ട് മേട വിടുന്ന രീതി. ഒട്ടും മോശമില്ല, അല്ലേ? മറ്റൊരി ക്കൽ കാറുകാരൻ തന്നെ സഹായിച്ചതിന് എന്നോടു നന്ദി പറ ഞ്ഞപ്പോൾ ഞാനെന്താണ് മറുപടി പറഞ്ഞതെന്നോ? "ആര് ഇത്ര യൊക്കെ ചെയ്തിരിക്കും?" എന്ന്. സത്യത്തിൽ ഞാനുദ്ദേശിച്ചത് 'ആരും' എന്നായിരുന്നു. നിർഭാഗ്യവശാൽ നാവു പിഴച്ചുപോയി, അതെനിക്ക് സഹിക്കാനായില്ല. വിനയത്തിന്റെ കൊടിപിടുത്ത ക്കാരനായിരുന്ന ഞാൻ...

സുഹൃത്തേ, താഴ്മയോടെ സമ്മതിക്കട്ടെ, ദുരഭിമാനം കൊണ്ടു വീർത്തു നടക്കുകയായിരുന്നു ഞാൻ. എന്റെ ജീവിതത്തിൽ 'ഞാൻ ഞാൻ ഞാൻ ഞാൻ' എന്ന ഭാവം മാത്രമേ ഉണ്ടായിരു ന്നുള്ളൂ. എന്റെ വാക്കിലും പ്രവൃത്തിയിലും അതു നിറഞ്ഞു നിന്നു. അഹംഭാവം ഇല്ലാതെ എനിക്കൊന്നും പറയാനായില്ല. പ്രത്യേകിച്ച്, വ്യംഗത നിറഞ്ഞ ഔചിത്യബോധത്തോടെ, ഞാനതിൽ അതീവ സമർത്ഥനുമായിരുന്നല്ലോ. ശരിയാണ്, ഞാൻ സ്വതന്ത്രനും കഴി വുള്ളവനുമായിരുന്നു. എനിക്കു തുല്യനായി മറ്റൊരുത്തനില്ലെന്ന മഹത്തായ ബോധം കാരണം മറ്റുള്ളവരുമായുള്ള എല്ലാ കെട്ടു പാടുകളിൽനിന്നും മുക്തനായതുപോലുള്ള തോന്നൽ. മറ്റെല്ലാവരെ ക്കാളും ബുദ്ധിമാൻ, സംവേദനാശീലമുള്ളവൻ, കഴിവുള്ളവൻ, ഉന്നം പിഴക്കാത്തവൻ, അനുപമനായ ഡ്രൈവർ, ഒന്നാന്തരം കാമുകൻ. എനിക്ക് എളുപ്പം കഴിവുകേടു സമ്മതിക്കാവുന്ന രംഗ ങ്ങളിൽ പോലും - ഉദാഹരണത്തിന് ടെന്നീസിൽ ഞാനൊരു ശരാശരിക്കാരൻ മാത്രമായിരുന്നു - എനിക്കതു സമ്മതിച്ചുകൊടു ക്കാനായില്ല. കുറെക്കൂടി സമയവും പരിശീലനവുമുണ്ടെങ്കിൽ ഏതു ചാമ്പ്യനെയും മറികടക്കാമെന്ന് ഞാൻ അഹങ്കരിച്ചു. എല്ലാം

13. ജാനസ് - മുന്നിലും പിന്നിലും മുഖങ്ങളുള്ള അതിപുരാതനകാലത്തെ റോമൻ ദേവൻ.

തികഞ്ഞവനാണ് ഞാൻ എന്ന ഭാവമാണ് എന്നിൽ സൗഹാർദ്ദവും ശാന്തിയും അങ്കുരിപ്പിച്ചത്. മറ്റുള്ളവരോട് എനിക്കു ദാക്ഷിണ്യ മനോഭാവമായിരുന്നു. അതെന്നെ സ്വതന്ത്രനാക്കി, എന്റെ അഹം ഭാവത്തെ ഒരു പടി മേലോട്ടുയർത്തി.

അന്നത്തെ ആ സായാഹ്നത്തിനു ശേഷം, മറ്റു ചില സത്യങ്ങളോടൊപ്പം ഞാനിതൊക്കെ അല്പാല്പമായാണ് മനസ്സിലാക്കിയെടുത്തത്, എല്ലാം. സ്പഷ്ടമായി ഒരൊറ്റയടിക്കല്ല. ആദ്യം എല്ലാം ഓർമ്മിച്ചെടുക്കണമായിരുന്നു. പതുക്കെപ്പതുക്കെ പലതും തെളിഞ്ഞു വന്നു. എനിക്ക് അറിയാവുന്നത് ചിലതൊക്കെ മനസ്സിലായി. അന്നുവരെ എനിക്കു മറക്കാനുള്ള അസാധാരണ കഴിവ് ഉണ്ടായിരുന്നു. ഞാനെല്ലാം എളുപ്പം മറക്കുമായിരുന്നു. എന്റെ സ്വന്തം തീരുമാനങ്ങളടക്കം. അതായത് പൊതുവേ ഞാനൊന്നും കാര്യമായെടുത്തിരുന്നില്ല, അത്രതന്നെ. സാഹചര്യങ്ങളുടെ സമ്മർദ്ദം മൂലം യുദ്ധം, ആത്മഹത്യ, പ്രണയം, കവിത എല്ലാം എന്റെ ശ്രദ്ധയിൽ പെട്ടിരുന്നു. പക്ഷേ, സാമാന്യമര്യാദയ്ക്കായി തൊലിപ്പുറമേയുള്ള ശ്രദ്ധ അത്രമാത്രം. ചിലപ്പോൾ എന്റെ നിത്യജീവിതത്തിൽ നിന്നും തികച്ചും വേറിട്ട എന്തെങ്കിലും സംരംഭത്തിൽ ഞാൻ വലിയ താത്പര്യം പ്രകടിപ്പിക്കും. പക്ഷേ, പങ്കെടുത്തതൊന്നുമില്ല. എന്റെ സ്വാതന്ത്ര്യത്തിന് ഭീഷണിയായാലല്ലാതെ. ഞാനതെങ്ങനെ വ്യക്തമാക്കും - ഒന്നും എന്നെ സ്പർശിച്ചുപോലും ഇല്ല. എല്ലാം എന്നിൽ നിന്ന് വഴുതി നീങ്ങി.

ഉള്ളതു പറയണമല്ലോ, ചിലപ്പോൾ എന്റെ ഓർമ്മപ്പിശക് പ്രശംസനീയമായിരുന്നു. നിങ്ങൾക്ക് ഒരുപക്ഷേ അറിയുമായിരിക്കും, ചില മതങ്ങളിൽ എല്ലാ തെറ്റുകൾക്കും മാപ്പു കൊടുക്കുന്ന ഏർപ്പാടുണ്ട്; പക്ഷേ മാപ്പാക്കുന്നുണ്ടെങ്കിലും ഒരിക്കലും മറക്കുന്നില്ല എന്നതാണ് സത്യം. അങ്ങനെ ആർക്കും മാപ്പു കൊടുക്കാൻ മാത്രം നല്ലവനായിരുന്നില്ല ഞാൻ. പക്ഷേ, അവയൊക്കെ ക്രമേണ മറന്നുപോകുന്ന പ്രകൃതമായിരുന്നു എന്റേത്. വെറുപ്പു തോന്നേണ്ടവനെ നോക്കി പുഞ്ചിരി തൂകിക്കൊണ്ട് അഭിവാദ്യം ചെയ്യുക, അവനാണെങ്കിൽ അതു ദഹിക്കുന്നില്ല. സ്വന്തം സ്വഭാവമനുസരിച്ച് ഒന്നുകിൽ എന്റെ മഹത്ത്വം കണ്ട് അന്ധാളിച്ച് എന്നോട് ആദരവു തോന്നും, അല്ലെങ്കിൽ എന്റെ നട്ടെല്ലില്ലായ്മ കണ്ട് പുച്ഛം തോന്നും. സത്യം വളരെ ലളിതമാണെന്നും ഞാനവന്റെ പേരു പോലും മറന്നുപോയിരിക്കുന്നുവെന്നും അവനറിയുകയേയില്ല.

'ഞാൻ ഞാൻ' എന്നല്ലാതെ മറ്റു തുടർച്ചകളൊന്നുമില്ലാതെയാണ് ഒരു ദിവസത്തിൽ നിന്ന് മറ്റൊന്നിലേക്കു ഞാൻ ജീവിച്ചു

പോന്നത്. സ്ത്രീകളായാലും നന്മയായാലും തിന്മയായാലും എല്ലാം ഇന്നത്തേക്കു മാത്രം, നാളേക്ക് ഒന്നുമില്ല. ഓരോ ദിവസവും അന്നത്തേക്കു മാത്രം, നായ്ക്കളെപ്പോലെ. പക്ഷേ, ഞാനെല്ലാ ദിവസവും എന്റെ സുരക്ഷിതസ്ഥാനത്ത് ഹാജരുണ്ടാവും. ജീവിതത്തിന്റെ പുറന്തോടിൽ പൊള്ളവാക്കുകളുടെ ലോകത്താണ്, ഞാൻ ജീവിച്ചത്. യാഥാർത്ഥ്യങ്ങളിലല്ല. കഷ്ടിച്ചു വായിച്ചെന്നു പറയാവുന്ന പുസ്തകങ്ങൾ, കഷ്ടിച്ച് സന്ദർശിച്ചെന്നു പറയാവുന്ന നഗരങ്ങൾ, കഷ്ടിച്ച് സ്നേഹിച്ചെന്നു പറയാവുന്ന ചങ്ങാതിമാർ, സ്വായത്തമാക്കിയെന്നു പറയാവുന്ന സ്ത്രീകൾ; മടുപ്പിന്റെയോ മറവിയുടെയോ പ്രക്രിയകളിലൂടെ ഞാൻ കടന്നു പോയി; അവർക്കൊക്കെ എന്നോടു പറ്റിച്ചേർന്നു നിൽക്കണമെന്നുണ്ടായിരുന്നു. പക്ഷേ, അവരുടെ നിർഭാഗ്യം! അതിനുള്ള സാദ്ധ്യതകളില്ലായിരുന്നു. എന്നെ സംബന്ധിച്ചേടത്തോളം ഞാനെല്ലാം മറന്നു. എന്നെപ്പറ്റിയല്ലാതെ മറ്റൊന്നും ഒരിക്കലും എന്റെ സ്മരണയിലില്ലായിരുന്നു. പതുക്കെപ്പതുക്കെ എന്റെ ഓർമ്മകൾ തിരിച്ചു വന്നു. ഞാൻ ഓർമ്മകളിലേക്കു മടങ്ങിച്ചെന്നു എന്നു പറയുന്നതാവും കൂടുതൽ ശരി. അവിടെ പലതരം സ്മരണകൾ എന്നെക്കാത്തിരിക്കുന്നുണ്ടായിരുന്നു. പക്ഷേ, അതിനു മുമ്പ് സുഹൃത്തേ, ഞാൻ കണ്ടെത്തിയ മറ്റു ചില വസ്തുതകൾ കൂടി പറയട്ടെ. (എന്നെങ്കിലും അവ നിങ്ങൾക്കും പ്രയോജനപ്പെട്ടെന്നു വരും.)

ആയിടയ്ക്ക് ഒരു ദിവസം, ട്രാഫിക് വിളക്ക് പച്ചയായതും ഉടനടി കാറു മുന്നോട്ടു നീക്കാൻ എനിക്കായില്ല. പിന്നിൽനിന്ന് ക്ഷമാശീലരായ സഹജീവികളുടെ തുരുതുരാ ഹോണടി. അതേ സാഹചര്യങ്ങളിലെ മറ്റൊരു ദിവസത്തെക്കുറിച്ച് അപ്പോൾ ഞാൻ ഓർത്തുപോയി. ചുവന്ന വിളക്കിനു മുന്നിൽ കാത്തുനിൽക്കുകയായിരുന്ന എന്റെ കാറിനെ ചുറ്റിവളഞ്ഞു വന്ന്, തൊട്ടു മുന്നിലായി ഒരു മോട്ടോർ സൈക്കിളുകാരൻ സ്വയം പ്രതിഷ്ഠിച്ചു. കുറിയ ശോഷിച്ച മനുഷ്യൻ, കണ്ണട ധരിച്ചിട്ടുണ്ട്. മോട്ടോർ സൈക്കിളു നിർത്തിയതും എഞ്ചിനും നിലച്ചു പോയി. അയാളതിനെ വൃഥാവിൽ ഉന്തിയും തള്ളിയും വീണ്ടും ജീവിപ്പിക്കാൻ ശ്രമിക്കവേ, വിളക്ക് പച്ചയായി. ഞാനയാളോട് സ്വതസിദ്ധമായ ആദരവോടെ പറഞ്ഞു, സൈക്കിളു നീക്കിയിട്ടാൽ എനിക്കു പോകാമല്ലോ എന്ന്. ഏങ്ങി വലിച്ചു നിൽക്കുന്ന മോട്ടോർ സൈക്കിളു കാരണം ആ കുറിയ മനുഷ്യൻ ആകെ ചൂടായിരിക്കയായിരുന്നു. അതുകൊണ്ടാവാം, പാരീസു മര്യാദയനുസരിച്ച് എന്നോടു പോയി മരംകേറാൻ പറഞ്ഞു. ഞാനും വിട്ടില്ല. ഇത്തവണ മര്യാദയോടൊപ്പം അല്പം അക്ഷമയും കലർന്നിരുന്നു

എന്റെ സ്വരത്തിൽ. അയാളുടനെ വളരെ വ്യക്തമായി എന്നോടു പറഞ്ഞു ഏതു നരകത്തിലെങ്കിലും പോയി തുലയെടോ എന്ന്. ഇതിനിടെ പുറകെനിന്ന് ഹോണടികളുടെ ബഹളം. ദൃഢസ്വരത്തിൽ ഞാൻ ഇടങ്ങേറുകാരനോട് മര്യാദയ്ക്കു സംസാരിക്കാനും അയാൾ വാഹനങ്ങളുടെ വഴി മുടക്കി നിൽക്കുകയാണെന്നു മനസ്സിലാക്കാനും ആവശ്യപ്പെട്ടു. മോട്ടോർ സൈക്കിളിന്റെ അനുസരണക്കേട് അയാളെ വല്ലാതെ ക്രോധിതനാക്കിയിരുന്നു. എന്നെയെടുത്തൊന്നു കുടയാൻ തനിക്കു സന്തോഷമേയുള്ളൂവെന്ന് അയാൾ പറഞ്ഞു. ആ വാക്കുകൾ കേട്ട് ഞാനും രോഷാകുലനായി. ഈ വിടുവായന് രണ്ടു കൊടുത്തിട്ടുതന്നെ എന്നെ ഉദ്ദേശ്യത്തോടെ കാറിൽ നിന്നിറങ്ങി. ഞാൻ ഭീരുവാണെന്ന് എനിക്കു തോന്നുന്നില്ല. (അല്ല, നമുക്ക് എന്തൊക്കെയാണ് തോന്നാത്തത്.) എന്റെ എതിരാളിയെക്കാളും എനിക്കായിരുന്നു കൂടുതൽ പൊക്കം, ശക്തമായ മാംസപേശികളും. എന്തുകൊണ്ടും ഇങ്ങോട്ടു വാങ്ങുന്നതിനല്ല അങ്ങോട്ടു കൊടുക്കാനായിരുന്നു ഏറെ സാദ്ധ്യത. പക്ഷേ, ഞാൻ കാലുകൾ നിലത്തേക്കു വെച്ചതേയുള്ളൂ, കൂടിനിന്നവരിൽ ഒരുത്തൻ എന്റെ നേർക്കു പാഞ്ഞു വന്നു. ഞാനീ ഭൂലോകത്തെ നികൃഷ്ട കീടമാണെന്നും മോട്ടോർ സൈക്കിളുമായി കഷ്ടപ്പെടുന്ന പാവത്തിനെ അടിക്കാനാണ് ഭാവമെങ്കിൽ താനതിന് സമ്മതിക്കില്ലെന്നും ആ സന്നദ്ധസേനാനി ഉറക്കെ പ്രഖ്യാപിച്ചു. സത്യത്തിൽ ഞാനവനെ കണ്ടതുപോലുമില്ലായിരുന്നു. ആരിവനെന്നു നോക്കാൻ തല തിരിച്ചതും മോട്ടോർ സൈക്കിളിനു ജീവൻ വീണ ശബ്ദം കേട്ടു. അതോടൊപ്പം എന്റെ ചെകിട്ടത്ത് കനത്ത ഒരടിയും. എന്താണ് സംഭവിച്ചതെന്ന് മനസ്സിലാവുന്നതിനു മുമ്പ് മോട്ടോർ സൈക്കിളുകാരൻ പാഞ്ഞുപോയി. തല കറങ്ങിപ്പോയ ഞാൻ യാന്ത്രികമായി ഡാത്തങ്ങ്യനു[14] നേരെ നീങ്ങി. അതേ സമയം, ഇതിനകം അനന്തമായി നീണ്ടുകിടന്നിരുന്ന വാഹനങ്ങളിൽ നിന്നുള്ള അക്ഷമ പൂണ്ട ഹോണടികളുടെ കച്ചേരി. വിളക്ക് വീണ്ടും പച്ചയായിക്കഴിഞ്ഞിരുന്നു. ഗത്യന്തരമില്ലാതെ, ആ വിഡ്ഢിയെ ശരിക്കൊന്നു പെരുമാറാനാകാതെ, ഞാൻ കാറിനകത്തു കയറി സ്റ്റാർട്ടു ചെയ്തു. ഞാൻ കടന്നുപോകവേ, ആ ശുംഭൻ വിളിച്ചു പറഞ്ഞു "വിഡ്ഢിക്കഴുത" ഇപ്പോഴും എനിക്കതു നല്ലപോലെ ഓർമ്മയുണ്ട്.

നിങ്ങളുടെ കണ്ണിൽ ഈ കഥയ്ക്ക് വലിയ പ്രാധാന്യമൊന്നും ഇല്ല, അല്ലേ? ആയിരിക്കാം. എന്നാലും ഇതു മറക്കാൻ എനിക്ക്

14. ഡാത്തങ്ങ്യൻ - അലക്സാണ്ടർ ഡ്യൂമായുടെ ത്രീ മസ്കറ്റിയഴ്സിലെ വീര യോദ്ധാവ്

ഏറെ സമയം വേണ്ടി വന്നു എന്നതാണു സത്യം. എനിക്കു പലേ ഒഴികഴിവുകളും പറയാനുണ്ടായിരുന്നെങ്കിലും പ്രതികരിക്കുക പോലും ചെയ്യാനാവാതെ ഞാൻ പരാജയപ്പെട്ടിരിക്കുന്നു. പക്ഷേ, എന്നെ ഭീരുവാണെന്ന് ആർക്കും കുറ്റം പറയാനാവില്ല. ആകസ്മി കമായി, ഇരുവശങ്ങളിൽ നിന്നും ഒരേ സമയത്തുള്ള ആക്രമണം, അതു കാരണം എല്ലാം കൂടിക്കുഴഞ്ഞുപോയി, മോട്ടോർ വാഹന ങ്ങളുടെ ഹോൺ എന്റെ നാണക്കേടിന്റെ അവസാനത്തെ മിനുക്കുപണി നടത്തി. പക്ഷേ, എന്നെ ദുഃഖിപ്പിച്ചത് അതല്ല, എന്റെ പെരുമാറ്റച്ചട്ടങ്ങളെ ഞാൻ തന്നെ ലംഘിച്ചിരിക്കുന്നു എന്ന തോന്ന ലാണ്. ആൾക്കൂട്ടത്തിന്റെ പരിഹാസം നിറഞ്ഞ ദൃഷ്ടികൾക്കു വിധേയനായി, ഒട്ടും പ്രതികരിക്കാനാകാതെ ഞാൻ കാറിൽ കയറു ന്നത്, ഞാൻ ധരിച്ചിരുന്ന മേന്മയേറിയ നീല സ്യൂട്ട് ആൾക്കൂട്ടത്തെ കൂടുതൽ ആഹ്ലാദചിത്തരാക്കുന്നത്, എല്ലാം എനിക്കു സങ്കല്പി ക്കാനാകുമായിരുന്നു. ഇപ്പോഴും ചെവിയിൽ മുഴങ്ങുന്ന 'വിഡ്ഢി ക്കഴുത' ന്യായീകരിക്കാവുന്നതാണെന്നു പോലും എനിക്കു തോന്നിപ്പോയി. ചുരുക്കിപ്പറഞ്ഞാൽ ഞാൻ പരസ്യമായി അവ ഹേളിക്കപ്പെട്ടിരിക്കുന്നു. ഒന്നിനു പുറകെ ഒന്നായി സാഹചര്യങ്ങൾ അതിനു കൂട്ടുനിന്നു. അതു തീർച്ച. പക്ഷേ, സാഹചര്യങ്ങൾ എപ്പോഴുമുള്ളതല്ലേ? അതേപ്പറ്റി വീണ്ടും വീണ്ടും ചിന്തിക്കേ, എന്താണ് ചെയ്യേണ്ടിയിരുന്നത് എന്ന് ഞാൻ വ്യക്തമായിക്കണ്ടു. ഡാത്തങ്ങ്യന്റെ താടിക്കൊരു നല്ല ഇടി കൊടുത്ത്, കാറിൽ കയറി, എന്നെ ചെകിട്ടത്തടിച്ച കുരങ്ങനെ തുരത്തിയോടിച്ച്, പിടികൂടണ മായിരുന്നു അവന്റെ സൈക്കിൾ നടപ്പാതയിലേക്ക് തള്ളിയിട്ട്, അവനെ വലിച്ച് താഴേക്കിട്ട് അടിച്ചു പതം വരുത്തണമായിരുന്നു. അവനത് കിട്ടേണ്ടതായിരുന്നു. ഈ തിരക്കഥ അല്പം ചില ഭേദ ഗതികളോടെ ഞാനെന്റെ ഭാവനയിൽ പലതവണ ആടിക്കളിച്ചു. പക്ഷേ, അതിനൊക്കെ വളരെ വൈകിയിരുന്നു, ഒരുപാടു നാള ത്തേക്ക് കടുത്ത നീരസം എന്നെ കാർന്നു തിന്നു.

ഓ! മഴ വീണ്ടും തുടങ്ങിയോ? നമുക്ക് ആ പൂമുഖത്ത് കയറി നിന്നാലോ. കൊള്ളാം. താനെന്താണ് പറഞ്ഞുകൊണ്ടുവന്നത്? ആ അതേ, മാനാഭിമാനങ്ങളെപ്പറ്റി. ആ സംഭവത്തെപ്പറ്റിയുള്ള സ്മരണ വീണ്ടെടുത്തപ്പോൾ എനിക്ക് അതിന്റെ ആന്തരാർത്ഥം മനസ്സി ലായി. എന്റെ സ്വപ്നങ്ങൾ യാഥാർത്ഥ്യങ്ങളിൽ അധിഷ്ഠിത മായിരുന്നില്ല. ഞാൻ സ്വപ്നം കാണുകയായിരുന്നു - ആ കാര്യം സുവ്യക്തമായിരിക്കുന്നു - സ്വപ്നത്തിൽ ഞാനെല്ലാം തികഞ്ഞവ നായിരുന്നു. വ്യക്തിപരമായും തൊഴിൽപരമായും എല്ലാവരാലും

ബഹുമാനിക്കപ്പെടേണ്ടവൻ പകുതി സെർദാനെപ്പോലെ, പകുതി ഡിഗാളിനെപ്പോലെ.[15] ചുരുക്കത്തിൽ ഞാനെല്ലാത്തിന്റെയും അധിപനാണെന്ന ഭാവം. അതുകൊണ്ടാണ് ഞാൻ പൊങ്ങച്ചം നടിച്ചത്. ബുദ്ധിശക്തിയേക്കാളേറെ ശാരീരികശക്തി പ്രദർശിപ്പിച്ചത്. പക്ഷേ, പരസ്യമായി, തിരിച്ചുകൊടുക്കാനാകാത്ത വിധം അടി ഏറ്റുവാങ്ങിയ ശേഷം ഞാനിത്ര നാളും കാത്തുസൂക്ഷിച്ചിരുന്ന എന്റെ സുന്ദരചിത്രം നിലനിർത്തിക്കൊണ്ടുപോകുക അസാദ്ധ്യമായി. വീമ്പിളക്കിയതു പോലെത്തന്നെ സത്യസന്ധനും ബുദ്ധിമാനുമായിരുന്നെങ്കിൽ ഈ സംഭവം ഞാൻ കാര്യമായെടുക്കുമായിരുന്നുവോ? കണ്ടുനിന്നവരൊക്കെ അത് എന്നേ മറന്നു കാണും. നിസ്സാരകാര്യത്തിന് കുപിതനായതിനും കുപിതനായെങ്കിൽത്തന്നെ, അതിന്റെ ഭവിഷ്യത്തുക്കളെ അഭിമുഖീകരിക്കാനുള്ള മനസ്സാന്നിദ്ധ്യം ഇല്ലാതെ പോയതിനും ഞാനെന്നെത്തന്നെ ലഘുവായി ശകാരിക്കുമായിരുന്നു. നേരെമറിച്ച് പ്രതികാരത്തിനായി, അടിച്ചു കീഴ്പ്പെടുത്താനായി ഉദ്വേഗം കൊള്ളുകയായിരുന്നു ഞാൻ. അതായത് ഈ ഭൂമുഖത്തെ ഏറ്റവും ബുദ്ധിശാലിയും ഉദാരമതിയുമായ ജീവിയാകാനല്ല, മറിച്ച് ഏറ്റവും മൗലികമായ രൂപത്തിൽ ആരെയും അടിച്ചു വീഴ്ത്താനാവുന്ന ശക്തിമാനാവുക എന്നതായിരുന്നു എന്റെ മോഹം. സത്യത്തിൽ എല്ലാ ബുദ്ധിജീവികളും ഈ സ്വപ്നം കാണുന്നു. സംഘത്തലവനാകാനും അതുവഴി സമൂഹത്തെ അധികാരവും ശക്തിയുമപയോഗിച്ച് ഭരിക്കാനും. പക്ഷേ, അതത്ര എളുപ്പമല്ല, ഡിറ്റക്ടീവു കഥകൾ അതു വ്യക്തമായി കാട്ടിത്തരുന്നുണ്ടല്ലോ. അപ്പോൾ പിന്നെ എന്താണു വഴി? രാഷ്ട്രീയം മാത്രം. ഏറ്റവും ക്രൂരമായ മാർഗ്ഗങ്ങൾ കൈക്കൊള്ളുന്ന കക്ഷിയിൽ ചേരാനുള്ള പരക്കംപാച്ചിൽ. സ്വന്തം ബുദ്ധിയെ താഴ്ത്തിക്കെട്ടി, മറ്റെല്ലാവരുടെയും മെക്കെട്ടു കേറാനായാൽ പിന്നെന്തു വേണം? ഞാനും അത്തരം മധുരസ്വപ്നങ്ങൾ എന്നിൽ കണ്ടെത്തി.

ഞാൻ അപരാധികളുടെ ഭാഗത്തായിരുന്നു. പക്ഷേ, അവരുടെ അപരാധം മൂലം എനിക്ക് ഉപദ്രവങ്ങളൊന്നും ഉണ്ടായില്ല. അവരുടെ അപരാധം എന്നെ വാഗ്മിയാക്കി, ഞാനവരുടെ ഇര ആയിരുന്നില്ല. പക്ഷേ, എന്റെ നേർക്കുയർന്ന ഭീഷണി എന്നെ വിധികർത്താവു മാത്രമല്ല, നിയമങ്ങളെ വകവെക്കാതെ എതിരാളിയെ അടിച്ചു വീഴ്ത്തി, മുട്ടുകുത്തിക്കാൻ വെമ്പുന്ന രോഷാകുലനായ

15. മാഴ്സെൽ സെർദാൻ, (1916-49), പ്രശസ്ത ബോക്സിംഗ് ചാംപ്യൻ.
ചാൾസ് ഡിഗാൾ (1890-1970) - പ്രസിഡന്റ്, പ്രധാനമന്ത്രി, സൈന്യത്തലവൻ എന്നീ പല പദവികളുമേറ്റ് 1940-69 വരെ ഫ്രഞ്ച് രാഷ്ട്രീയരംഗത്ത് സജീവ പങ്കു വഹിച്ചു.

അധിപനുമാക്കി മാറ്റി. അതിനുശേഷം, എന്റെ സുഹൃത്തേ, നീതി ന്യായമാണ് എന്റെ തൊഴിൽ മേഖലയെന്നും ഞാൻ വിധവ കളെയും അശരണരെയും രക്ഷിക്കാൻ വിധിക്കപ്പെട്ടവനാ ണെന്നും അതിന്റേതായ ഗൗരവത്തോടെ വിശ്വസിക്കുക പ്രയാസ മാണ്.

മഴയുടെ ശക്തി കൂടിക്കൊണ്ടു വരുന്നു. സമയമുണ്ട്, സ്മരണ യിൽ നിന്നു വീണ്ടെടുത്ത വേറൊരു കണ്ടുപിടുത്തത്തെക്കുറിച്ചു കൂടി പറയട്ടെ. മഴയിൽനിന്നു മാറി ഈ ബെഞ്ചിലിരിക്കാം. നൂറ്റാണ്ടുകളായി ഈ കൈത്തോട്ടിൽ വീഴുന്ന ഈ മഴയെ ഇവിടി രുന്ന് പൈപ്പു പുകച്ചുകൊണ്ട് പലരും ഇങ്ങനെ നോക്കിയിരു ന്നിരിക്കും. അല്ലേ? അതു പോട്ടെ. ഇനി പറയാനുള്ളത് അല്പം വിഷമം പിടിച്ച കാര്യമാണ്. തുടക്കത്തിലേ പറയട്ടെ, സ്ത്രീകളുടെ കാര്യത്തിൽ ഞാനെന്നും വിജയിച്ചിട്ടേയുള്ളൂ, അതും വലിയ ബുദ്ധിമുട്ടു കൂടാതെ. വിജയിക്കുക എന്നുവെച്ചാൽ അവരെ സ ന്തോഷിപ്പിക്കുന്നതിലോ അവരു മൂലം ഞാൻ സന്തുഷ്ടനാവു ന്നതോ അല്ല ഞാൻ ഉദ്ദേശിക്കുന്നത്. സരളമായ രീതിയിലുള്ള ജയം. ആവശ്യാനുസരണം ഉദ്ദേശ്യങ്ങൾ സാധിച്ചെടുക്കാൻ എനിക്കു കഴിയുമായിരുന്നു. എനിക്ക് വശ്യത ഉണ്ടെന്നായിരുന്നു പൊതുവേ സംസാരം. ഹാ! വശ്യത! നിങ്ങൾക്കറിയാമോ വശ്യത എന്താണെന്ന്? വ്യക്തമായി ഒന്നും ചോദിക്കാതെ തന്നെ 'സമ്മതം' എന്നു മറുപടി ലഭിക്കുക, അതാണ് വശ്യത. അക്കാലത്ത് എന്റെ കാര്യത്തിൽ അതു സത്യമായിരുന്നു. നിങ്ങൾക്ക് അദ്ഭുതം തോന്നുന്നു, അല്ലേ? എന്റെ ഇപ്പഴത്തെ മുഖം വെച്ചു നോക്കിയാൽ അതു സ്വാഭാവികമാണു താനും. എന്തു ചെയ്യാം, ഒരു പ്രായ മൊക്കെ കഴിഞ്ഞാൽ ഓരോരുത്തനും സ്വന്തം മുഖത്തിനു ഉത്തരവാദിയായിത്തീരും. എന്റേത്... ആ... അതു പോട്ടെ. പക്ഷേ, ഇതു കാര്യമായിട്ടു തന്നെ പറയുകയാണ് കേട്ടോ, എനിക്കു വശ്യതയുണ്ടായിരുന്നു. ഞാനത് വേണ്ടവിധം മുതലെടുക്കുകയും ചെയ്തു.

കരുതിക്കൂട്ടിയൊന്നുമല്ല, മിക്കവാറും സദുദ്ദേശ്യത്തോടുകൂടി ത്തന്നെയായിരുന്നു എന്റെ നീക്കങ്ങൾ. സ്ത്രീകളുമായുള്ള എന്റെ ഇടപാട് സ്വാഭാവികമായിരുന്നു, സ്വതന്ത്രമായിരുന്നു, സരളമായി രുന്നു. ഒട്ടും കാപട്യമില്ല. അല്ല, പ്രത്യക്ഷമായ വിധത്തിലുള്ള കാപട്യത്തെ അവരൊക്കെ ബഹുമതിയായാണ് നോക്കിക്കണ്ടത്. ഞാനവരെ പ്രേമിച്ചു, പറഞ്ഞു കേട്ടിട്ടില്ലേ, ദിവ്യമായ പ്രേമം, അതു

തന്നെ. എന്നുവെച്ചാൽ ആരേയും ഞാനൊരിക്കലും പ്രേമിച്ചില്ലെന്ന്. സ്ത്രീവിദ്വേഷം അസഭ്യവും അസംബന്ധവുമാണെന്നാണ് എന്റെ അഭിപ്രായം. ഞാനിടപഴകിയ സ്ത്രീകളൊക്കെ എന്നേക്കാളും നല്ല വരാണെന്ന് ഞാൻ ദ്യോതിപ്പിച്ചു. എന്തായാലും ഇത്രയും ഉയരത്തിൽ കയറ്റിവെച്ച ശേഷം അവരെ പൂജിക്കുകയല്ല, ഉപയോഗിക്കുകയാണ് ഞാൻ ചെയ്തത്. അതെങ്ങനെയെന്നല്ലേ?

സത്യമായ പ്രേമം അനന്യമാണ്, ഒരു നൂറ്റാണ്ടിൽ ഏറിയാൽ രണ്ടോ മൂന്നോ തവണ സംഭവിച്ചേക്കാം. മറ്റതൊക്കെ വെറും പൊങ്ങച്ചം, മടുപ്പ്. എന്തായാലും ഞാൻ പോർട്ടുഗീസ് കന്യാസ്ത്രീയെപ്പോലെ, കഠിനഹൃദയനായിരുന്നില്ല. നേരെമറിച്ചായിരുന്നു, ആർദ്രഹൃദയൻ. കണ്ണീരു ചിന്താനും തയ്യാർ. പക്ഷേ, ഈ ക്ഷണികമായ വികാരവായ്പുകളെല്ലാം എപ്പോഴും എന്നെ കേന്ദ്രീകരിച്ചായിരുന്നു. ആർദ്രത എന്നോടായിരുന്നു. ഞാനാരേയും പ്രേമിച്ചില്ല എന്നത് ഒരു തരത്തിൽ സത്യമല്ല. ഞാൻ പ്രേമിച്ചു, എന്റെ ജീവിതത്തിലെ അതി മഹത്തായ പ്രേമം, അതിനു പാത്രീഭൂതമായത് ഞാനാണെന്നു മാത്രം. അങ്ങനെ നോക്കിയാൽ യുവത്വസഹജമായ ബുദ്ധിമുട്ടുകൾ തരണം ചെയ്ത് ഞാൻ വളരെ പെട്ടെന്നുതന്നെ എന്റേതായ വഴി തിരഞ്ഞെടുത്തു. ഭോഗേച്ഛ മാത്രമാണ് എന്റെ പ്രേമത്തിൽ മുന്നിട്ടു നിന്നത്. കീഴടക്കണം, ഇതേ എനിക്കു വേണ്ടിയിരുന്നുള്ളൂ. ഇതിന് പ്രകൃതി നിർല്ലോഭമായി നൽകിയ സൗന്ദര്യം എനിക്കു സഹായകമായി. എനിക്കിതിൽ ഗർവ്വു തോന്നിയിരുന്നു. അതിലൂടെ സംതൃപ്തി നേടിയെടുക്കുകയും ചെയ്തു. പക്ഷേ, ശാരീരിക സുഖങ്ങളായിരുന്നോ, ദുരഭിമാനമായിരുന്നോ സംതൃപ്തിക്കടിസ്ഥാനം എന്നെനിക്കറിയില്ല. തീർച്ചയായും, ഞാൻ വീണ്ടും പൊങ്ങച്ചം പറയുകയാണെന്ന് നിങ്ങൾ പറയും. ഞാനത് നിരാകരിക്കില്ല. അഭിമാനംകൊണ്ടല്ല, ഇതു പൊങ്ങച്ചമല്ല. സത്യമാണ് എന്നതുകൊണ്ടുമാത്രം.

എന്തായാലും എന്റെ ഭോഗേച്ഛ (എന്നേ സംബന്ധിച്ചേടത്തോളം) വളരെ സ്വാഭാവികമായിരുന്നു. പത്തു മിനിട്ടുനേരത്തെ വീരകൃത്യത്തിന് അച്ഛനമ്മമാരെ തള്ളിപ്പറയാനും ഞാനൊരുക്കമായിരുന്നു, പിന്നീട് ദുഃഖിക്കേണ്ടി വന്നാലും വേണ്ടില്ല. ഓ, അങ്ങനെയല്ല - *പ്രത്യേകിച്ച്* പത്തു മിനിട്ടു കാര്യത്തിന്, അതിന് അനുബന്ധങ്ങളൊന്നും ഇല്ലെങ്കിൽ കൂടുതൽ അഭികാമ്യം. ഞാനും ചില തത്ത്വങ്ങളൊക്കെ പാലിച്ചിരുന്നു. ഉദാഹരണത്തിന് സുഹൃത്തിന്റെ ഭാര്യ, പാടില്ല അവൾ വിശുദ്ധയാണ്. പക്ഷേ,

കുറച്ചു ദിവസം മുൻകൂട്ടിത്തന്നെ ആ ഭർത്താവുമായുള്ള ചങ്ങാത്തം ഞാൻ വേണ്ടെന്നു വെക്കും. ഇതിനെ ഭോഗേച്ഛ എന്നു പറയുന്നത് അത്ര ശരിയല്ല, അല്ലേ? ഭോഗേച്ഛയിൽ അറപ്പുളവാക്കുന്നതായി ഒന്നുമില്ല. നമുക്കു കുറച്ചുകൂടി സഹിഷ്ണുത കാണിക്കാം. ഇതിനെ ബലഹീനതയെന്നു വിളിക്കാം. പ്രേമത്തിൽ, ശാരീരികവേഴ്ചയിൽക്കവിഞ്ഞ് മറ്റൊന്നും കാണാനാവാത്ത ജന്മനായുള്ള ബലഹീനത. ഈ ബലഹീനത, എന്റെ സ്വതേയുള്ള മറവിശക്തിയുമായി കൂട്ടുചേർന്ന് എന്റെ സ്വാതന്ത്ര്യത്തിന് അനുകൂലമായി ഭവിച്ചു. കാഴ്ചയ്ക്ക് അപ്രാപ്യൻ, ഉലയ്ക്കാനാവാത്ത സ്വാതന്ത്ര്യബോധവുമുള്ളവൻ, രണ്ടും ചേർന്ന് പുതിയ വിജയങ്ങൾക്ക് വഴിയൊരുക്കി. ഞാനൊരു റൊമാന്റിക് ആയിരുന്നില്ല. പക്ഷേ, മറ്റു റൊമാന്റിക്കുകൾക്ക് പിടിപ്പതു പണിയുണ്ടാക്കിക്കൊടുത്തു. ഇക്കാര്യത്തിൽ നമ്മുടെ പെൺചങ്ങാതിമാർ ബോണപ്പാർട്ടിനെപ്പോലെയാണ്, മറ്റുള്ളവർ പരാജയപ്പെട്ടിടത്ത് തങ്ങൾക്കു വിജയം സുനിശ്ചിതമെന്ന് അവർ കരുതുന്നു.

ഈ ഇടപാടുകളിൽ ഭോഗാസക്തിയിൽക്കവിഞ്ഞ് മറ്റൊന്നിനെയും ഞാൻ തൃപ്തിപ്പെടുത്തി, ശൃംഗാരസല്ലാപങ്ങൾ. അതിനൊരു നിഷ്ക്കളങ്കതയുടെ ചുവയുണ്ടല്ലോ. ഈ ക്രീഡയിൽ പങ്കാളികളാകാൻ തയ്യാറാവുന്ന സ്ത്രീകളെ ഞാൻ വളരെ ഇഷ്ടപ്പെട്ടു. നോക്കൂ, പെട്ടെന്ന് മടുപ്പു തോന്നുന്ന പ്രകൃതമാണ് എന്റേത്. മാറ്റങ്ങൾ ഉണ്ടായിക്കൊണ്ടേയിരിക്കണം. എന്നാൽ മാത്രമേ എനിക്കു രസം പിടിക്കൂ. എത്ര പ്രഗത്ഭമതികളുടെ കൂട്ടമാണെങ്കിലും കുറച്ചുനേരം കഴിഞ്ഞാൽ എനിക്കു മടുപ്പു തോന്നും. വേദനിപ്പിക്കുന്ന ഒരു സത്യം പറയട്ടെ, ഐൻസ്റ്റൈനുമായുള്ള അഭിമുഖസംഭാഷണം വേണ്ടെന്നു വെച്ച് സുന്ദരിയായ പാട്ടുകാരിപ്പെണ്ണുങ്ങളുമായുള്ള പത്തു പ്രഥമ സമ്മേളനങ്ങൾക്ക് ഞാൻ തയ്യാറാവും. പക്ഷേ, പത്താമത്തെ തവണ ഞാൻ ഐൻസ്റ്റൈനു വേണ്ടിയോ അല്ലെങ്കിൽ ഗൗരവമുള്ള പുസ്തകത്തിനു വേണ്ടിയോ കേണെന്നു വരും. സുഖലോലുപതയുടെ ഇടവേളകളിലല്ലാതെ ജീവിതത്തിലെ വലിയ സംഘർഷങ്ങളൊന്നും എന്നെ കാര്യമായി ബാധിച്ചില്ല. എത്രയെത്ര തവണ നടപ്പാതയിൽ നിന്ന് സുഹൃത്തുക്കളോടൊപ്പം ചൂടുപിടിച്ച ചർച്ച നടത്തിക്കൊണ്ടിരിക്കെ, എനിക്കു വാദത്തിന്റെ തുമ്പു നഷ്ടപ്പെട്ടു. കാരണം അതിസുന്ദരിയായ ഒരു യുവതി ആ നിമിഷം പാത മുറിച്ചു കടക്കുന്നുണ്ടാകും.

അങ്ങനെ ഞാനാ കളി കളിച്ചു. എനിക്കറിയാമായിരുന്നു, മനസ്സിലിരുപ്പ് ഉടനടി വെളിപ്പെടുത്തുന്നത് അവർക്കിഷ്ടമല്ലെന്ന്.

ആദ്യം സംസാരം, പിന്നെ പ്രേമപൂർണ്ണമായ പരിചര്യകൾ, അതാണവരുടെ രീതി. വക്കീലായിരുന്ന എനിക്ക് സംസാരം പ്രശ്നമേ അല്ലായിരുന്നു. പിന്നെ അഭിനയം. പട്ടാളസേവനം ചെയ്യുന്ന കാലത്ത് ഞാൻ അഭിനയിക്കുമായിരുന്നു. ഒരേ നാടകം തന്നെയായിരുന്നെങ്കിലും എന്റെ വേഷം എപ്പോഴും മാറിക്കൊണ്ടേയിരുന്നു. “മനസ്സിലാക്കാനാവാത്ത ആകർഷണം”, “മാസ്മരികമായ എന്തോ ഒന്ന്”, “ഹോ! ഇത് അവിവേകമാണ്, ആകർഷിക്കപ്പെടണമെന്നേ എനിക്കില്ലായിരുന്നു, എനിക്ക് പ്രേമത്തോട് മടുപ്പായിരുന്നു”, ആവനാഴിയിലെ വളരെ പഴകിയ അടവുകളായിരുന്നെങ്കിലും ഇതൊക്കെ എല്ലായ്പ്പോഴും ശരിക്കും കൊണ്ടു. മറ്റൊന്നുകൂടി “ഇതു വരേക്കും മറ്റൊരു സ്ത്രീയും എനിക്കു തന്നിട്ടില്ലാത്ത മാസ്മരികമായ ആനന്ദം.” ഇതിത്തിരി ഇരുണ്ട ഇടവഴിയാണ് - അതേയതെ ശരിക്കും ഇവിടെ തടിതപ്പാനുള്ള വഴിയുമില്ല - പക്ഷേ, ഇതിനു സമാനമായി മറ്റൊന്നില്ല. എല്ലാത്തിനും ഉപരിയായി ഞാനൊരു കൊച്ചു പ്രസംഗവും തയ്യാറാക്കിയിരുന്നു. കേട്ടവരൊക്കെ അത് അണ്ണാക്കു തൊടാതെ വിഴുങ്ങി. നിങ്ങളും കൈയടിച്ചേനെ. അഭിനയത്തിലെ കാതലായ അംശം യാതനയും തിരസ്ക്കാരവും കലർന്ന ഉറച്ച പ്രഖ്യാപനമായിരുന്നു.

“ഞാനൊരു വട്ട പൂജ്യം, ഞാനുമായി സമ്പർക്കപ്പെടുന്നതു കൊണ്ട് ഒരു ഗുണവുമില്ല. എന്റെ ജീവിതം വേറെങ്ങോ ആണ്. ഇത്തരം ദൈനംദിന സന്തോഷങ്ങളുമായി അതിന് ഒരു ബന്ധവുമില്ല. അത്തരം സന്തോഷങ്ങളെ മറ്റെന്തിനേക്കാളുമേറെ ഞാൻ സ്വാഗതം ചെയ്തിരുന്നേനെ, പക്ഷേ, എന്തു ചെയ്യാം, വൈകിപ്പോയി.” വൈകിപ്പോയതിനുള്ള കാരണങ്ങളെ ഞാൻ രഹസ്യമാക്കി വെച്ചു. കിടക്ക പങ്കിടുമ്പോൾ അല്പം രഹസ്യം നല്ലതു തന്നെ. ഒരുതരത്തിൽ നോക്കിയാൽ ഈ പറഞ്ഞതൊക്കെ ഞാനും വിശ്വസിച്ചു. ഞാനെന്റെ സ്വന്തം വേഷം ആടുകയായിരുന്നു. എന്റെ പങ്കാളികളും എന്നോടൊപ്പം ആവേശപൂർവ്വം ചുവടുവെച്ചതിൽ അദ്ഭുതപ്പെടാനെന്തിരിക്കുന്നു? കൂട്ടത്തിൽ സംവേദനാശീലമുള്ളവർ എന്നെ മനസ്സിലാക്കിയെടുക്കാൻ ശ്രമിച്ചു. അതവരെ ഒരുതരം വിഷാദരോഗത്തിന് അടിമകളാക്കി. കളിയുടെ നിയമങ്ങൾ പാലിക്കുന്നവനും പ്രവർത്തിക്കു മുമ്പെ എല്ലാം തുറന്നു പറയാനുള്ള വകതിരിവുള്ളവനെന്നും കണ്ട് സംതൃപ്തരായ മറ്റു ചിലർ വളരെ വേഗം യാഥാർത്ഥ്യങ്ങളിലേക്കു തിരിച്ചു പോയി. ജയം എനിക്കായിരുന്നു. അതും ഇരട്ടജയം. എനിക്ക് അവരോടു തോന്നിയ ശാരീരിക ദാഹത്തിനു പുറമേ എന്റെ സ്വാനുരാഗവും

തൃപ്തിയടഞ്ഞിരിക്കുന്നു. കാരണം അവരുടെ മേൽ എനിക്കുള്ള പ്രത്യേക അധികാരം തെളിയിക്കപ്പെട്ടിരിക്കുന്നു.

ഇവരിൽ ചിലർ വലിയ സന്തോഷങ്ങളൊന്നും പ്രദാനം ചെയ്തില്ലെങ്കിലും നീണ്ട ഇടവേളകൾക്കു ശേഷം ഞാൻ അവരുമായി വീണ്ടും സമ്പർക്കപ്പെട്ടു. സുദീർഘമായ വിരഹവേളകൾ ആഗ്രഹത്തെ വളർത്തിയെടുക്കുമല്ലോ. പഴയ സമ്പർക്കം പുതുക്കാനായി മാത്രമല്ല, പഴയ ബന്ധനങ്ങൾ യഥാസ്ഥാനത്ത് ഉണ്ടോ എന്നറിയാനും കെട്ടുകൾ മുറുക്കാനുള്ള അവകാശം എന്റേതു മാത്രമാണെന്ന് രണ്ടാമതൊരിക്കൽക്കൂടി ഉറപ്പിക്കാനും. ചിലപ്പോൾ ഞാനവരെക്കൊണ്ട് സത്യം ചെയ്യിക്കും മറ്റൊരു പുരുഷനുമായി ബന്ധപ്പെടില്ലെന്ന്. ആ വഴിക്കുള്ള വേവലാതികൾ എന്നെന്നേക്കുമായി ഒഴിവാക്കാമല്ലോ. പക്ഷേ, ആവക വേവലാതികളൊന്നും എന്റെ മനസ്സിലെന്നല്ല ഭാവനയിൽ പോലും ഇല്ലായിരുന്നു. ഒരിക്കൽ എന്റേതായവൾ മറ്റൊരുത്തന്റേതാവുമെന്ന് വിചാരിക്കാൻ പോലും കഴിയാത്ത വിധം ഒരുതരം ജാടയുടെ മൂർത്തീഭാവമായി ഞാൻ മാറിയിരുന്നു. വസ്തുതകൾ മറിച്ചായിരുന്നെങ്കിലും അവരെടുത്ത പ്രതിജ്ഞ അവരെ ബന്ധനസ്ഥരാക്കിയെങ്കിലും എന്നെ സ്വതന്ത്രനാക്കി. അവരിനിയൊരിക്കലും മറ്റൊരാളുടേതാകില്ലെന്ന് തീർച്ചയായാലുടൻ ആ ബന്ധങ്ങൾ മുറിച്ചെറിയാൻ ഞാനൊരുങ്ങും. അല്ലെങ്കിൽ അതു അസാദ്ധ്യമായേനെ. ഈ സ്ത്രീകളുടെ കാര്യത്തിൽ എന്റെ കഴിവുകളൊക്കെ ഞാൻ എന്നെന്നേക്കുമായി തെളിയിച്ചിരിക്കുന്നു. അവരുടെ മേലുള്ള അവകാശം ഉറപ്പിച്ചിരിക്കുന്നു. ആശ്ചര്യം തോന്നുന്നുണ്ട്, അല്ലേ? എന്തു ചെയ്യാം, സുഹൃത്തേ, അങ്ങനെയായിരുന്നു കാര്യങ്ങളുടെ കിടപ്പ്. ചിലരു പറയും "എന്നെ സ്നേഹിക്കൂ", മറ്റു ചിലരോ "വേണ്ട, എന്നെ സ്നേഹിക്കേണ്ട", വേറൊരു പ്രത്യേക ജനുസ്സിൽ പെട്ടവരുണ്ട് അവരാണ് കൂട്ടത്തിൽ ഏറ്റവും അപകടകാരികളും അസന്തുഷ്ടരും "എന്നെ സ്നേഹിക്കേണ്ട, പക്ഷേ എന്നോടു വിശ്വാസവഞ്ചന കാട്ടരുത്."

പക്ഷേ, തെളിവുകളൊന്നും എന്നെന്നേക്കുമായുള്ളതല്ല. എന്നുവെച്ചാൽ ഓരോ പുതിയ വ്യക്തിക്കും വേണ്ടി അവ വീണ്ടും വീണ്ടും പുതുക്കിയെടുക്കേണ്ടതുണ്ട്. തുടരെത്തുടരെയുള്ള പുനരാവർത്തനങ്ങൾ കാരണം ഈ കളി എനിക്കു പഴക്കമായിത്തീർന്നു. ആലോചിക്കേണ്ട ആവശ്യമേ ഇല്ലാതെ, വാക്കുകളും പ്രവൃത്തികളും ഒന്നിനു പിറകെ ഒന്നായി സഹജമായി, യാന്ത്രികമായി

ഒഴുകി; ഈ ഒഴുക്ക് ആഗ്രഹമില്ലാഞ്ഞിട്ടുകൂടി സ്വീകരിക്കുന്ന നിലയിൽ എന്നെ എത്തിച്ചു. ഉള്ളതു പറയാമല്ലോ, ചില പുരുഷന്മാർക്ക്, ഭോഗേച്ഛ തോന്നിയില്ലെങ്കിലും സ്വീകരിക്കാതിരിക്കുക, ഈ ലോകത്തിലെ ഏറ്റവും കഠിനമായ കാര്യമാണ്.

ഒടുവിൽ ഇതാണ് സംഭവിച്ചത്, അവളാരാണെന്ന് നിങ്ങൾ അറിയേണ്ട കാര്യമില്ല. എന്നിൽ വലിയ ചലനങ്ങളൊന്നും ഉണ്ടാക്കിയില്ലെങ്കിലും അവളുടെ നിസ്പൃഹത, ഒരു പ്രത്യേക തീവ്രത എന്നെ കുറച്ചൊന്ന് ആകർഷിക്കാതിരുന്നില്ല. പ്രതീക്ഷിച്ചപോലെ ത്തന്നെ സംഗതി വളരെ വഷളായ വിധത്തിലാണ് കലാശിച്ചത്. പക്ഷേ, ഞാനതിനെപ്പറ്റി ഓർത്ത് കൂടുതലൊന്നും വിഷമിച്ചില്ല. ഇനിയൊരിക്കലും കാണാനിടയില്ലാത്ത ആ സ്ത്രീയെ പാടെ വിസ്മരിക്കുകയും ചെയ്തു. ഞാൻ കരുതിയത്, അവളൊന്നും ശ്രദ്ധിച്ചുകാണില്ലെന്നും സ്വന്തമായൊരു അഭിപ്രായം അവൾക്കുണ്ടാകില്ലെന്നുമാണ്. പിന്നെ എന്റെ നോട്ടത്തിൽ, ഉദാസീനത അവളെ ലോകത്തിൽ നിന്ന് അകറ്റി നിർത്തിയിരുന്നു. ഏതാനും ആഴ്ചകൾക്കുശേഷം എന്റെ പോരായ്മകളെപ്പറ്റി അവൾ മൂന്നാമതൊരാളോട് വിസ്തരിച്ചെന്ന് ഞാനറിഞ്ഞു. വഞ്ചിക്കപ്പെട്ടെന്ന തോന്നലാണ് എനിക്കുണ്ടായത്. ഞാൻ കരുതിയിരുന്നപോലെ അവൾ ഉദാസീനയോ വിമർശിക്കാനറിയാത്തവളോ ആയിരുന്നില്ല. സംഗതി ഞാൻ ചിരിച്ചു തള്ളിക്കളയാൻ ശ്രമിച്ചു, ഇതത്ര വലിയ കാര്യമല്ലെന്നു കാണിക്കാനായി ഉറക്കെ പൊട്ടിച്ചിരിക്കയും ചെയ്തു. ഏതെങ്കിലും രംഗത്ത് കുറച്ച് അടക്കവും ഒതുക്കവുമൊക്കെ അത്യാവശ്യമാണെന്നു വന്നാൽ അത് ലൈംഗികകാര്യങ്ങളിലാവും, അവിചാരിതമായ പലതും അവിടെ സംഭവിക്കാമല്ലോ. പക്ഷേ, അല്ല, നമ്മളോരോരുത്തരും ഏകാന്തതയിൽ പോലും ഞാനാണ് കേമൻ എന്നു വരുത്താൻ ശ്രമിക്കുന്നു. ചിരിച്ചു തള്ളിക്കളയാൻ ശ്രമിച്ചെങ്കിലും ശരിക്കും എങ്ങനെയാണ് ഞാൻ പ്രതികരിച്ചതെന്നോ? കേട്ടോളൂ. ഏതാനും സമയം കഴിഞ്ഞ് ഞാനവളെ വീണ്ടും കണ്ടു. അവളെ രസിപ്പിക്കാനും വീണ്ടെടുക്കാനും എന്നാൽ കഴിയുന്ന വിധത്തിൽ ശ്രമിച്ചു. അതത്ര ബുദ്ധിമുട്ടുള്ള കാര്യമായിരുന്നില്ല, കാരണം സ്ത്രീകൾക്കും ഇത്തരം കാര്യങ്ങൾ പരാജയത്തിലവസാനിക്കുന്നത് അരോചകമാണ്. ആ നിമിഷം മുതൽ മനഃപൂർവ്വമായിട്ടല്ലെങ്കിലും, ഞാനവളെ അവളെ കുത്തി നോവിക്കാൻ തുടങ്ങി. അനവസരങ്ങളിലും അനുചിതമായ ഇടങ്ങളിലും വെച്ച് എനിക്കു കീഴ്പ്പെടാൻ അവളെ നിർബന്ധിച്ചു. മൃഗീയമായി പെരുമാറി. ഒരു ജയിലർ തടവുപുള്ളിയോടെന്ന

വിധത്തിലായിരുന്നു. ഞാനവളുമായി ബന്ധപ്പെട്ടത്, ഇതു തുടർന്നു കൊണ്ടുപോയി, ഒടുവിൽ വേദനിപ്പിക്കുകയും ശ്വാസം മുട്ടിക്കുകയും ചെയ്യുന്ന ഹിംസാത്മകമായ ആനന്ദമൂർച്ഛയിൽ തന്നെ അടിമയാക്കിയ എന്നെ അവൾ വാഴ്ത്തുന്ന ദിവസം വരെ. ആ ദിവസം മുതൽ ഞാനവളിൽ നിന്ന് അകന്നു മാറി. ഇതിനകം ഞാനവളെ മറന്നുകഴിഞ്ഞിരിക്കുന്നു.

നിങ്ങൾ വലിയ മര്യാദക്കാരനാണല്ലോ, ഇത്രയായിട്ടും ഒരക്ഷരം പറഞ്ഞിട്ടില്ല. പക്ഷേ, എനിക്കറിയാം, നിങ്ങളുടെ മനസ്സിലെന്താണെന്ന്, ഇത് മഹാമോശമായ വീരകൃത്യമായിരുന്നെന്ന്, പക്ഷേ സ്വന്തം ജീവിതത്തെക്കുറിച്ച് ഒന്നാലോചിച്ചു നോക്കൂ. ചങ്ങാതീ, സ്മരണയിൽ തപ്പിനോക്കൂ, ചിലപ്പോൾ നിങ്ങളും ഇത്തരമൊരു സംഭവം കണ്ടെത്തിയെന്നു വരും, പിന്നീടെപ്പോഴെങ്കിലും അതു നിങ്ങളെന്നോടു പറയുമായിരിക്കും. എന്നെ സംബന്ധിച്ചേടത്തോളം ഈ സംഗതിയെപ്പറ്റിയുള്ള സ്മരണ വീണ്ടെടുത്തപ്പോൾ ഞാൻ പിന്നേയും ചിരിക്കാൻ തുടങ്ങി. പക്ഷേ, അതു മറ്റൊരുതരം ചിരിയായിരുന്നു. ഡാട്ട്സ് പാലത്തിനു കീഴെ നിന്നു കേട്ട തരത്തിലുള്ള ചിരി. കോടതിയിൽ ഞാൻ ഇന്നോളം നടത്തിയിട്ടുള്ള പ്രഭാഷണങ്ങളും വാദങ്ങളും ഓർത്താണ് ഞാൻ ചിരിച്ചുപോയത്. അതെ, കോടതിമുറിയിലെ ജല്പനങ്ങളോർത്ത്, സ്ത്രീകളോടു നടത്തിയ പ്രഭാഷണങ്ങളോർത്തല്ല. സ്ത്രീകളോട് ഞാൻ അധികമൊന്നും നുണ പറഞ്ഞിട്ടില്ല. എന്റെ സഹജമായ സ്വഭാവം, വ്യക്തമായെന്നല്ലാതെ അതിൽ കളവും ചതിയുമൊന്നുമുണ്ടായിരുന്നില്ല. പ്രേമിക്കൽ ഒരു തരത്തിൽ പറഞ്ഞാൽ കുമ്പസാരമാണ്, സ്വാർത്ഥത, സ്വയം വെളിപാടു നടത്തും. ജാട വെളിച്ചത്താകും, ഉദാരത മറ നീക്കി പുറത്തു വരും. ആ ഖേദകരമായ കഥയിൽ, മറ്റു ഇടപാടുകളെ അപേക്ഷിച്ച് ഞാൻ തുറന്നു പ്രഖ്യാപിച്ചു, പ്രവർത്തിച്ചു. അങ്ങനെ പ്രത്യക്ഷത്തിൽ നീതിക്കും നിരപരാധികൾക്കും വേണ്ടി പോരാടിയിരുന്ന ഔദ്യോഗിക ജീവിതത്തേക്കാളേറെ, സ്വകാര്യജീവിതത്തിൽ - പ്രത്യേകിച്ച് ഞാനീപ്പറഞ്ഞ പെരുമാറ്റം വെച്ചു നോക്കുമ്പോൾ - എനിക്കു കൂടുതൽ സത്യസന്ധതയുണ്ടെന്ന് വന്നിരിക്കുന്നു. ഞാൻ മറ്റുള്ളവരുമായി ഇടപഴകുന്ന വിധം കണ്ടറിഞ്ഞ് എന്റെ തനിനിറമെന്താണ് എന്നതിനെപ്പറ്റി ആത്മവഞ്ചന നടത്താനായില്ല. ആനന്ദം അനുഭവിക്കുന്ന സമയത്ത് ആർക്കും കാപട്യം കാണിക്കാനാവില്ല. ഇതു ഞാൻ എവിടെയോ വായിച്ചതാണോ അതോ എനിക്കു സ്വയം തോന്നിയതാണോ, സുഹൃത്തേ?

സ്ത്രീകളിൽ നിന്ന് എന്നെന്നേക്കുമായി വേർപെടാൻ ഞാൻ പെട്ടപാട് (അതിനായി ഒരേ സമയം മറ്റു പലരുമായി ബന്ധപ്പെടുകയും ചെയ്തെന്നതു മറ്റൊരു കാര്യം!) അതിന് ഞാനെന്റെ ലോലഹൃദയത്തെ ഒരിക്കലും കുറ്റപ്പെടുത്തിയില്ല. കാരണം, പ്രണയത്തിന്റെ അത്യുച്ചകോടിയിലെത്താനായി എന്നെ കാത്തു കാത്തിരുന്നു മുഷിഞ്ഞ ഒരുത്തി എന്നെ വിട്ടുപോകാൻ തുനിഞ്ഞപ്പോൾ എന്നെ ഉത്തേജിപ്പിച്ചത് അതായിരുന്നില്ല. ആ നിമിഷം ഞാനാളാകെ മാറി, പിന്നെ ഞാനാണ് മുൻകൈ എടുത്തത്, താണുകൊടുത്തത്, അവളെ പ്രീണിപ്പിച്ചത്, വാചാലനായത്, സ്നേഹവും മൃദുലഹൃദയവുമൊക്കെ അവളിലാണ് അങ്കുരിച്ചത്, ഞാനതൊക്കെ അഭിനയിച്ചെന്നേയുള്ളൂ. ഉവ്വ്. എനിക്കല്പം ഉദ്വേഗം തോന്നിയെന്നതു സത്യം; ഒരുപക്ഷേ, അവളെന്നെ തിരസ്കരിച്ചേക്കുമെന്ന ആശങ്ക, ഒരു ബന്ധം നഷ്ടപ്പെട്ടേക്കുമെന്ന ഭയം ഇടയ്ക്കൊക്കെ എനിക്കു തോന്നി തീർച്ചയായും എനിക്കും പീഡയനുഭവപ്പെടുന്നുണ്ടെന്ന്. പക്ഷേ, ആ ധിക്കാരി എന്നെ വിട്ടുപോയിരുന്നെങ്കിൽ ഞാനവളെ എളുപ്പം മറന്നിരുന്നേനെ, അവളടുത്തുള്ളപ്പോഴും വീണ്ടും തിരിച്ചു വന്നിരുന്നാലും തഥൈവ. തിരസ്കരിക്കപ്പെട്ടേക്കാം എന്ന പ്രതിസന്ധി വന്നപ്പോൾ പ്രേമമോ ഉദാരമനസ്കതയോ അല്ല എനിക്കു തോന്നിയത്. പ്രേമിക്കപ്പെടണമെന്ന വാഞ്ഛയും അതെന്റെ ജന്മാവകാശമാണെന്ന ബോധവുമാണ്. പ്രേമിക്കപ്പെട്ടു എന്നു തോന്നിയാൽ മതി, പങ്കാളിയെ ആ നിമിഷം ഞാൻ മറക്കും. പിന്നെ ഞാനങ്ങനെ വിലസും ഏറ്റവും നല്ല പ്രകടനം കാഴ്ചവെച്ചുകൊണ്ട്, ആരും മോഹിക്കുന്നവനായി.

ഒരു കാര്യം പറയട്ടെ, സ്നേഹവും പ്രേമവുമൊക്കെ വീണ്ടെടുത്തു കഴിഞ്ഞാൽ പിന്നെ അതെനിക്കു വല്ലാത്തൊരു ഭാരമായി അനുഭവപ്പെട്ടു. ചിലപ്പോൾ വല്ലാതെ നീരസം അനുഭവപ്പെടുന്ന നിമിഷങ്ങളിൽ എനിക്കു തോന്നും ഇതിന് ഏറ്റവും യോജിച്ച പരിഹാരം അവളുടെ മരണമാണെന്ന്. അവളുടെ മരണം, ഞങ്ങൾ തമ്മിലുള്ള ബന്ധത്തിനു പൂർണ്ണ വിരാമമിടും. എന്നെ ഈ ബന്ധനത്തിൽനിന്ന് മുക്തനാക്കുകയും ചെയ്യും. പക്ഷേ, ഇങ്ങനെ ഓരോരുത്തരുടെ മരണം കാംക്ഷിക്കുന്നതു ശരിയല്ലല്ലോ, സ്വന്തം സ്വാതന്ത്ര്യം അനുഭവിച്ചാസ്വദിക്കാനായി ഭൂലോകത്തിലെ മറ്റെല്ലാവരെയും കുടിയൊഴിപ്പിക്കണമെന്നു പറയുന്നതു അചിന്തനീയം തന്നെ. എന്റെ സംവേദനാശീലം ഇതിനെതിരാണ്, മനുഷ്യരാശിയോട് എനിക്കുള്ള സ്നേഹവും.

ഈ ഇടപാടുകളിൽ എനിക്കു തീവ്രമായി അനുഭവപ്പെട്ട ഒരേ യൊരു വികാരം നന്ദിയായിരുന്നു. എല്ലാം നല്ല പടിയായി നടക്കുക യാണെന്നു വരികിൽ ഒരുത്തിയുടെ കിടക്കവിട്ട് വെളിയിലെത്തി യാൽ എന്നോളം സന്തുഷ്ടനും ഉദാരമതിയും വേറുണ്ടാവില്ല. ആ ഒരുത്തിയോടുള്ള കടം ഞാൻ മറ്റു സ്ത്രീകൾക്കായി വീതിച്ചു കൊടുക്കുമ്പോലെ. എന്റെ വികാരങ്ങളും വിചാരങ്ങളും എത്ര തന്നെ സങ്കീർണ്ണമായിരുന്നാലും ഫലം വളരെ വ്യക്തമായിരുന്നു. ഈ ബന്ധങ്ങളെല്ലാം വേണ്ടപ്പോൾ എടുത്തുപയോഗിക്കാനാകും വിധം എപ്പോഴും എന്റെ കൈയകലത്തുണ്ടായിരുന്നു. എനിക്കു സസന്തോഷം ജീവിക്കണമെങ്കിൽ ഈ ഭൂതലത്തിലെ മനുഷ്യ രാശി മുഴുവനും അല്ലെങ്കിൽ, സിംഹഭാഗമെങ്കിലും എന്നിൽ മാത്രം കണ്ണുകൾ നട്ടിരിക്കണം, മറ്റു യാതൊരുവിധ കേടുപാടുകളു മില്ലാതെ, സ്വന്തമായി ഒരു നിലനില്പില്ലാതെ, ഏതു നിമിഷവും എന്റെ വിളികേൾക്കാൻ തയ്യാറായി, ചുരുക്കത്തിൽ അവരോട് അലിവു തോന്നുന്ന ദിവസം വരെ, ഉപയോഗശൂന്യരാകാൻ വിധിക്ക പ്പെട്ടവരായിരിക്കണം. ചുരുക്കത്തിൽ എനിക്കു സസന്തോഷം ജീവി ക്കാനായി, എനിക്കു താത്പര്യമുള്ള വ്യക്തികൾ ജീവിക്കുകയേ അരുത്. ഞാൻ വല്ലപ്പോഴും കനിഞ്ഞനുവദിച്ചെങ്കിൽ മാത്രമേ അവർക്കു ജീവിതമുള്ളൂ.

ഓ! ഇതൊക്കെ വിളിച്ചു പറയുന്നതുകൊണ്ട് എനിക്ക് ആത്മ സംതൃപ്തിയൊന്നും തോന്നുന്നില്ല. നിങ്ങളതു വിശ്വസിക്കണം. അക്കാലങ്ങൾ, ഒന്നിനും ഒരിക്കലും വില കൊടുക്കാതെ എല്ലാം ചോദിച്ചു വാങ്ങി അനുഭവിച്ച നാളുകൾ, എന്നെ സേവിക്കാനായി ഒരുപാടു പേരെ, അതായത് എന്റെ സൗകര്യമനുസരിച്ച് എപ്പോൾ വേണമെങ്കിലും എടുത്തുപയോഗിക്കാൻ പാകത്തിൽ റഫ്രിജി റേറ്ററിൽ സൂക്ഷിക്കുമ്പോലെ, ഒരുക്കി നിറുത്തിയ നാളുകൾ. അക്കാലങ്ങളെക്കുറിച്ചു ചിന്തിക്കുമ്പോൾ എന്തോ ഒരസാധാരണ വികാരം എന്നെ മൂടിപ്പൊതിയുന്നു. ഒരു വേള ലജ്ജയായിരിക്കും, അല്ലേ? പറയൂ സുഹൃത്തേ, ലജ്ജയ്ക്ക് അല്പം നീറ്റലില്ലേ? ഉവ്വ്? എന്നാലത് ലജ്ജ തന്നെയാവും, മാനാഭിമാനങ്ങളെ ചുറ്റിപ്പറ്റിയുള്ള പല നിസ്സാര വികാരങ്ങളിലൊന്ന്. എന്റെ സ്മൃതിമണ്ഡലത്തിലെ കേന്ദ്രസ്ഥാനത്ത് ഞാൻ കണ്ടെത്തിയ വീരകൃത്യത്തിനുശേഷം ഈ വികാരം എന്നെ വിട്ടുപിരിഞ്ഞിട്ടേയില്ല. എന്റെ ഭാവനാവിലാസ മനുസരിച്ച് – അതിനു നിങ്ങളെനിക്കു സമ്മാനം തന്നെന്നിരിക്കും – എത്രയൊക്കെ ചുറ്റിവളക്കാൻ ശ്രമിച്ചാലും, ആ സംഭവത്തെ പ്പറ്റിയുള്ള വിവരണം ഇനിയും എനിക്കു നീട്ടിവെക്കാനാകില്ല.

ഇതാ നോക്കൂ, മഴ നിന്നിരിക്കുന്നു. ദയവുചെയ്ത് എന്നോടൊപ്പം വീടുവരെ വരണം. എനിക്കെന്തോ അസാധാരണമായ തളർച്ച തോന്നുന്നു; അല്ലല്ല ഇത്രയൊക്കെ സംസാരിച്ചുകൊണ്ടല്ല, ഇനി പറയാനിരിക്കുന്നതിനെക്കുറിച്ച് ഓർത്താണ്. ഏതാനും വാക്കുകൾ മതിയാകും, ഞാൻ കണ്ടെത്തിയതിനെക്കുറിച്ച് പറയാൻ. അധികം പറഞ്ഞിട്ടെന്തു കാര്യം? പ്രഭാഷണങ്ങളൊക്കെ കാറ്റിൽ പറത്തിയാലല്ലേ പ്രതിമയുടെ തനി രൂപം കാണാനാവൂ. ഇതാ കേട്ടോളൂ. നവംബറിലെ ഒരു രാത്രി ഞാൻ ചിരി കേട്ടുവെന്നു പറഞ്ഞില്ലേ. അതിനു രണ്ടോ മൂന്നോ കൊല്ലം മുമ്പത്തെ കഥ. ഇടത്തേക്കരയിലൂടെ റോയാൽ പാലം വഴി ഞാൻ വീട്ടിലേക്കു മടങ്ങുകയായിരുന്നു. രാത്രി ഒരു മണിയായിക്കാണും. നേരിയ മഴ വീഴുന്നുണ്ടായിരുന്നു. ചാറ്റൽ മഴ എന്നതാവും കൂടുതൽ ശരി. അതു കാരണം പാതയിലെ ജനങ്ങൾ ചിന്നിച്ചിതറിക്കൊണ്ടിരുന്നു. ഞാൻ കാമുകിസമാഗമം കഴിഞ്ഞു വരികയായിരുന്നു. അവളിതിനകം സുഖനിദ്രയിലാണ്ടിരിക്കും. അല്പമൊരു തണുപ്പും മരവിപ്പും. മഴയത്തു നടക്കാൻ നല്ല രസം തോന്നി. പുറമെയുള്ള നനുത്ത മഴ പോലെത്തന്നെ സിരകളിലെ രക്തം എന്റെ ശരീരത്തെ തണുപ്പിച്ചു, ശാന്തമാക്കി. പാലത്തിനുമേൽ അഴികളിൽ പിടിച്ചു മുന്നോട്ടാഞ്ഞു നദിയിലേക്ക് ഉറ്റുനോക്കിനിന്നിരുന്ന കറുത്ത വസ്ത്രധാരിയുടെ പിന്നിലൂടെ വേണമായിരുന്നു എനിക്കു പോകേണ്ടത്. അടുത്തെത്തി, സൂക്ഷിച്ചു നോക്കിയപ്പോൾ അതൊരു മെലിഞ്ഞ സ്ത്രീയാണെന്നു മനസ്സിലായി. കറുത്തിരുണ്ട മുടിക്കും കറുത്ത കോട്ടിന്റെ കോളറിനും ഇടയിലായി അവളുടെ പിൻകഴുത്ത് കാണാമായിരുന്നു. നനഞ്ഞ, തണുത്ത പിൻകഴുത്ത്, എന്റെയുള്ളിൽ എന്തോ ഒരു ചലനം. ക്ഷണനേരം മടിച്ചു നിന്ന ശേഷം ഞാൻ മുന്നോട്ടു നടന്നു. പാലത്തിന്റെ അറ്റത്തെത്തി ഞാൻ സാമിഷേലിലേക്കുള്ള വഴിയിലേക്കു നീങ്ങി. അവിടെയായിരുന്നു എന്റെ താമസം. ഒരമ്പതടി നടന്നു കാണും, ഞാനൊരു ശബ്ദം കേട്ടു - ദൂരെയായിരുന്നെങ്കിലും അർദ്ധരാത്രിയുടെ നിശ്ശബ്ദതയിൽ അത് അവിടമെല്ലാം മുഴങ്ങി, ഒരു ശരീരം വെള്ളത്തിലേക്കു പതിക്കുന്ന ശബ്ദം. ഞാൻ തരിച്ചു നിന്നുപോയി. പക്ഷേ, പുറകോട്ടു തിരിഞ്ഞില്ല. ഏതാണ്ട് ഉടൻതന്നെ ഒരു കരച്ചിലും കേട്ടു. നദിയിൽ ഒഴുകിയകലവേ അത് പല തവണ ആവർത്തിക്കപ്പെട്ടു. പിന്നെ പെട്ടെന്ന് അതു നിന്നുപോയി. അതിനു ശേഷമുണ്ടായ നിശ്ശബ്ദതയ്ക്ക്, രാത്രി നിസ്തബ്ധയായി നിൽക്കേ, അവസാനമില്ലെന്നു തോന്നി. എനിക്ക് ഓടണമെന്നുണ്ടായിരുന്നു. പക്ഷേ,

ഒരിഞ്ചു നീങ്ങാനായില്ല. ഞാൻ വിറയ്ക്കുന്നുണ്ടായിരുന്നു, തണുപ്പും സംഭ്രമവും കൊണ്ട്. മനസ്സു പറഞ്ഞു "വേഗമാകട്ടെ", പക്ഷേ തടുക്കാനാവാത്ത തളർച്ച എന്നിൽ അരിച്ചുകയറി. അപ്പോഴെന്റെ മനസ്സിൽ എന്തായിരുന്നെന്ന് എനിക്കു വ്യക്തമായ ഓർമ്മയില്ല. "വൈകിപ്പോയി.... ഒരുപാടു ദൂരേയും...." അങ്ങനെയെന്തോ. നിശ്ചലനായി നിന്നുകൊണ്ട് ഞാൻ കാതോർക്കുകയായിരുന്നു. പിന്നെ, പതുക്കെ മഴയത്ത് ഞാൻ നടന്നു നീങ്ങി. ഞാനിതാരോടും പറഞ്ഞുമില്ല.

ഇതാ എത്തിപ്പോയി, ഇതാണെന്റെ വീട്, അഭയസ്ഥാനം. നാളെയോ? ഞാൻ നിങ്ങളെ മാർക്കൻ ദ്വീപിലേക്കു കൊണ്ടു പോകാം. സ്യൂഡെർസീ കാണണ്ടേ? പതിനൊന്നു മണിക്ക് *മെക്സികോ സിറ്റിയിൽ* കാണാം. എന്താ? ഓ! ആ സ്ത്രീ. എനിക്കറിഞ്ഞുകൂടാ അതിനടുത്ത ദിവസവും അതിനടുത്ത പല ദിവസങ്ങളിലും ഞാൻ പത്രം വായിച്ചില്ല.

# നാല്

**പാ**വകളുടെ ലോകം അല്ലേ? ഇവിടെ വൈചിത്ര്യങ്ങൾക്ക് ഒരു കുറവുമില്ല. പക്ഷേ, ചങ്ങാതി, ഈ വൈചിത്ര്യം കാണാനല്ല, ഞാൻ നിങ്ങളെ ഈ ദ്വീപിലേക്കു കൂട്ടിക്കൊണ്ടുവന്നത്. കൃഷിക്കാരുടെ തലപ്പാവുകളും മരംകൊണ്ടുള്ള പാദരക്ഷകളും അലങ്കരിക്കപ്പെട്ട സൗധങ്ങളും വാർണിഷു മണക്കുന്ന അതിനകത്തിരുന്ന് മുന്തിയതരം ചുരുട്ടു വലിക്കുന്നവരെയുമൊക്കെ ആരു വേണമെങ്കിലും നിങ്ങൾക്കു കാണിച്ചു തരും. മറിച്ച് എന്നെപ്പോലുള്ള ചിലർക്കു മാത്രമേ ഇവിടത്തെ കാതലായ അംശമെന്തെന്ന് നിങ്ങൾക്കു കാണിച്ചു തരാനാകൂ.

നമ്മളിതാ ചിറയ്ക്കടുത്ത് എത്താറായി, അതിലൂടെ നടന്നാലേ ഈ മനോഹര ഭവനങ്ങളിൽ നിന്നൊക്കെ വേറിട്ട് കഴിയുന്നത്ര ദൂരെ പോകാനാകൂ. വരൂ, നമുക്കിവിടെ ഇരിക്കാം. എന്തു തോന്നുന്നു നാകാരാത്മകമായ ഭൂപ്രദേശം, എന്തു മനോഹരം അല്ലേ? ഇടത്തോട്ടു നോക്കൂ, ചാരക്കൂനകൾ ഇവരിതിനെ കടൽക്കുന്നുകളെന്നു വിളിക്കുന്നു. അതിനപ്പുറം നരച്ച ചിറ, കാൽക്കീഴിൽ വിളറിയ കടൽത്തീരം, മുന്നിൽ വീര്യം കുറഞ്ഞ ക്ഷാര ലായനി പോലെ കടൽ. നിറമില്ലാത്ത കടൽപ്പരപ്പിനെ പ്രതിഫലിപ്പിക്കുന്ന ആകാശം. നരകം തന്നെ സംശയമില്ല. എല്ലാം പരന്നിട്ടാണ് വിരസതയകറ്റാനായി കുന്നോ കുഴിയോ ഇല്ല. വിശ്വവ്യാപിയായ വിസ്മൃതി, പ്രത്യക്ഷത്തിൽ ശാശ്വതമായ ശൂന്യത. ഒരൊറ്റ മനുഷ്യജീവിയില്ല, അതേ എല്ലാത്തിനും ഉപരി ഒരൊറ്റ മനുഷ്യജീവി പോലും ഇല്ല. ഒടുവിൽ ഈ വിജനമായ ഭൂതലത്തിൽ നിങ്ങളും ഞാനും മാത്രം. എന്താ ആകാശത്തിനു ജീവനുണ്ടെന്നോ? ശരിയാണ് നിങ്ങൾ പറയുന്നതു ശരിയാണ്, സുഹൃത്തേ. അതിനു കട്ടി കൂടുന്നു, കമാനാകൃതിയിൽ വളയുന്നു, കാറ്റിനു പോകാനുള്ള കുഴൽവഴികൾ തുറന്നു കൊടുക്കുന്നു, മേഘജാലകങ്ങൾ അടയ്ക്കുന്നു. അതാ, അവ പ്രാവുകളാണ്. നിങ്ങൾ ശ്രദ്ധിച്ചിട്ടില്ലേ,

ഹോളണ്ടിലെ ആകാശം നിറയെ ലക്ഷക്കണക്കിനു പ്രാവു കളുണ്ട്, അദൃശ്യരാണ്. കാരണം അവരങ്ങു വളരെ ഉയരത്തിലല്ലേ പറക്കുന്നത്. ഒരേ സമയത്ത് ഒന്നിച്ച് ഉയർന്നും താണും പറക്കുന്ന അവയുടെ ചിറകടി നഭോമണ്ഡലത്തെ ചാരനിറമുള്ള തൂവലുകൾ കൊണ്ട് നിറയ്ക്കുന്നു. കാറ്റ് അവയെ അങ്ങിങ്ങു പറത്തിക്കള യുന്നു. കൊല്ലം മുഴുവനും പ്രാവുകൾ മേലേ കാത്തിരിക്കയാണ്. ഭൂമിക്കു മുകളിലായി വട്ടമിട്ടു പറന്നുകൊണ്ട് അവ താഴേക്കു നോക്കുന്നു. അവയ്ക്ക് താഴേക്കു വരണമെന്നുണ്ട്. പക്ഷേ, ഇവിടെ കടലും കൈത്തോടുകളുമല്ലാതെ മറ്റെന്തുണ്ട് കടകളുടെ മുകളി ലാണെങ്കിൽ പരസ്യപ്പലകകൾ ഇറങ്ങിയിരിക്കാൻ ഒരിക്കലും ഒരു ശിരസ്സുണ്ടാവില്ല.

ഞാൻ പറഞ്ഞതു മനസ്സിലായില്ല അല്ലേ? സമ്മതിച്ചു, ഞാൻ ക്ഷീണിതനാണ്. പറഞ്ഞു വരുന്നതിന്റെ തുമ്പു വിട്ടു പോകുന്നു. എന്റെ സുഹൃത്തുക്കൾ ആമോദത്തോടെ പ്രശംസിക്കാറുണ്ടായി രുന്ന, എല്ലാം വ്യക്തമായിപ്പറയാനുള്ള ചാതുര്യം എനിക്കു നഷ്ട പ്പെട്ടിരിക്കുന്നു. ഞാൻ സുഹൃത്തുക്കൾ എന്നു പറഞ്ഞെന്നേയുള്ളൂ, എനിക്കിപ്പോൾ സുഹൃത്തുക്കളായി ആരുമില്ല, അതിനു പകരം കൂട്ടാളികളേയുള്ളൂ. അസംഖ്യം കൂട്ടാളികൾ, ഈ മനുഷ്യരാശി മുഴുവനും എന്റെ കൂട്ടാളികളാണ്. ഇതിൽ നിങ്ങളാണ് ഒന്നാമൻ. അടുത്തു നിൽക്കുന്നവനല്ലേ എപ്പോഴും ഒന്നാമനാകുക. എനിക്ക് സുഹൃത്തുക്കളില്ലെന്ന് എങ്ങനെ മനസ്സിലായെന്നോ? അതു വളരെ എളുപ്പമല്ലേ? അവരെയൊക്കെ ഒരു പാഠം പഠിപ്പിക്കാനായി, അവരെയൊക്കെ ശിക്ഷിക്കാനായി ആത്മഹത്യ ചെയ്യാൻ തീരു മാനിച്ച ദിവസമാണ് അതെനിക്കു മനസ്സിലായത്. പക്ഷേ ശിക്ഷി ക്കുകയോ, ആരെ? ചിലർക്ക് ആശ്ചര്യം തോന്നിയെന്നു വരും, പക്ഷേ ആർക്കും ശിക്ഷിക്കപ്പെട്ടതായി തോന്നില്ല. എനിക്കു മനസ്സിലായി എനിക്ക് സുഹൃത്തുക്കൾ ആരുമില്ലെന്ന്. അല്ല, ഉണ്ടാ യിട്ടും വലിയ ഗുണമൊന്നുമില്ല. ഞാൻ ആത്മഹത്യ ചെയ്തിരു ന്നെങ്കിൽ, അതിനുശേഷം എനിക്കവരുടെ പ്രതികരണം കാണാ നായെന്നു വരികിൽ, എങ്കിൽ ഈ കളിക്ക് ഒരു മെഴുകുതിരിയുടെ വിലയെങ്കിലും കാണുമായിരുന്നു. പക്ഷേ, ചങ്ങാതി, ഭൂമിക്കടിയിൽ ഇരുട്ടാണ്, ശവപ്പെട്ടിക്കു നല്ല കട്ടിയുണ്ട്, മുഖത്തിട്ട തുണിയിലൂടെ വെളിച്ചം കടക്കില്ല. ആ ഇനി ആത്മാവിന്റെ കണ്ണുകൾ - അതാ യത്, ആത്മാവുണ്ടെങ്കിൽ, അതിന് കണ്ണുകളുണ്ടെങ്കിൽ - അതു നമുക്ക് ഉറപ്പില്ല, ഉറപ്പിക്കാനാവില്ല. അങ്ങനെയല്ലെങ്കിൽ ഇതിനൊരു പരിഹാരമുണ്ടാകുമായിരുന്നു. നാം നമ്മെത്തന്നെ കുറച്ചുകൂടി

ഗൗരവമായി എടുത്തിരുന്നേനെ. നിങ്ങളുടെ കാരണങ്ങളെപ്പറ്റിയും ആത്മാർത്ഥതയെപ്പറ്റിയും യാതനകളുടെ ഗുരുതരാവസ്ഥയെ പ്പറ്റിയും ആൾക്കാർക്ക് ഒരിക്കലും വിശ്വാസം വരുകയേയില്ല, നിങ്ങൾ മരിച്ചാലല്ലാതെ. അതായത് നിങ്ങൾ ജീവിച്ചിരിക്കുന്നേട ത്തോളം കാലം നിങ്ങളുടെ കേസ് സന്ദേഹാസ്പദമാണ്. മറ്റുള്ള വരുടെ അവിശ്വാസത്തിനേ നിങ്ങൾക്ക് അർഹതയുള്ളൂ. അതു കൊണ്ട്, ഈ പ്രഹസനമൊക്കെ കണ്ടു രസിക്കാനാകും എന്നു തീർച്ചയുണ്ടെങ്കിൽ, അവർ വിശ്വസിക്കാൻ കൂട്ടാക്കാത്തതൊക്കെ ശരിയായിരുന്നുവെന്ന് തെളിയിച്ചു കൊടുക്കുന്നതിൽ, അവരെ അന്ധാളിപ്പിക്കുന്നതിൽ അർത്ഥമുണ്ട്. പക്ഷേ, നിങ്ങൾ ആത്മ ഹത്യ ചെയ്തു കഴിഞ്ഞിരിക്കുന്നു. ഇനി അവർ വിശ്വസിച്ചാലും ഇല്ലെങ്കിലും അതുകൊണ്ടെന്തു കാര്യം? അവരുടെ അന്ധാളിപ്പോ, പശ്ചാത്താപമോ (ക്ഷണികമെങ്കിലും) കാണാൻ, സ്വന്തം ശവമട ക്കിനു സാക്ഷ്യം വഹിക്കാൻ (എല്ലാവരുടെയും മോഹം അതാ ണെങ്കിലും) നിങ്ങൾക്കാവില്ലല്ലോ. അതുകൊണ്ട് സന്ദേഹാസ്പദ മായ കേസായി നിലനിൽക്കാൻ താത്പര്യമില്ലെങ്കിൽ നിലനില്പു തന്നെ വേണ്ടെന്നു വെക്കേണ്ടി വരും.

ഒരു തരത്തിൽ നോക്കിയാൽ കാണാനാവാത്തതാണ് കൂടുതൽ മെച്ചം. അല്ലെങ്കിൽ അവരുടെ അവഗണന നമ്മെ കൂടുതൽ പീഡി പ്പിച്ചേനെ. ഇഷ്ടകാമുകനെ (അയാൾ മഹാ വിരുതനായിരുന്നു) വിവാഹം കഴിക്കാൻ സമ്മതിക്കാഞ്ഞ അച്ഛനോട് മകൾ കയർത്തു "നിങ്ങളിതിനു വലിയ വില കൊടുക്കേണ്ടി വരും." അവൾ ആത്മ ഹത്യ ചെയ്തു. പക്ഷേ, അച്ഛനൊരു വിലയും കൊടുക്കേണ്ടി വന്നില്ല. മൂന്നു ഞായറാഴ്ചകൾ കഴിഞ്ഞ് അയാൾ നദിയിലേ ക്കിറങ്ങി. ജലനിരപ്പിനു മുകളിലേക്കു ചാടുന്ന മത്സ്യങ്ങളെ പിടി ക്കുകയായിരുന്നു അയാളുടെ വിനോദം. അയാളതിൽ മുഴുകി. "എല്ലാം മറക്കാൻ" അയാൾ പറഞ്ഞു. അതു ശരിയായിരുന്നു അയാളതൊക്കെ ക്രമേണ മറന്നു. സത്യം പറഞ്ഞാൽ അതല്ലേ നാട്ടുനടപ്പ്? അതിനു വിപരീതമായി എന്തെങ്കിലും സംഭവിച്ചാലേ അദ്ഭുതപ്പെടാനുള്ളൂ? ഭാര്യയെ ശിക്ഷിക്കാനാണ് നിങ്ങൾ ആത്മ ഹത്യ ചെയ്തതെന്ന് നിങ്ങൾ കരുതുന്നു. സത്യത്തിൽ നിങ്ങള വളെ സ്വതന്ത്രയാക്കുകയായിരുന്നു. അതു കാണാതിരിക്കുന്നതല്ലേ ഭേദം? ഇതിനു പുറമേ, നിങ്ങളുടെ കൃത്യത്തിന് അവർ നൽകുന്ന വിശദീകരണങ്ങൾ കേൾക്കേണ്ടി വരും. എന്റെ കാര്യത്തിൽ അവർ പറയാനിടയുള്ളത് എനിക്ക് ഇപ്പഴേ കേൾക്കാം. "പാവം... സഹി ക്കാനായില്ല." എന്റെ ചങ്ങാതി, മനുഷ്യരുടെ ഭാവനാവിലാസം

ഇത്രയും ദരിദ്രമോ? ആത്മഹത്യക്ക് ഒരേയൊരു കാരണമേ അവർക്കു കാണാനാകൂ. അതെന്താ രണ്ടു കാരണങ്ങൾ ഉണ്ടായിക്കൂടെ? ഹേയ്, ആ വഴിക്കൊന്നും അവരുടെ ചിന്ത പോവുകയേയില്ല. നിങ്ങളുദ്ദേശിച്ച പോലല്ല അവർ നിങ്ങളെപ്പറ്റി വിചാരിക്കുക, അപ്പോൾ പിന്നെ കരുതിക്കൂട്ടി സ്വയം കുരുതി കൊടുത്തിട്ട് എന്തു കാര്യം? നിങ്ങൾ മരിച്ചു കഴിഞ്ഞാൽ അവരതിൽനിന്നും മുതലെടുക്കും. നിങ്ങളുടെ ചെയ്തിക്ക് അസഭ്യവും അസംബന്ധവുമായ കാരണങ്ങൾ കണ്ടെത്തും. രക്തസാക്ഷികൾക്ക് ഈ മൂന്നിലൊന്ന് തിരഞ്ഞെടുക്കേണ്ടി വരും വിസ്മരിക്കപ്പെടുക, പരിഹസിക്കപ്പെടുക, മുതലെടുക്കപ്പെടുക. എന്താ പറഞ്ഞത്, മനസ്സിലാക്കുകയോ? അതു നടപ്പുള്ള കാര്യമേയല്ല.

നമ്മളെന്തിന് വെറുതെ കാടു കയറുന്നു? ഞാൻ ജീവിതവുമായി പ്രേമത്തിലാണ്. അതാണ് ശരിക്കും എന്റെ ദൗർബല്യം. ഇത്രയും തീവ്രമായ പ്രേമം കാരണം, ജീവിതമില്ലാത്ത ഒരവസ്ഥയെക്കുറിച്ച് എനിക്കു സങ്കല്പിക്കാൻ പോലും വയ്യ. ഇത്തരം ആർത്തി പാമരന്മാർക്കേ കാണൂ അല്ലേ. മഹാന്മാർ എപ്പോഴും ജീവിതത്തിൽ നിന്ന് അല്പം അകലം പാലിക്കും, വേണമെങ്കിൽ മരിക്കാനും അവർ തയ്യാറാണ്, അവരെ ഒടിക്കാം, വളക്കാനാവില്ല. പക്ഷേ, ഞാൻ വളയും. കാരണം എനിക്ക് എന്നെ ഇഷ്ടമാണ്. ഞാൻ നിങ്ങളോടു പറഞ്ഞ ഇക്കണ്ട കാര്യങ്ങൾക്കു ശേഷം, എനിക്ക് എന്തു തോന്നിയെന്നാണ് നിങ്ങളുടെ അഭിപ്രായം? എന്നോടു തന്നെ അവജ്ഞയോ? അല്ലേയല്ല, മറ്റുള്ളവരോടാണ് എനിക്കു മടുപ്പു തോന്നിയത്. ശരിയാണ് എനിക്കു പലേ പോരായ്മകളുമുണ്ട്. ഞാനതിൽ ഖേദിക്കുന്നുമുണ്ട്. പക്ഷേ, ഞാനതൊക്കെ മറക്കുന്നു, മറന്നുകൊണ്ടേയിരിക്കുന്നു, ഒരു തരം പ്രശംസാർഹമായ ദുശ്ശാഠ്യത്തോടെ. പക്ഷേ, മറ്റുള്ളവരുടെ കുറ്റവിചാരണ എന്റെ മനസ്സിൽ നിരന്തരം നടന്നുകൊണ്ടേയിരിക്കുന്നു. എന്താ കേട്ട് ഞടുങ്ങിപ്പോയോ. ഇതിൽ യുക്തിയില്ലെന്നാണോ നിങ്ങളുടെ പക്ഷം. പക്ഷേ, യുക്തിയുടെ പ്രശ്നം ഇവിടെ ഉദിക്കുന്നില്ല. പ്രശ്നം എങ്ങനെ വഴുതി മാറാനാവും എന്നതാണ്, എല്ലാത്തിനും ഉപരി എങ്ങനെ കുറ്റവിചാരണ ഒഴിവാക്കാം എന്നതാണ്. ശിക്ഷ ഒഴിവാക്കണമെന്നല്ല ഞാൻ പറയുന്നത്, കുറ്റവിചാരണയില്ലാതെ ശിക്ഷ ലഭിക്കുന്നത് സഹിക്കാവുന്നതാണ്, അതിനൊരു പേരുണ്ടല്ലോ, നിർഭാഗ്യം. പിന്നെ അതു നിങ്ങളുടെ നിരപരാധിത്വത്തിനുള്ള തെളിവുകൂടിയാണ്. നേരെ മറിച്ച്, വിചാരണ ഒഴിവാക്കുന്ന കാര്യമാണ് പറയുന്നത്, ഒരിക്കലും വിചാരണയ്ക്ക്

വിധേയനാകാതിരിക്കുക, ഒരിക്കലും വിധിപ്രഖ്യാപനം ഉണ്ടാവാതിരിക്കുക.

പക്ഷേ, അത്ര എളുപ്പത്തിൽ വഴുതി മാറാനാവില്ല. ഇന്നത്തെക്കാലത്ത് നമ്മൾ മറ്റുള്ളവരെ കുറ്റവിസ്താരം ചെയ്യാൻ, അവിഹിതബന്ധത്തിലേർപ്പെടാനെന്നപോലെ, സദാ സന്നദ്ധരാണ്. ഒരൊറ്റ വ്യത്യാസമേയുള്ളൂ, ഇവിടെ സ്വന്തം പോരായ്മകളെക്കുറിച്ച് ആശങ്കകളേ വേണ്ട. സംശയമുണ്ടെങ്കിൽ വേനൽക്കാലത്ത് ഇവിടത്തെ ഹോട്ടലുകളിൽ സമയം കൊല്ലാനെത്തുന്ന സഹജീവികളുടെ വട്ടമേശ സമ്മേളനം ശ്രദ്ധിക്കൂ. ഇനിയും സംശയമുണ്ടെങ്കിൽ നമ്മുടെ സമകാലീന മഹാന്മാരുടെ ലേഖനങ്ങൾ ഒന്നു വായിച്ചു നോക്കൂ. എന്തിനേറെ, സ്വന്തം കുടുംബത്തെ നിരീക്ഷിക്കൂ, നിങ്ങൾക്ക് ഒന്നോ രണ്ടോ കാര്യങ്ങൾ പഠിക്കാനാകും. എന്റെ ചങ്ങാതീ, നമ്മെ വിസ്തരിക്കാനുള്ള ഒരു കൊച്ചു പഴുതു പോലും കൊടുക്കരുത്. കൊടുത്താൽ അവർ നമ്മെ പിച്ചിച്ചീന്തി നാരുകളാക്കും. സിംഹക്കൂട്ടിനകത്തു കയറുന്ന മൃഗപരിശീലകനെപ്പോലെ നമ്മളും മുൻ കരുതലുകളെടുക്കണം. നിർഭാഗ്യത്തിന് എന്നെങ്കിലും ഒരു ദിവസം കൂട്ടിൽ കയറുന്നതിനു മുമ്പ് താടി വടിക്കുമ്പോൾ അയാൾക്ക് ഇത്തിരി മുറിഞ്ഞെന്നിരിക്കട്ടെ, അന്ന് മൃഗങ്ങൾക്ക് കുശാലായ സദ്യയാവില്ലേ? എനിക്കിതെന്നാണ് മനസ്സിലായതെന്നോ, എല്ലാവരും വിചാരിക്കും പോലെ അത്ര ബഹുമാന്യനല്ല ഞാൻ എന്നു സംശയം തോന്നിയ ദിവസം അന്നു മുതൽ ഞാൻ ശങ്കാലുവായി. അല്പം രക്തം പൊടിയുന്നുണ്ടായിരുന്നതിനാൽ എനിക്കു രക്ഷയുമില്ലെന്നു വന്നു. അവരെന്നെ ആർത്തിയോടെ ഭക്ഷിക്കും.

എന്റെ സമകാലീനരുമായുള്ള ബന്ധം പുറമേക്ക് അതേപടി നിലനിന്നു. പക്ഷേ, എന്തോ ചില താളപ്പിഴകളുണ്ടെന്ന തോന്നൽ. എന്റെ സുഹൃത്തുക്കളിൽ മാറ്റമൊന്നും കണ്ടില്ല. അവർ പഴയ പോലെ എന്റെ ചങ്ങാത്തം കൊണ്ട് അവർക്കു അനുഭവപ്പെടുന്ന സുരക്ഷിതാബോധത്തെയും കൂട്ടായ്മയേയും കുറിച്ച് വാനോളം പുകഴ്ത്തി. പക്ഷേ, എനിക്ക് അപസ്വരങ്ങൾ മാത്രമേ കേൾക്കാനായുള്ളൂ. അസ്വസ്ഥത എന്നിൽ നിറഞ്ഞു നിന്നു, ഞാൻ നിസ്സഹായനാണെന്ന തോന്നൽ പരസ്യവിചാരണയ്ക്കായി എന്നെ കൈപിടിച്ചു നിറുത്തിയ പോലെ. എന്റെ ദൃഷ്ടിയിൽ എന്റെ സഹജീവികൾ എനിക്കു പഴക്കവും പരിചയവുമുള്ള മാന്യന്മാരല്ലാതായിത്തീർന്നു. ഞാൻ കേന്ദ്രബിന്ദുവായിരുന്ന വ്യൂഹം ഭേദിക്കപ്പെട്ടിരിക്കുന്നു. അതിലെ അംഗങ്ങളെല്ലാം വിധികർത്താക്കളുടെ നീണ്ട

നിരയായി എന്റെ മുന്നിൽ സ്ഥാനം പിടിച്ചിരിക്കുന്നു. വിചാരണയ്ക്ക് വിധേയനാകാൻ മാത്രം എന്തോ എന്നിലുണ്ടെന്നതോടൊപ്പം എനിക്ക് മറ്റൊന്നു കൂടി ബോദ്ധ്യമായി. കുറ്റവിചാരണ ഇവരുടെയൊക്കെ അദമ്യമായ തൊഴിലാണ്. അവരൊക്കെ മുമ്പത്തേപ്പോലെത്തന്നെയായിരുന്നു. പക്ഷേ, ചിരിക്കുന്നുണ്ടായിരുന്നോ, എനിക്കു തോന്നി, ഞാൻ കണ്ടുമുട്ടിയ ഓരോരുത്തനും ഒരു നിഗൂഢസ്മിതത്തോടെയാണ് എന്റെ നേരെ നോക്കിയതെന്ന്. അവരെന്നെ വീഴ്ത്താൻ ശ്രമിക്കയാണെന്നു പോലും പലപ്പോഴും എനിക്കു തോന്നി. രണ്ടോ മൂന്നോ തവണ പൊതുസ്ഥലത്തുവെച്ച് എന്റെ കാലുകളിടറുകയുണ്ടായി. ഒരിക്കൽ ഞാനങ്ങ് മുഴുവനായും വീണുപോകയും ചെയ്തു. പക്ഷേ, എന്നിലെ യുക്തിവാദിയായ ഫ്രഞ്ചുകാരൻ ഉടൻ സമനില വീണ്ടെടുത്തു. യാദൃച്ഛികത യുക്തിക്കു ബോധിക്കുന്ന ഒരേയൊരു ദേവത, എല്ലാത്തിനും അവളാണ് ഉത്തരവാദി. എന്നാലും ശങ്ക അതേപടി നിലനിന്നു.

ജാഗരൂകനായപ്പോൾ എനിക്ക് ശത്രുക്കളുണ്ടെന്ന വസ്തുത കണ്ടെത്താൻ അധികം വിഷമിക്കേണ്ടി വന്നില്ല. ആദ്യം തൊഴിൽ രംഗത്തും പിന്നെ പൊതുജീവിതത്തിലും. അവരിൽ ചിലരെ ഞാൻ സഹായിച്ചിരുന്നു. മറ്റു ചിലരെ സഹായിക്കേണ്ടതായിരുന്നു. അതൊക്കെ സർവ്വസാധാരണമല്ലേ. അതിലൊന്നും എനിക്ക് വലിയ ദുഃഖമൊന്നും തോന്നിയില്ല. പക്ഷേ, തീരെ അപരിചിതർ അല്ലെങ്കിൽ പേരിനു മാത്രം പരിചയമുള്ളവർ അവർക്കിടയിൽ പോലും എനിക്ക് ശത്രുക്കളുണ്ടെന്നുള്ള വസ്തുത അംഗീകരിക്കേണ്ടി വന്നത്, എന്നെ കഠിനമായി മുറിവേല്പിച്ചു. ഞാൻ മുമ്പൊരിക്കൽ സൂചിപ്പിച്ചല്ലോ, എന്റെ നിഷ്കളങ്കതയെപ്പറ്റി, അപരിചിതർക്കു പോലും, ഒരിക്കൽ പരിചയപ്പെട്ടാൽ പിന്നെ എന്നെ ഇഷ്ടപ്പെടാതിരിക്കാനാവില്ലെന്ന്, സത്യം പക്ഷേ അങ്ങനെയല്ലേയല്ലായിരുന്നു. എനിക്കു തീരെ പരിചയമില്ലാതിരുന്ന, എന്നെ അല്പം ദൂരം നിന്നു മാത്രം പരിചയമുണ്ടായിരുന്നവർക്കായിരുന്നു എന്നോട് കൂടുതൽ വിദ്വേഷം. ഞാനങ്ങ് ആഹ്ലാദോന്മത്തനായി, സുഖലോലുപനായി തിമർത്തു ജീവിക്കുന്നവനാണെന്ന്, തീർച്ചയായും അവർ സംശയിച്ചു: അത്തരക്കാരന് മാപ്പു കൊടുക്കാനാവില്ല. വിജയീഭാവം ഒരു പ്രത്യേകതരത്തിലാണ് നിങ്ങൾ പ്രകടിപ്പിക്കുന്നതെങ്കിൽ അതു കോവർ കഴുതയെപ്പോലും രോഷാകുലനാക്കും. എന്റെ ജീവിതം എല്ലാ വിധത്തിലും നിറഞ്ഞു വീർത്ത് ഇപ്പോൾ പൊട്ടുമെന്ന മട്ടിലായിരുന്നു. സമയം തീരെ മതിയാവാത്ത നില, അതിനാൽ

മറ്റു പലരുടെയും ക്ഷണങ്ങൾ എനിക്കു നിരസിക്കേണ്ടി വന്നു. ആ ക്ഷണങ്ങളെ അതേ കാരണം കൊണ്ടുതന്നെ ഞാനുടനെ മറക്കുകയും ചെയ്തു. പക്ഷേ, എന്നെ ക്ഷണിച്ചവരുടെ ജീവിതങ്ങൾ നിറഞ്ഞിരുന്നില്ല, അതേ കാരണം കൊണ്ട് ഞാൻ നിരസിച്ചത് അവർ മറന്നതേയില്ല.

ഉദാഹരണത്തിന്, സ്ത്രീകളുടെ കാര്യത്തിലാണ് എനിക്കു വലിയ വില കൊടുക്കേണ്ടി വന്നത്. അവർക്കുവേണ്ടി സമർപ്പിച്ച സമയം പുരുഷന്മാർക്കു കൊടുക്കാനായില്ല. അക്കാരണത്താൽ പുരുഷന്മാരെന്നോട് പൊറുത്തതേയില്ല. വേറെന്താണ് വഴി? നിങ്ങളുടെ വിജയങ്ങളും സന്തോഷങ്ങളും മറ്റുള്ളവർ അംഗീകരിച്ച് മാപ്പാക്കണമെങ്കിൽ നിങ്ങളതൊക്കെ അവരുമായി ഉദാരമായി പങ്കു വെക്കണം. പക്ഷേ, സന്തോഷമായി ജീവിക്കണമെങ്കിൽ മറ്റുള്ള വരുമായി അധികമൊന്നും ഇടപെടുകയുമരുത്. അതായത് രക്ഷപ്പെടാനാവില്ല. സന്തുഷ്ടനാണോ, കുറ്റവിസ്താരം നടക്കും. ദുരിത ദശയാണോ, എല്ലാ കുറ്റങ്ങളും മാപ്പാക്കിയിരിക്കുന്നു. എന്നോടവർ കാണിച്ച അനീതി അതിലും വലുതായിരുന്നു. പണ്ടെന്നോ നേടി യെടുത്ത വിജയങ്ങൾക്കായാണ് അവരെന്നെ കുറ്റക്കാരനാക്കിയത്. ഒരുപാടു കാലമായി എല്ലാവർക്കും സർവ്വസമ്മതനാണെന്ന ഭാവത്തോടെ, അശ്രദ്ധനായി, സുസ്മേരവദനനായി ജീവിച്ചു പോന്ന എന്റെ മേൽ എല്ലാ ദിശകളിൽനിന്നും കുറ്റാരോപണങ്ങളുടെയും പരിഹാസങ്ങളുടെയും ശരവർഷം നടക്കുകയായിരുന്നു. ജാഗ്രത വീണ്ടെടുത്ത ഒരു ദിവസം എനിക്കെല്ലാം വ്യക്തമായി, എല്ലാ മുറിവുകളും, ഒരേ സമയം ഏറ്റുവാങ്ങി, എന്റെ എല്ലാ ശക്തിയും ഒറ്റയടിക്ക് ചോർന്നു പോയി. പ്രപഞ്ചമാകെ എന്നെ നോക്കി പൊട്ടിച്ചിരിക്കാൻ തുടങ്ങി.

ജീവനുള്ള ഒരു മനുഷ്യനും ഇതു സഹിക്കാനാവില്ല - (ഋഷി, മുനിമാർക്കൊഴികെ. അവർ ശരിയായ അർത്ഥത്തിൽ ജീവിക്കുന്നവരല്ലല്ലോ) ദ്രോഹചിന്ത അതൊന്നേ പ്രകടിപ്പിക്കാനാവൂ. മറ്റു ള്ളവർ നിങ്ങളെ വിസ്തരിക്കുന്നതിനു മുമ്പ് അവരെ വിസ്തരിക്കുക. എന്തു നടക്കുമെന്നാണ് നിങ്ങളുടെ അനുമാനം? സ്വാഭാവികമായും വളരെ സഹജമായി മനുഷ്യനു തോന്നുന്നതെന്താണ്, താൻ നിരപരാധിയാണെന്ന്. ഈ വീക്ഷണകോണു വെച്ചു നോക്കി യാൽ നമ്മളൊക്കെ ബൂഷെവാഡിലെ ആ ഫ്രഞ്ചുകാരനെപ്പോ ലാണ്. തടവിലെടുക്കപ്പെട്ട അയാളുടെ വരവുവിവരങ്ങൾ എഴുതി ക്കൊണ്ടിരുന്ന ക്ലർക്കിനോട് തനിക്കൊരു പരാതി നൽകാനുണ്ടെന്ന്

അയാൾ ശഠിച്ചു. "പരാതിയോ, എടോ കിഴവാ, അതൊന്നും ഇവിടെ പറ്റില്ല." "പക്ഷേ സാർ, എന്റെ കേസ് അസാധാരണമാണ്, ഞാൻ നിരപരാധിയാണ്."

നമ്മുടെ ഏവരുടെയും കേസുകൾ അസാധാരണങ്ങളാണ്. നമ്മളിലോരോരുത്തരും താൻ നിരപരാധിയാണെന്നു ശഠിക്കുന്നു. എന്തു വില കൊടുക്കേണ്ടി വന്നാലും ശരി, മനുഷ്യരാശിയെ മുഴുവനും, സ്വർഗ്ഗത്തെത്തന്നെയും കുറ്റപ്പെടുത്തേണ്ടി വന്നാലും ശരി. ഒരുത്തനോട്, "ഹോ! ഈ ബുദ്ധിയും ദാനശീലവുമൊക്കെ വളർത്തിയെടുക്കാൻ വളരെ പാടുപെടേണ്ടി വന്നു, അല്ലേ? അഭിനന്ദനീയം തന്നെ" എന്നു പറഞ്ഞാൽ അവനത് രസിക്കുകയേയില്ല. എന്നാൽ ബുദ്ധിയും ഉദാരതയും അവന്റെ ജന്മസിദ്ധമായ ഗുണങ്ങളാണെന്നു പറഞ്ഞു പ്രകീർത്തിച്ചാലോ, അവന്റെ മുഖം സന്തോഷംകൊണ്ട് ജ്വലിക്കും. കടകവിരുദ്ധമാണ് ക്രിമിനലുകളുടെ കാര്യം. അക്രമവാസന ജന്മസിദ്ധമല്ലെന്നും മറിച്ച് നിർഭാഗ്യകരമായ സാഹചര്യങ്ങൾ മൂലമാണെന്നു പറഞ്ഞാലോ? അയാൾ നിങ്ങളോടു നിർല്ലോഭം കൃതജ്ഞത ചൊരിയും. കോടതിമുറിയിൽ വക്കീൽ ഈ ഭാഗം വിവരിക്കുമ്പോഴാവും അയാൾ പൊട്ടിക്കരയാൻ തീരുമാനിക്കുക. അതായത് ആരും ജന്മനാ ബുദ്ധിമാനോ, സത്യസന്ധനോ ആകുന്നില്ലെന്നും വരില്ലേ? അതായത് ജന്മനാ അക്രമവാസന ഉണ്ടായാലും ശരി, സാഹചര്യങ്ങൾ അത്തരം സ്വഭാവം വളർത്തിയെടുത്താലും അക്രമി അതിന് ഉത്തരവാദിയല്ലെന്നു വരുന്നു. ഇത് ഉത്തരവാദിത്വമില്ലായ്മയാണ്, അവർക്കൊക്കെ വേണ്ടത്, സൗജന്യമാണ്. ജന്മസിദ്ധമായ കഴിവുകളെയോ സാഹചര്യങ്ങൾ നൽകുന്ന ഒഴികഴിവുകളെയോ രണ്ടും പരസ്പരവിരുദ്ധങ്ങളാണെങ്കിൽക്കൂടി, നിർലജ്ജം അവർ കരുവാക്കുന്നു. തങ്ങൾ നിരപരാധികളാണെന്നു വരുത്തിത്തീർക്കണം, ജന്മനാ ലഭിച്ച ഗുണങ്ങൾ ചോദ്യം ചെയ്യപ്പെടരുത്, ക്ഷണികവും നിർഭാഗ്യകരവുമായ സാഹചര്യങ്ങളിൽ ചെയ്ത ദുഷ്കൃതികൾ വെറും താൽക്കാലികവും. നമ്മൾ പറഞ്ഞുകൊണ്ടു വന്നത് വിചാരണ ഒഴിവാക്കുന്നതിനെപ്പറ്റിയാണല്ലോ. ഒഴിവാക്കുന്നത് അത്ര എളുപ്പമുള്ള പണിയല്ല. ഒരാളുടെ ജന്മസിദ്ധഗുണങ്ങളെ ഒരേസമയം കഴിവെന്നും ഒഴികഴിവെന്നും വരുത്തിത്തീർക്കുന്നത് അല്പം കുഴപ്പം പിടിച്ച പണിയാണ്. അതുകൊണ്ട് അവരൊക്കെ പണക്കാരാകാൻ ബദ്ധപ്പെടുന്നു. എന്തിനെന്നോ അതു നിങ്ങളെപ്പോഴെങ്കിലും സ്വയം ചോദിച്ചു നോക്കിയിട്ടുണ്ടോ? അധികാരശക്തിക്ക്, വേറെന്തിന്. കാരണം പണം നിങ്ങൾക്ക് ഉടനടി

ഉണ്ടായേക്കാവുന്ന വിചാരണയെ തടുക്കാനുള്ള കവചമായി ത്തീരുന്നു. പൊതുജനങ്ങൾക്കിടയിൽനിന്ന് നിങ്ങളെ പൊക്കി യെടുത്ത് ക്രോമിയം പൂശിയ തിളങ്ങുന്ന കാറിനുള്ളിലോ സുരക്ഷിതത്വം ഉറപ്പാക്കിയിട്ടുള്ള വിസ്തൃതമായ, പുൽത്തകിടി കളിലോ തീവണ്ടികളിലെ ഒന്നാം ക്ലാസ്സ് കാബിനിലോ വേർതിരി ച്ചിരുത്തുന്നു. പണം നിങ്ങളെ കുറ്റവിമുക്തനാക്കുന്നില്ല. പക്ഷേ, വിശ്രാന്തി താൽക്കാലിക ശമനം നൽകുന്നു, അത് വളരെ നല്ല കാര്യമല്ലേ.

ഇനിയൊരു കാര്യം സുഹൃത്തുക്കൾ നിങ്ങളോട് അഭ്യർ ത്ഥിക്കും "ആത്മാർത്ഥമായ അഭിപ്രായം പറയണം." അവർക്ക് തങ്ങളെപ്പറ്റിയുള്ള നല്ല അഭിപ്രായങ്ങളെ നിങ്ങൾ സാധൂകരിക്കു മെന്നാണ് അവരുടെ പ്രതീക്ഷ. ആത്മാർത്ഥതയുടെ വാഗ്ദാനം സാധൂകരണത്തിന് ഇരട്ടി ബലം നൽകുമല്ലോ. ആത്മാർത്ഥത എങ്ങനെ സൗഹൃദബന്ധത്തിനുള്ള ഉപാധിയാകും? സത്യ സന്ധത ഒന്നിനെയും മാറ്റി നിറുത്തുകയില്ല. ഒന്നിനും അതിനെ മറികടക്കാനും ആകില്ല. അതൊരു ദുശ്ശീലമാണ്. ചിലപ്പോൾ സാന്ത്വനം. മറ്റു ചിലപ്പോൾ സ്വാർത്ഥതയും. അതുകൊണ്ട് പറ യുകയാണ്, മുമ്പു സൂചിപ്പിച്ച തരം സന്ദർഭങ്ങളിൽ പതറുകയേ അരുത്. സത്യം പറയാമെന്നു വാഗ്ദാനം ചെയ്യണം, എന്നിട്ട് അതി വിദഗ്ദ്ധമായി നുണ പറയണം. അവരുടെ നിഗൂഢമോഹങ്ങളെ നിങ്ങൾ തൃപ്തിപ്പെടുത്തും. അതോടൊപ്പം ചങ്ങാത്തം തെളിയി ക്കുകയും ചെയ്യാം.

ഇതെത്രമാത്രം ശരിയാണെന്നു നോക്കൂ. നമ്മൾ വളരെ വിരള മായേ നമ്മെക്കാളും മെച്ചപ്പെട്ടവരോട് എല്ലാം തുറന്നു പറയൂ. അത്തരക്കാരുടെ സമ്പർക്കത്തിൽ നിന്ന് അകന്നുമാറുവാനാണ് നാം പൊതുവെ ശ്രമിക്കാറ്. നമ്മെപ്പോലുള്ളവർ, നമ്മുടെ ദൗർബല്യങ്ങൾ പങ്കുവെക്കുന്നവർ ഇത്തരക്കാരോടേ നാം ഹൃദയം തുറക്കൂ. അതായത് നമുക്ക് നന്നാകണമെന്നില്ല, മെച്ചപ്പെടണ മെന്നില്ല. കാരണം വിചാരണയ്ക്ക് ആദ്യം കൂട്ടിനകത്തു കയറി നിൽക്കണമല്ലോ. നമ്മോട് ആരെങ്കിലുമൊക്കെ സഹതപിക്കണം. നാം തിരഞ്ഞെടുത്ത വഴി ശരി തന്നെയാണെന്നു പറഞ്ഞ് ഉത്സാഹ മൂട്ടണം. അതായത്, നമ്മുടെ കുറ്റബോധം മാറിക്കിട്ടണം. പക്ഷേ, അതിനായി സ്വയം ശുചീകരിക്കാൻ നാമൊട്ട് ഒരുക്കവുമല്ല. എന്തൊരു കഷ്ടം! സ്വന്തം കുറ്റങ്ങൾ ചൂണ്ടിക്കാട്ടാനുള്ള ധൈര്യ മില്ല. അതു സമ്മതിക്കാനുള്ള സന്മനസ്സുമില്ല. നന്മയോ തിന്മയോ

ആകട്ടെ, രണ്ടും ചെയ്യാനുള്ള ശക്തി നമുക്കില്ല. ദാന്തേയെ അറിയാമോ? ഉവ്വ്? അറിയാം? ഹോ! ഞാൻ വലഞ്ഞുപോകുമല്ലോ. അപ്പോൾ ദൈവവും ചെകുത്താനുമായുള്ള കലഹത്തിൽ ദാന്തെ നിഷ്പക്ഷരായ മാലാഖമാരുടെ കാര്യം അംഗീകരിച്ചത് ഓർക്കുന്നുണ്ടോ? അവരെ എങ്ങും തൊടാത്തൊരു മധ്യസ്ഥലത്ത്, ഒരു ഇടനാഴിയിലാണ് പ്രതിഷ്ഠിച്ചത്, നമ്മളൊക്കെ അത്തരം ഇടനാഴിയിലാണ്, ചങ്ങാതി.

ക്ഷമയോ? നിങ്ങൾ പറയുന്നത് ശരിയായിരിക്കാം. അന്തിമവിധി വരുന്നതു വരെ കാത്തുകെട്ടിക്കിടക്കാൻ ക്ഷമ വേണം. പക്ഷേ, നമുക്കൊക്കെ വലിയ ധൃതിയാണ്. അതേ എന്തൊരു ധൃതി. അതു കൊണ്ടല്ലേ ഞാനീ പാപപരിഹാരം ചെയ്യുന്ന ജഡ്ജിയായതു പോലും. ആദ്യം ഞാൻ കണ്ടെടുത്ത വസ്തുതകളൊക്കെ മാറ്റി വെച്ച്, സമകാലീനരുടെ ചിരിയുടെ പ്രശ്നം ശരിയാക്കിയെടുക്കണമായിരുന്നു.. എനിക്കു വിളി വന്ന സായാഹ്നം മുതൽ - അതേ, എന്നെ ശരിക്കും വിളിപ്പിക്കുകയുണ്ടായി - എനിക്ക് ഉത്തരങ്ങൾ നൽകേണ്ടി വരികയോ തേടിപ്പിടിക്കുകയോ വേണ്ടി വന്നു. അത് എളുപ്പമായിരുന്നില്ല. ചിലപ്പോഴൊക്കെ ഞാനാകെ ചിന്താക്കുഴപ്പത്തിലായി. നിരന്തരമായ ചിരിയും ചിരിയുടെ ഉടമസ്ഥരും എന്നെ, എന്റെ ഉള്ളിലേക്കു ചുഴിഞ്ഞു നോക്കാനും അവിടെയുള്ളതെല്ലാം വ്യക്തമായി കാണാനും പഠിപ്പിച്ചു. അങ്ങനെയാണ് അവസാനം ഞാനതു കണ്ടുപിടിച്ചത്, ഞാനൊരു സരളമനുഷ്യനല്ലെന്ന്. വേണ്ട, ചിരിക്കേണ്ട, അത് മൗലികമായ സത്യമല്ല, അങ്ങനെ തോന്നിയേക്കാമെങ്കിലും. നമ്മൾ മൗലികസത്യമെന്നു വിളിക്കുന്നത്, ഏറ്റവും ഒടുവിൽ കണ്ടെടുക്കപ്പെടുന്ന വസ്തുതയേയാണ്.

അതെന്തോ ആവട്ടെ. നീണ്ട കാലത്തേക്ക് എന്നെ സ്വയം ഗവേഷണത്തിനു വിധേയനാക്കിയ ശേഷം ഞാൻ വെളിച്ചത്തു കൊണ്ടുവന്നത് മനുഷ്യന്റെ അടിസ്ഥാനപരമായ കാപട്യമാണ്. എന്റെ സ്മരണകളിൽ കുഴിച്ചു നോക്കിയപ്പോൾ എനിക്കു ബോദ്ധ്യം വന്നു. വിനയം വെട്ടിതിളങ്ങാനും എളിമ, കീഴടക്കാനും, നന്മ പീഡിപ്പിക്കാനും എന്നെ സഹായിച്ചുവെന്ന്. സമാധാനപരമായ മാർഗ്ഗങ്ങളിലൂടെയാണ് ഞാൻ യുദ്ധം ചെയ്തത്. ഞാനാഗ്രഹിച്ചതെല്ലാം, നേടിയെടുത്തത്, നിസ്സംഗ മാർഗ്ഗങ്ങളിലൂടെയാണ്. ഉദാഹരണത്തിന് എന്റെ ജന്മദിനം മറന്നുപോയെന്നു ചൊല്ലി ഞാനൊരിക്കലും പരാതിപ്പെട്ടില്ല. ഈ കാര്യത്തിൽ എന്റെ പക്വത കണ്ട പലരും അദ്ഭുതപ്പെട്ടു, നേരിയ ആരാധനയും അതിലുണ്ടായിരുന്നു. പക്ഷേ, എന്റെ നിസ്സംഗതയ്ക്ക് അതിലും

വലിയ മറ്റൊരു കാരണമുണ്ടായിരുന്നു മറക്കണമെന്നു തന്നെയായിരുന്നു എന്റെയും ആഗ്രഹം, എന്നാലല്ലേ എനിക്ക് എന്നോടു തന്നെ പരാതിപ്പെടാനാവൂ. ആ സുദിനത്തിന് (അതെനിക്കു നല്ല നിശ്ചയമുള്ള തിയ്യതിയാണല്ലോ) ഏതാനും ദിവസങ്ങൾ മുമ്പു തന്നെ ഞാൻ ജാഗരൂകനായിരിക്കും, ഞാൻ ഉദ്ദേശിക്കുന്ന ചിലരുടെ ശ്രദ്ധയിലോ ഓർമ്മയിലോ ഇക്കാര്യം ഒരു വിധത്തിലും പെടാതിരിക്കാനുള്ള മുൻകരുതലുകളെല്ലാം ചെയ്യും. (ഒരിക്കൽ ഒരു സുഹൃത്തിന്റെ കലണ്ടറിൽ കൃത്രിമം കാണിക്കുക കൂടി ചെയ്തു) ഏകാന്തത ഉറപ്പു വരുത്തിയശേഷം പുരുഷോചിതമായ സ്വാനുകമ്പയുടെ വശ്യതയ്ക്കു കീഴടങ്ങും.

അങ്ങനെ പുറമേക്കു കണ്ടിരുന്ന എന്റെ എല്ലാ നന്മകൾക്കും ഒട്ടും മഹത്ത്വമില്ലാതിരുന്ന മറുവശവും ഉണ്ടായിരുന്നു. സ്വന്തം പോരായ്മകളെ ഞാൻ എനിക്ക് അനുകൂലമാക്കിയെടുത്തു എന്നത് മറ്റൊരു കാര്യം. എന്റെ ജീവിതത്തിലെ ദുരാചാരങ്ങൾക്കു മറയായി നിർവികാരമായ മുഖഭാവം പ്രകടിപ്പിക്കാൻ ഞാൻ നിർബന്ധിതനായി. അത്, നന്മയുടെ ഭാവമെന്ന് വ്യാഖ്യാനിക്കപ്പെട്ടു. എന്റെ നിസ്സംഗഭാവം എന്നെ പ്രിയങ്കരനാക്കി, സ്വാർത്ഥത ഉദാരതയും. ഇവിടെ നിർത്തട്ടെ, സമതുലനാവസ്ഥ കൂടിപ്പോയാൽ അതെ വാദമുഖങ്ങളെ കീഴ്മേൽ മറിക്കും. പുറമേക്കു പരുക്കൻ മട്ടുകാരൻ. എങ്കിലും, മദിരയേയും മദിരാക്ഷിയേയും ചെറുത്തു നിൽക്കാൻ എനിക്കായില്ല. ഊർജ്ജസ്വലൻ, പ്രസരിപ്പുള്ളവൻ എന്നൊക്കെയാണ് ഞാൻ അറിയപ്പെട്ടത്. എന്റെ സാമ്രാജ്യം കിടക്കയും. വിശ്വസ്തത പ്രഖ്യാപിച്ചിരുന്നെങ്കിലും ഞാൻ പ്രേമിച്ചെന്നു പറയപ്പെടുന്നവരിൽ ഒരുത്തിയെപ്പോലും ഞാൻ പിന്നീട് വഞ്ചിക്കാതിരുന്നിട്ടില്ല. പക്ഷേ, വഞ്ചന ഒരിക്കലും എന്റെ മറ്റു സദാചാരനിഷ്ഠകൾക്കു വിലങ്ങുതടിയായില്ല. അലസതകൾക്കിടയ്ക്കുള്ള ഇടവേളകളിൽ ഞാൻ ഒരുപാടു ജോലികൾ ചെയ്തു തീർക്കുമായിരുന്നു. അയൽവാസികളെ സഹായിക്കുന്നതു നിർത്തിയതേയില്ല. അതൊക്കെ ഞാൻ ആസ്വദിച്ചു. പക്ഷേ, ഈ വസ്തുതകളൊക്കെ ആവർത്തിച്ചാവർത്തിച്ചു ചെയ്തിട്ടും എന്നോടുതന്നെ പറഞ്ഞിട്ടും എനിക്ക് ഉപരിപ്ലവമായ സാന്ത്വനമേ ലഭിച്ചുള്ളൂ. ചില പ്രഭാതങ്ങളിൽ ഞാനെന്റെ കേസ് വിശദമായി പഠിക്കും എന്നിട്ട് ഇത്തരമൊരു നിഗമനത്തിലെത്തും എല്ലാത്തിനും ഉപരിയായി മറ്റുള്ളവരെ നിന്ദിക്കുന്നതിലാണ് ഞാൻ മിടുമിടുക്കൻ, ആരെയൊക്കെ സഹായിച്ചുവോ അവരെയാണ് ഏറ്റവുമധികം നിന്ദിക്കേണ്ടത്. മര്യാദ കൈവിടാതെ, വികാരതീവ്രതയോടെ ഞാൻ

ലോകത്തിലെ എല്ലാ കുരുടന്മാരുടെ മുഖത്തേക്കു കാറിത്തുപ്പു മായിരുന്നു.

പറയൂ, തുറന്നു പറയൂ ഇതിനെന്തെങ്കിലും ഒഴികഴിവു പറയാനുണ്ടോ? ഉണ്ട്, ഒരെണ്ണമുണ്ട്, പക്ഷേ ഇത്രയും നികൃഷ്ടമായ വ്യാഖ്യാനം സ്വപ്നത്തിൽ പോലും എനിക്കു മുന്നോട്ടു വെക്കാനാവില്ല. ഏതായാലും പറയട്ടെ മനുഷ്യബന്ധങ്ങൾ ഗുരുതരമായി എടുക്കേണ്ടവയാണെന്ന് ഞാൻ ഒരിക്കലും വിശ്വസിച്ചില്ല. ഗുരുതരാവസ്ഥ എന്താണെന്ന്, എവിടെയാണെന്ന് എനിക്ക് ഒരു രൂപവും ഇല്ലായിരുന്നു, എന്തായാലും അത് എന്നെ ചുറ്റിപ്പറ്റിയുള്ള ഒന്നിലുമല്ല. എന്റെ ചുറ്റിനുമുള്ളത് ഒരു രസകരമായ, അല്ലെങ്കിൽ മടുപ്പിക്കുന്ന കളി മാത്രമാണ്. അതിലെ പല വിശ്വാസങ്ങളും യത്നങ്ങളും എനിക്ക് ഒരിക്കലും മനസ്സിലാക്കാൻ കഴിഞ്ഞിട്ടില്ലെന്നതു ശരി. പണത്തിനു വേണ്ടി മരണം വരിച്ചവർ, സ്ഥാനമാനങ്ങൾ നഷ്ടപ്പെട്ടതു മൂലം ഹതാശരായവർ, അതുമല്ലെങ്കിൽ കുടുംബക്ഷേമത്തിനു വേണ്ടി അഭിമാനപൂർവ്വം ജീവനൊടുക്കിയവർ ഇത്തരം അസാധാരണ ജീവികളെ അദ്ഭുതത്തോടെ, സംശയത്തോടെയാണ് ഞാനെപ്പോഴും നോക്കിക്കണ്ടത്. ഇതിനേക്കാളും വ്യക്തമായി എനിക്കു മനസ്സിലാക്കാനായത്, എന്റെ സുഹൃത്തിനെയാണ്. അയാൾ പുകവലി നിറുത്തുമെന്ന് ദൃഢനിശ്ചയം ചെയ്തു സ്വന്തം ഇച്ഛാശക്തികൊണ്ട് അതിൽ വിജയിക്കുകയും ചെയ്തു. ഒരു സുപ്രഭാതത്തിൽ പത്രം തുറന്ന് ഹൈഡ്രജൻ ബോംബിന്റെ വിജയകരമായ വിസ്ഫോടനത്തെപ്പറ്റിയും അതിമഹത്തായ പ്രഭാവങ്ങളെപ്പറ്റിയും വായിച്ചു, ഉടനെ ഓടി അടുത്തുള്ള സിഗററ്റ് കടയിലേക്ക്.

ഞാനും ഇടയ്ക്കൊക്കെ, ജീവിതത്തെ ഗൗരവമായി നോക്കിക്കാണാൻ ശ്രമിച്ചു. പക്ഷേ, വളരെ പെട്ടെന്നുതന്നെ ഇത് എനിക്കു വെറുമൊരു പ്രഹസനം മാത്രമായി പരിണമിച്ചു. അപ്രകാരം തന്നെ കളിച്ചുകൊണ്ടേയിരുന്നു. ഞാൻ എല്ലാ വേഷങ്ങളും തന്മയത്വത്തോടെ കളിച്ചു; കാര്യക്ഷമതയുള്ളവൻ ബുദ്ധിമാൻ, നന്മനിറഞ്ഞവൻ, നല്ല പൗരൻ, ഉത്തരവാദിത്തബോധമുള്ളവൻ, മഹാമനസ്ക്കൻ, സംവേദനശീലമുള്ളവൻ, ദാക്ഷിണ്യമുള്ളവൻ.... നിങ്ങൾക്കു മനസ്സിലായ സ്ഥിതിക്ക് ഇതിങ്ങനെ നീട്ടിക്കൊണ്ടുപോകേണ്ട കാര്യമില്ല. ചുരുക്കത്തിൽ ഞാനാ ഡച്ചുകാരെപ്പോലെയായിരുന്നു, ഇവിടെ ഉണ്ടായിട്ടും തൽക്കാലം ഇവിടില്ലാത്തവർ, സ്ഥലം പിടിച്ചിരുന്നെങ്കിലും ഞാനവിടെ സന്നിഹിതനായിരുന്നില്ല.

കായികരംഗത്തും പിന്നെ പട്ടാളസേവനക്കാലത്ത് നാടകങ്ങളിൽ അഭിനയിക്കുമ്പോഴും മാത്രമേ എനിക്ക് ആവേശവും ആത്മാർത്ഥതയും തോന്നിയിട്ടുള്ളൂ. രണ്ടിടത്തും കളിക്കുവേണ്ട നിയമങ്ങളുണ്ടായിരുന്നു. എല്ലാവരും രസിച്ചു, ആരും ഒന്നും ഗൗരവമായി എടുത്തതുമില്ല. ഇന്നും നിറഞ്ഞൊഴുകുന്ന സ്റ്റേഡിയത്തിൽ ഞായറാഴ്ചകളിൽ നടക്കുന്ന കളികളോ തിയേറ്ററിൽ നാടകങ്ങളോ കണ്ടുകൊണ്ടിരിക്കുമ്പോൾ മാത്രമേ ഞാൻ നിരപരാധിയാണെന്ന് എനിക്ക് അനുഭവപ്പെടുന്നുള്ളൂ.

പക്ഷേ, അത്തരമൊരു മനഃസ്ഥിതി എങ്ങനെയാണ് ന്യായീകരിക്കാനാവുക അതും പ്രണയവും മരണവും ദരിദ്രരുടെ കുറഞ്ഞ വേതനങ്ങളും മുന്നിൽ നിൽക്കെ? പക്ഷേ, എനിക്ക് ഇതിൽ എന്തു ചെയ്യാനാകും? ഐസോൾഡിനെപ്പോലുള്ള[16] പ്രണയം പുസ്തകങ്ങളിലോ നാടകമേടയിലോ മാത്രമേ, എനിക്കു സങ്കല്പിക്കാനായുള്ളൂ. മരണശയ്യയിൽ കിടക്കുന്നവർ ആടിത്തീർത്ത സ്വന്തം വേഷങ്ങളിൽ വിശ്വസിക്കുന്നവരായി എനിക്കു തോന്നി. എന്റെ പാമരന്മാരായ കക്ഷികൾ പറഞ്ഞിരുന്ന വാചകങ്ങൾ എല്ലാം ഒരേ അച്ചിലിട്ടു വാർത്തതായിട്ടാണ് എനിക്കു തോന്നിയത്. മറ്റുള്ളവരുടെ താത്പര്യങ്ങൾ പങ്കിടാതെ, അവരുടെ ഇടയിൽ ജീവിച്ചു പോന്ന എനിക്ക് എന്റെ ബാദ്ധ്യതകളിലും തീരെ വിശ്വാസം തോന്നിയില്ല. തൊഴിൽരംഗത്തും കുടുംബജീവിതത്തിലും പൗരനെന്ന നിലയ്ക്കും പ്രതീക്ഷിച്ചപോലെ ഞാൻ എല്ലാ മര്യാദകളും പാലിച്ചു, ദാക്ഷിണ്യം കാട്ടി, പക്ഷേ എല്ലായ്പ്പോഴും അനാസ്ഥയോടെ, ആത്മാർത്ഥതയില്ലാതെ. അതാണ് എല്ലാം വഷളാക്കിയത്. ഇരട്ടത്താപ്പു നയമാണ് ഞാൻ സ്വന്തം ജീവിതത്തിൽ പാലിക്കാൻ ഇഷ്ടപ്പെട്ടത്. എന്റെ ജീവിതത്തിലെ ഏറ്റവും ഗൗരവമേറിയ കൃത്യങ്ങളിൽ എനിക്ക് ഒരു തരിമ്പു പോലും ബാദ്ധ്യത അനുഭവപ്പെട്ടില്ല. ഞാൻ ചെയ്തു കൂട്ടിയ അബദ്ധക്കൂമ്പാരത്തിനു മുകളിലായി കിടന്നത് അക്ഷന്തവുമായ ഈ ആത്മാർത്ഥതയില്ലായ്മ ആയിരുന്നില്ലേ? അതല്ലേ എന്റെ ഉള്ളിന്റെയുള്ളിലും എനിക്കു ചുറ്റും ഉരുത്തിരിഞ്ഞു വന്നിരുന്ന വിചാരണയ്ക്കെതിരായി, ശക്തമായ പ്രതിഷേധമുയർത്തിയത്? അതല്ലേ എന്നെ ഓടി രക്ഷപ്പെടാൻ നിർബന്ധിതനാക്കിയത്?

പിന്നെയും കുറച്ചുകാലത്തേക്ക്, എന്റെ ജീവിതം പഴയ പടിയായി, കാഴ്ചയ്ക്ക് യാതൊരു മാറ്റവുമില്ലായിരുന്നെങ്കിലും

16. ഐസോൾഡ് - ജർമ്മൻ പുരാണ പ്രേമകഥയിലെ നായിക

സത്യത്തിൽ എന്റെ ജീവിതശകടം കുതിച്ചു പായുകയായിരുന്നു, കരുതിക്കൂട്ടിയെന്നോണം പ്രശംസകളും വർദ്ധിച്ചുകൊണ്ടിരുന്നു. അവിടെനിന്നാണ് എല്ലാ ഗുലുമാലുകളും തുടങ്ങിയത്. "എല്ലാവരും നിന്നെപ്പറ്റി നല്ലതു മാത്രം പറയുന്നോ, എങ്കിൽ നിന്റെ കഷ്ട കാലമടുത്തെന്നു കൂട്ടിക്കോ." ആരാണോ ഇതു പറഞ്ഞത് അയാൾ മഹാജ്ഞാനിയാണ്. ദുരന്തങ്ങൾ എന്റെ ജീവിതശകടത്തിന്റെ എഞ്ചിനു തകരാറുകൾ കണ്ടുതുടങ്ങി, പ്രത്യേക കാരണങ്ങ ളൊന്നുമില്ലാതെ അതു പണിമുടക്കാൻ തുടങ്ങി.

അപ്പോഴാണ് മരണത്തെപ്പറ്റിയുള്ള ചിന്ത എന്റെ നിത്യജീവിത ത്തിൽ പൊട്ടിമുളച്ചത്. ഞാൻ മരണത്തിനും എനിക്കുമിടയ്ക്കുള്ള വർഷങ്ങളുടെ അളവെടുപ്പ് നടത്തി; മരിച്ചുപോയ എന്റെ സമപ്രായ ക്കാരുടെ വിവരങ്ങൾ ശേഖരിക്കാൻ തുടങ്ങി. എല്ലാ ജോലികളും ചെയ്തു തീർക്കാൻ വേണ്ടത്ര സമയം കിട്ടിയില്ലെങ്കിലോ എന്ന ചിന്ത എന്നെ മഥിച്ചു. പക്ഷേ, എന്തു ജോലികൾ? എനിക്ക് സ്വയം അതേപ്പറ്റി ഒരു പിടിയുമില്ലായിരുന്നു. ഞാൻ ചെയ്തുകൊണ്ടിരുന്ന ജോലി തുടർന്നു കൊണ്ടുപോകുന്നതുകൊണ്ട് എന്തെങ്കിലും ഗുണമുണ്ടായിരുന്നോ? പക്ഷേ, അതൊന്നുമായിരുന്നില്ല കാര്യം. എല്ലാ നുണകളും വഞ്ചനകളും ഏറ്റു പറയാതെ സ്വസ്ഥമായി മരിക്കാനാവില്ലെന്ന ഒരുതരം അപഹാസ്യമായ ഭീതി എന്നെ വിടാതെ പിടികൂടിയിരുന്നുവെന്നതാണ് സത്യം. ദൈവത്തോടോ, ദൈവത്തിന്റെ പ്രതിനിധിയോടോ അല്ല, മനുഷ്യരോടാണ് ഏറ്റു പറയേണ്ടത്; ഉദാഹരണത്തിന് ഒരു സുഹൃത്തിനോട്, പ്രിയപ്പെട്ട വളോട്. അങ്ങനെ ചെയ്തില്ലെങ്കിൽ, ഒരേയൊരു നുണ മാത്രമാണ് മൂടിമറക്കപ്പെടുന്നതെങ്കിലും, അത് നിർണ്ണായകമായിത്തീരും, ആർക്കും പിന്നീടൊരിക്കലും അതിന്റെ സത്യാവസ്ഥ അറിയാനാ വില്ല; കാരണം അതറിയാവുന്ന ഒരേയൊരാൾ ആ രഹസ്യവും പേറി എന്നെന്നേക്കുമായി മണ്ണിനടിയിൽ നിദ്ര പ്രാപിച്ചിരിക്കും. ഇപ്രകാരം സത്യത്തെ നിരുപാധികം കൊല ചെയ്യുകയോ, ആ ചിന്ത എന്നെ വല്ലാതെ വലച്ചു. ഇന്നാണെങ്കിൽ, എനിക്ക് ഇത്തര മൊരു സാഹചര്യത്തിൽ നിഗൂഢമായ ആനന്ദമേ തോന്നൂ. അതാ യത് ഈ ഭൂലോകത്തിൽ എല്ലാവരും തത്രപ്പെട്ട് തിരയുന്ന, മൂന്നു രാഷ്ട്രങ്ങളിലെ പോലീസുകാരെ വിഫലമായ നെട്ടോട്ടം ഓടി ക്കുന്ന ആ വസ്തു എന്റെ വീട്ടിലുണ്ട് എന്ന വസ്തുത എന്നെ ആനന്ദതുന്ദിലനാക്കുന്നു. പക്ഷേ തത്ക്കാലം അതിലേക്കു കട ക്കണ്ട. അന്ന് എനിക്ക് ഈ പാചകവിധി അറിയില്ലായിരുന്നു. അതു കാരണം ഞാനാകെ സംഭ്രമിച്ചു പോയി.

ഞാൻ സമനില വീണ്ടെടുക്കാൻ ശ്രമിച്ചു. തലമുറ തലമുറകളായുള്ള ചരിത്രസംഗ്രഹത്തിൽ ഒരു കൊച്ചു നുണയ്ക്ക് എന്തു പ്രസക്തി? യുഗയുഗാന്തരങ്ങളുടെ ആഴിയിൽ എവിടെയോ കളഞ്ഞുപോയ ഒരു തരി മണലിനെയെന്ന പോലെ ഒരു നിസ്സാര തട്ടിപ്പിനെ പൊക്കിയെടുത്ത് സത്യത്തിന്റെ കണ്ണഞ്ചിക്കുന്ന വെളിച്ചത്തിലേക്ക് വലിച്ചിഴച്ചു കൊണ്ടു വന്നു നിറുത്തുന്നത് ധിക്കാരമല്ലേ? ഞാൻ എന്നോടു തന്നെ വാദിച്ചു ഞാൻ കണ്ടിടത്തോളം ഭൗതിക ശരീരത്തിന്റെ മരണം തന്നെ അതിനുള്ള മതിയായ ശിക്ഷയാണ്, പാപമോചനമാണ്. മരണവെപ്രാളത്തിൽ ഒഴുകുന്ന വിയർപ്പ്, മോക്ഷം (എന്നെന്നേക്കുമുള്ള അന്തർദ്ധാനം) നേടിത്തരുന്നു. പക്ഷേ, എന്റെ അസ്വസ്ഥത വർദ്ധിച്ചതേയുള്ളൂ മരണം വിശ്വസ്ത സഹചാരിയായി, ഉറങ്ങുമ്പോഴും ഉണരുമ്പോഴും എന്നോടൊപ്പമുണ്ടായിരുന്നു. അഭിനന്ദനങ്ങൾ എനിക്കു കൂടുതൽ കൂടുതൽ അസഹനീയമായിത്തീർന്നു. അതോടൊപ്പം എന്റെ കാപട്യം ക്രമാതീതമായി പെരുകുന്നുണ്ടെന്നും എനിക്കൊരിക്കലും ശരിയിലേക്കു തിരിച്ചുപോകാനാവില്ലെന്നും ഞാൻ ഭയന്നു.

അങ്ങനെയൊരു ദിവസം എന്റെ സഹനശക്തിയുടെ നെല്ലിപ്പടി കണ്ടെത്തിയ ദിവസം, എന്റെ ആദ്യത്തെ പ്രതികരണം അതിരു കടന്നതായിരുന്നു. ഒരു കപടവേഷധാരിയായ ഞാൻ, എല്ലാം തുറന്നു കാട്ടണം; ഈ മന്ദബുദ്ധികളുടെ മുഖത്തേക്ക്, എന്റെ കാപട്യത്തെ, അവരതു മനസ്സിലാക്കിയെടുക്കുന്നതിനു എത്രയോ മുമ്പ്, എന്നെത്തന്നെ ഞാൻ വലിച്ചെറിഞ്ഞു കൊടുക്കും. സത്യത്താൽ പ്രകോപിതനായി എല്ലാ വെല്ലുവിളികളും സ്വീകരിക്കും; പരിഹാസച്ചിരികൾ തടുത്തു നിറുത്താനായി ഞാനെന്നെത്തന്നെ സ്വയം അവർക്കിടയിലേക്കു വലിച്ചെറിയുന്നത് ഭാവനയിൽ കണ്ടു. യഥാർത്ഥത്തിൽ ഇതും വിചാരണ ഒഴിവാക്കുന്നതിനുള്ള ഒരു സൂത്രമായിരുന്നു. പരിഹാസികൾ എന്റെ പക്ഷത്തു വേണം, അതല്ലെങ്കിൽ ഞാനവരുടെ പക്ഷത്തായിരിക്കണം. ഞാൻ മറ്റു ചിലതു കൂടി പരിഗണിച്ചു നോക്കുകയുണ്ടായി, കുരുടന്മാരെ പൊതുനിരത്തിൽ ഉന്തിയിട്ടാലോ? ഇതിലെനിക്കു തോന്നിയ അപ്രതീക്ഷിതമായ, നിഗൂഢമായ സന്തോഷം ഉള്ളിന്റെയുള്ളിൽ ഞാനവരെ എന്തുമാത്രം വെറുക്കുന്നുവെന്ന് എനിക്കു മനസ്സിലാക്കിത്തന്നു; വീൽചെയറുകളുടെ ടയറു പഞ്ചറാക്കുന്ന കാര്യവും ഞാൻ ആലോചിച്ചു. അങ്ങുയരത്തിലെ പലകത്തട്ടുകളിൽ കെട്ടിടം പണിയിലേർപ്പെട്ടിരിക്കുന്ന തൊഴിലാളികളെ നോക്കി ദരിദ്രവാസികൾ എന്നു വിളിച്ചു കൂവുക, ഭൂഗർഭമാർഗ്ഗങ്ങളിൽ പിഞ്ചുകുഞ്ഞുങ്ങളെ

പീഡിപ്പിക്കുക. ഇതൊക്കെ ആലോചിച്ചുണ്ടാക്കിയതല്ലാതെ, ഒന്നും പ്രവൃത്തിയിൽ കൊണ്ടുവന്നില്ല. അഥവാ ചെയ്തിരുന്നെങ്കിലും എനിക്കതൊന്നും തീരെ ഓർമ്മയില്ല. നീതി, ന്യായം എന്നു കേൾക്കുമ്പോൾത്തന്നെ എന്റെ രോഷം കുമിഞ്ഞുയരും. കോടതിയിൽ, എന്റെ വാദങ്ങളിൽ, ഈ വാക്കുകൾ ഉപയോഗിക്കാതെ നിവൃത്തിയില്ലായിരുന്നു. പക്ഷേ അതിനൊക്കെ, പൊതുസ്ഥലങ്ങളിൽ വെച്ച് മനുഷ്യചേതനയെ നിശിതമായി വിമർശിച്ചുകൊണ്ട് ഞാൻ പകരം വീട്ടി. സമൂഹത്തിൽ ബഹുമാന്യരായവരെ ദളിതവർഗ്ഗം എങ്ങനെ പീഡിപ്പിക്കുന്നു എന്നതിനെപ്പറ്റി ഞാനൊരു പ്രബന്ധം തയ്യാറാക്കുന്ന കാര്യം പ്രഖ്യാപിച്ചു. ഒരിക്കൽ ഒരു മുന്തിയ റെസ്റ്റോറന്റിലെ അങ്കണത്തിലിരുന്ന കൊഞ്ചു കഴിക്കുകയായിരുന്ന എന്നെ ഒരു യാചകൻ അലോസരപ്പെടുത്തി. ഞാനുടനെ മാനേജറെ വിളിച്ചു പറഞ്ഞു അവനെ ആട്ടിപ്പായിക്കാൻ. "നിങ്ങളിവരെയൊക്കെ ലജ്ജിപ്പിക്കുകയാണ്, ഇവരുടെ സ്ഥാനത്തു നിന്നു ചിന്തിച്ചു നോക്കൂ" എന്നു പറഞ്ഞുകൊണ്ട് നീതി നിർവ്വഹണം നടത്തിയ മാനേജരെ ഞാനും സശബ്ദം അനുമോദിച്ചു. കേൾക്കാൻ തയ്യാറുള്ളവരോട്, റഷ്യക്കാരനായ ഭൂവുടമയുടെ കാര്യം ഞാൻ പറയുമായിരുന്നു. തന്നെ വണങ്ങിയവരും വണങ്ങാത്തവരുമായ കുടിയാന്മാരെ പക്ഷഭേദമെന്യെ അടിക്കുമായിരുന്ന - രണ്ടു കൂട്ടരും ഇത്ര ധൈര്യം കാട്ടരുതുപോലും - ആ ഭുവുടമയോട് എനിക്കു വല്ലാത്ത ബഹുമാനമാണെന്ന്.

ഇതിനേക്കാളുമൊക്കെ ഗുരുതരമായ മറ്റു ചില കാര്യങ്ങളും എനിക്ക് ഓർമ്മിച്ചെടുക്കാനാകും "പോലീസ് കീർത്തനങ്ങൾ", "കഴുമരത്തിന്റെ ദൈവികത" എന്ന രണ്ടു കൃതികൾ ഞാനെഴുതിത്തുടങ്ങി. മനുഷ്യസ്നേഹികളായ സ്വതന്ത്രചിന്തകർ ഒത്തുകൂടാറുള്ള പ്രത്യേക കഫേകളിൽ ഞാൻ കടന്നു ചെന്നു. എന്റെ പഴയ പേരും പെരുമയും പ്രവേശനം സുസാധ്യമാക്കിത്തീർത്തു. അവിടെ ആകസ്മികമായെന്നപോലെ, വിലക്കപ്പെട്ട പ്രയോഗങ്ങൾ എന്നിൽ നിന്നു പുറത്തു ചാടും "എന്റെ ദൈവമേ!" "ഓ! ദൈവത്തിനു സ്തുതി!" എന്നിങ്ങനെ. കഫേയിലെ നിരീശ്വരവാദികൾ നാണംകുണുങ്ങികളായ കുട്ടികളെപ്പോലെയാണ്. ഇത്തരം അസഭ്യപദങ്ങൾ കേട്ട് അദ്ഭുതപരതന്ത്രരാകുന്ന അവർ ക്ഷണനേരത്തേക്കു നിസ്തബ്ധരായി പരസ്പരം മിഴിച്ചു നോക്കും. പിന്നെ ഒച്ചപ്പാടും ബഹളവും തുടങ്ങുകയായി. ചിലർ പെട്ടെന്ന് സ്ഥലം വിടും, മറ്റു ചിലർ വേറൊന്നും കേൾക്കാൻ കൂട്ടാക്കാതെ

ക്രുദ്ധരായി അസ്പഷ്ടമായി പുലമ്പും. എല്ലാവരും തിരുസ്നാന ജലം ദേഹത്തു വീണ ചെകുത്താന്മാരെപ്പോലെ ഞെളിപിരി കൊള്ളും.

എന്താ ഇതൊക്കെ നിങ്ങൾക്കു തികച്ചും ബാലിശമായി തോന്നുന്നുണ്ടാവാം, അല്ലേ? ഇത്തരം കൊച്ചു തമാശകൾക്കു പുറകിൽ ഗൗരവമേറിയ കാരണങ്ങളുമുണ്ടായിരുന്നു. ഈ കള്ള ക്കളികളൊക്കെ കീഴുമേൽ മറിക്കണമെന്ന്, ഏവരും സ്തുതി ക്കുന്ന എന്റെ വിലയും നിലയും (അതോർക്കുമ്പോൾത്തന്നെ എന്റെ രോഷം പതഞ്ഞുയർന്നിരുന്നു) തകർത്തു തരിപ്പണമാക്ക ണമെന്ന് ഞാനാഗ്രഹിച്ചു. "താങ്കളെപ്പോലുള്ള ഒരു മാന്യൻ...." പലരും തേനൊലിപ്പിച്ചുകൊണ്ട് പറയും, എന്റെ തോലുരിഞ്ഞു പോകും. എനിക്കവരുടെ മതിപ്പും ബഹുമാനവും വേണ്ടായിരുന്നു. കാരണം അതു സാർവത്രികമായിരുന്നില്ല, ഞാനതിൽ പങ്കാളിയ ല്ലെന്നിരിക്കേ, അതെങ്ങനെ സാർവ്വത്രികമാകും? അതുകൊണ്ട് വിചാരണയായാലും ശരി, മതിപ്പായാലും ശരി, ഒക്കെ പുച്ഛത്തിന്റെ തുണികൊണ്ട് മൂടി മറയ്ക്കുന്നതാണ് നല്ലത്. എന്റെയുള്ളിൽ എന്നെ ശ്വാസം മുട്ടിച്ചിരുന്ന വികാരത്തെ, എന്തു വില കൊടു ക്കേണ്ടിവന്നാലും സ്വതന്ത്രമാക്കണമായിരുന്നു. ഞാനെല്ലായി ടത്തും കാഴ്ചവെച്ച എന്റെ അതിമനോഹരമായ മെഴുകുപ്രതിമ എല്ലാവരുടെയും കൺമുന്നിൽ വെച്ചുതന്നെ എനിക്കു തച്ചുടക്കണ മായിരുന്നു. ഇളം വക്കീലന്മാരുടെ ഒരു സഭയിൽ ഒരിക്കൽ എന്നെ പ്രസംഗിക്കാൻ ക്ഷണിച്ചു. എന്നെ സഭയ്ക്കു പരിചയപ്പെടുത്തിയ അദ്ധ്യക്ഷന്റെ അത്യോക്തി കലർന്ന പ്രശംസകൾ കേട്ട് ചൊറി ച്ചിലു പൂണ്ടിരുന്ന എനിക്ക് അധികനേരം നിയന്ത്രിക്കാനായില്ല. തുടക്കത്തിൽ അവരുടെ പ്രതീക്ഷക്കൊത്തപോലെ, ആവശ്യാനു സരണം ആവേശവും വികാരവും കലർത്താൻ എനിക്ക് ഒരു വിഷമവുമുണ്ടായില്ല. അവയൊക്കെ എന്റെ ചൊല്പടിയിലല്ലേ. പക്ഷേ, പിന്നീട്, ആകസ്മികമായെന്നോണം, ഞാനവരെ ഉപദേ ശിച്ചു തുടങ്ങി. അനുരഞ്ജനം പ്രതിരോധത്തിനു പറ്റിയ മാർഗ്ഗ മാണെന്ന്. ഇന്നത്തെ കാലത്ത് കള്ളനെയും സത്യസന്ധനെയും ഒരുമിച്ചു വിസ്തരിച്ച്, ഒന്നാമന്റെ കുറ്റകൃത്യങ്ങൾക്കടിയിലിട്ട് രണ്ടാ മനെ ചതച്ചരയ്ക്കുന്ന രീതിയാണ് നമ്മൾ ശരിപ്പെടുത്തിയെടുത്തി രിക്കുന്നത്. നേരെ മറിച്ച്, ഞാൻ പറഞ്ഞുകൊണ്ടു വരുന്നത്, ഒരു സത്യസന്ധന്റെ, അതായത് വക്കീലിന്റെ അപരാധങ്ങളെ തുറന്നു കാണിച്ച്, കള്ളനെ രക്ഷിക്കുന്ന കാര്യമാണ്. ഇക്കാര്യം വളരെ വ്യക്തമായി ഞാൻ അവർക്കു വിശദീകരിച്ചു കൊടുത്തു.

"ഞാനൊരു പാവത്തിന്റെ കേസെടുത്തെന്നു വിചാരിക്കുക. അസൂയ മുഴുത്ത് കൊലപാതകം ചെയ്തതാണ്. ബഹുമാനപ്പെട്ട കോടതി, ഒന്നാലോചിച്ചു നോക്കൂ (ഞാൻ വാദിക്കും). സ്ത്രീകളുടെ ദ്രോഹബുദ്ധി ഒരുത്തന്റെ സ്വതസിദ്ധമായ നന്മയെ പരീക്ഷിക്കുമ്പോൾ ദേഷ്യം വരുന്നത് ക്ഷന്തവ്യമല്ലേ? മറിച്ച് അതിനേക്കാളും ഗുരുതരമല്ലേ, ഈ കോടതിയിൽ, ഇവിടെ ഞാൻ ഈ വക്കീലന്മാർക്കായുള്ള ഈ ബെഞ്ചിൽ, ഒരു നന്മയും ചെയ്യാത്ത, ഒരിക്കലും വഞ്ചിക്കപ്പെടാത്ത, ഞാൻ സ്ഥലം പിടിച്ചിരിക്കുന്നത്? ഞാൻ സ്വതന്ത്രനാണ്, അങ്ങയുടെ കർശനശിക്ഷകളിൽ നിന്നു സുരക്ഷിതനാണ്, പക്ഷേ, ഞാനാരാണ്? അഹന്തയിൽ ലൂയി പതിനാലാമൻ, ഭോഗേച്ഛയിൽ വിത്തുകാള, രോഷത്തിൽ ഫറോവ, അലസതയിൽ രാജാധിരാജൻ. ഞാനാരെയെങ്കിലും കൊന്നിട്ടുണ്ടോ? ഇല്ല, തീർച്ചയായും ഇതുവരെ കൊന്നിട്ടില്ല. പക്ഷേ, ജീവിച്ചിരിക്കേണ്ടവരെ ഞാൻ കൊലയ്ക്ക് കൊടുത്തിട്ടില്ലേ? ഉണ്ടായിരിക്കാം, ഇനിയും അങ്ങനെ ചെയ്യാൻ തയ്യാറായേക്കും. പക്ഷേ ഈ മനുഷ്യൻ - അയാളുടെ നേരെ ഒന്നു നോക്കൂ - അയാളിതാവർത്തിക്കുകയില്ല. ഈ ചെയ്തത് ഓർത്ത് അയാളിപ്പോഴും സംഭ്രാന്തനാണ്." ഈ പ്രഭാഷണം യുവശ്രോതാക്കളെ അസ്വസ്ഥരാക്കി. ഒരു നിമിഷത്തിനുശേഷം അവരതൊക്കെ ചിരിച്ചു തള്ളാൻ തീരുമാനിച്ചു. പ്രഭാഷണം പരിസമാപ്തിയിലേക്കെത്തിയപ്പോഴേക്കും അവർക്കൊക്കെ സമാധാനമായി. കാരണം ഒരു വ്യക്തിയെന്ന നിലയ്ക്ക് മനുഷ്യനെക്കുറിച്ചും അവന്റേതായ അവകാശങ്ങളെക്കുറിച്ചുമാണ് ഞാൻ പറഞ്ഞവസാനിപ്പിച്ചത്. അതായിരുന്നല്ലോ പഴക്കം, അതു തന്നെ വിജയിച്ചു.

ഇത്തരം അനൗചിത്യങ്ങൾ വീണ്ടും വീണ്ടും ആവർത്തിച്ച് ഞാൻ പൊതുജനത്തെ അല്പമൊന്നു സംഭ്രമിപ്പിച്ചതേയുള്ളൂ. നിരായുധരാക്കിയില്ല, പ്രത്യേകിച്ച് എനിക്ക് സ്വയം നിരായുധനാകാനായില്ല. എന്റെ ശ്രോതാക്കളിൽ ഞാൻ കണ്ട അമ്പരപ്പ്, അവരുടെ അടക്കിപ്പിടിച്ച ജാള്യത, ഏതാണ്ട് നിങ്ങളിപ്പോൾ പ്രകടിപ്പിക്കുന്ന തരത്തിലുള്ളത് - വേണ്ട, വേണ്ട - എതിരൊന്നും പറയണ്ട - എന്നെ ശാന്തനാക്കിയില്ല. കുറ്റം സമ്മതിച്ചതുകൊണ്ട് മാത്രം ഒരാൾ കുറ്റവിമുക്തനാകുന്നില്ല, അങ്ങനെയാണെങ്കിൽ ഞാൻ കുഞ്ഞാടിനെപ്പോലെ നിഷ്ക്കളങ്കനാണ്. ഒരു പ്രത്യേക രീതിയിൽ നിങ്ങൾ സ്വയം കുറ്റപ്പെടുത്തണം അത് ശരിയാക്കിയെടുക്കാൻ എനിക്ക് കുറേക്കാലം വേണ്ടി വന്നു. ആർക്കൊക്കും വേണ്ടാത്തവനായി, നിരാലംബനാകും വരെ എനിക്കതു

മനസ്സിലാക്കാനായില്ല. അതുവരെ പരിഹാസച്ചിരി എന്റെ നേർക്ക് ഒഴുകിയെത്തി, അതിലടങ്ങിയിരുന്ന, ഔദാര്യപൂർണ്ണമായ, മസൃണത എന്നെ നിരന്തരം കുത്തിനോവിച്ചു, അതില്ലാതാക്കാനായി ഇടയ്ക്കിടെ ഞാൻ നടത്തിയ ശ്രമങ്ങൾ വിഫലമായി. ഇതാ വേലിയേറ്റം തുടങ്ങിയെന്നു തോന്നുന്നു. ബോട്ട് പോകാനിനി അധികം താമസമില്ല. ദിവസം അവസാനിക്കുകയായി. കണ്ടോ പ്രാവുകളൊക്കെ അവിടെ കൂട്ടംകൂടിയിരിപ്പാണ്, ഒന്നിനോടൊന്നുരുമ്മിക്കൊണ്ട്, അനക്കമില്ലാതെ വെളിച്ചം കുറഞ്ഞു വരുന്നു. ഈ മുഹൂർത്തം ശരിക്ക് ആസ്വദിക്കണമെങ്കിൽ നമ്മൾ നിശ്ശബ്ദത പാലിക്കണമെന്നു തോന്നുന്നില്ലേ? ഇല്ല? നിങ്ങൾക്ക് എന്നിലാണ് കൂടുതൽ താത്പര്യം! ഓ! നിങ്ങൾ വളരെ മര്യാദക്കാരനാണ്. പക്ഷേ, നിങ്ങൾക്ക് എന്നോടു താത്പര്യം തോന്നുന്നത് എനിക്ക് അപകടകരമാണ്. പശ്ചാത്താപ ജഡ്ജിയെപ്പറ്റി വിസ്തരിച്ചു പറയുന്നതിനു മുമ്പ് നിങ്ങളോടു കാമാസക്തിയെപ്പറ്റിയും കുടുസ്സുമുറിയെപ്പറ്റിയും പറയാനുണ്ട്.

# അഞ്ച്

**ച**ങ്ങാതീ, നിങ്ങൾക്കു തെറ്റിപ്പോയി. ബോട്ട് അതിവേഗം മുന്നോട്ടു നീങ്ങുന്നുണ്ട്, പക്ഷേ, ന്യൂഡർസി ഏതാണ്ട് മൃതപ്രായയാണ്. ഇരുവശങ്ങളിലും പരന്നു കിടക്കുന്ന കരകൾ മൂടൽമഞ്ഞിൽ അദൃശ്യമാണ്. അപ്പോൾപ്പിന്നെ ആദിയും അന്തവുമൊന്നും തിരിച്ചറിയാനാവില്ല. നമ്മളിങ്ങനെ പോകുന്നു, സ്ഥാനനിർണ്ണയത്തിന് ഒരടയാളവുമില്ല, എത്ര വേഗതയുണ്ടെന്നും അറിയാനാവില്ല. നമ്മളങ്ങനെ മുന്നോട്ടു പോകുന്നുണ്ടെങ്കിലും ഒരു മാറ്റവും തോന്നുന്നുമില്ല. ഇത് ബോട്ടുയാത്രയല്ല, സ്വപ്നാടനമാണ്.

ഗ്രീക്ക് ദ്വീപുസമൂഹങ്ങളിൽ നേരെ മറിച്ചാണ് എനിക്ക് അനുഭവപ്പെട്ടത്. അവിടെ പുതിയ ചക്രവാളത്തിൽ തുടരെത്തുടരെ പുതിയ ദ്വീപുകൾ പ്രത്യക്ഷപ്പെട്ടുകൊണ്ടേയിരിക്കും. നട്ടെല്ലു പോലെ നീണ്ടു കിടന്ന മരങ്ങളില്ലാത്ത ആ കരകൾ ആകാശത്തിന് അതിർവരമ്പിട്ടു. യാതൊരു വിധ ശങ്കയ്ക്കും ഇടവരുത്താത്തവിധം കടലിനു നേർവിപരീതസ്വഭാവമുള്ള, പാറക്കെട്ടുകൾ നിറഞ്ഞ കടലോരം, എന്തൊരു വെളിച്ചമാണ്. എല്ലാം സ്ഥാനനിർണ്ണയത്തിനുതകുന്ന അടയാളങ്ങൾ തന്നെ. ഒരു ദ്വീപിൽ നിന്ന് മറ്റൊന്നിലേക്ക്, കൊച്ചു ബോട്ടിൽ ഞങ്ങൾ ലക്ഷ്യമില്ലാതെ അലഞ്ഞു തിരിഞ്ഞു എനിക്കു തോന്നിയത്, കുളിരാർന്ന തിരമാലകളുടെ മൂർദ്ധാവിലേറി രാവും പകലും ജലകണങ്ങളെ തട്ടിത്തെറിപ്പിച്ചുകൊണ്ട് ആർത്തുചിരിച്ചുകൊണ്ട് ഞങ്ങൾ ചാഞ്ചാടിക്കൊണ്ടിരിക്കയാണെന്നാണ്. അതിനുശേഷം എന്റെയുള്ളിൽ എവിടെയോ, ഓർമ്മകളുടെ ഏതോ ഒരറ്റത്ത്, ഗ്രീസ് തെന്നിത്തെന്നിപ്പോകുന്നു. അതെ, സ്വയം എന്നെപ്പോലെ തെന്നിത്തെന്നിപ്പോകുന്നു. അയ്യോ! നിർത്തട്ടെ, എനിക്ക് കവിത വരുന്നു. എന്നോടു നിർത്താൻ പറഞ്ഞേക്കണേ ചങ്ങാതി.

നിങ്ങൾ പോയിട്ടുണ്ടോ ഗ്രീസിലേക്ക്? ഇല്ല? അതു നന്നായി. ഞാനൊന്നു ചോദിക്കട്ടെ. നമ്മളെന്തിന് അവിടേക്കു പോകണം?

അവിടേക്കു പോകണമെങ്കിൽ ഹൃദയവിശുദ്ധി വേണം. നിങ്ങൾ ക്കറിയാമോ, അവിടെ സുഹൃത്തുക്കൾ കൈകോർത്തു പിടിച്ചാണ് റോഡിലൂടെ നടക്കുക. അതെ, സ്ത്രീകളൊക്കെ വീട്ടിലിരിക്കും. മാന്യനായ മീശക്കാരൻ മധ്യവയസ്ക്കൻ സുഹൃത്തിന്റെ കൈവിരലുകൾ കോർത്തുപിടിച്ച് റോഡിലൂടെ നടക്കുന്നത് നിങ്ങൾ പലപ്പോഴും കാണും. പൗരസ്ത്യനാടുകളിലൊക്കെ അങ്ങനെയാണെന്നോ? അല്ല, മറുത്തു പറയുകയല്ല, എന്നാലും ചങ്ങാതി, എന്റെ കൈയും പിടിച്ചുകൊണ്ട് നിങ്ങൾ പാരീസിലെ പാതകളിലൂടെ നടക്കുമോ? അല്ല, ഞാൻ തമാശ പറഞ്ഞതാണ്. നമുക്ക് ചില മര്യാദകളൊക്കെ പാലിക്കാനില്ലേ? ഗ്രീക്ക് ദ്വീപുകളി ലെത്തുന്നതിനു മുമ്പ് നമുക്കു വിസ്തരിച്ച് കുളിച്ചു ശുദ്ധി വരു ത്തേണ്ടി വരും. അവിടത്തെ അന്തരീക്ഷം പരിശുദ്ധമാണ്. കടലും ഇന്ദ്രിയസുഖങ്ങളും സുതാര്യമാണ്. നമ്മളോ?....

നമുക്ക് ഡെക്കിലെ ഈ കസേരകളിലിരിക്കാം. എന്തൊരു മൂടൽമഞ്ഞ് അല്ലേ? കുടുസ്സുമുറിയെപ്പറ്റി പറഞ്ഞുകൊണ്ടു വന്ന തായിരുന്നു, ഇടയ്ക്കു വെച്ചു നിറുത്തിക്കളഞ്ഞു. എന്താണ് ഉദ്ദേ ശിച്ചതെന്നു പറയാം. വളരെയേറെ ബുദ്ധിമുട്ടി, ഔദ്ധത്യം നിറഞ്ഞ ഭാവഹാവങ്ങളൊക്കെ ഉപേക്ഷിച്ച്, സ്വന്തം ഉപയോഗശൂന്യതയിൽ ഭഗ്നാശയനായി, മനുഷ്യ സഹവാസം വേണ്ടെന്നു വെക്കാൻ ഞാൻ നിശ്ചയിച്ചു. ഇല്ലില്ല, വിജനമായ ദ്വീപ് അന്വേഷിച്ചിറങ്ങിയില്ല, അത്തരം ഒരെണ്ണം പോലും ബാക്കിയില്ലല്ലോ. സ്ത്രീകളുടെ ഇടയിലാണ് ഞാൻ അഭയം പ്രാപിച്ചത്. നിങ്ങൾക്കറിയാമായി രിക്കും അവരങ്ങനെ ആരുടെയും ദൗർബല്യങ്ങളെ പഴിക്കാറില്ല. നമ്മളെ അവഹേളിക്കാനോ ബലഹീനരാക്കാനോ ആണ് അവർ കൂടുതലിഷ്ടപ്പെടുക. അതുകൊണ്ട്, സ്ത്രീ, യോദ്ധാവിനുള്ളതല്ല, പാരിതോഷികമല്ല. മറിച്ച് ക്രിമിനലിനുള്ള പാരിതോഷികമാണ്. അവന്റെ അഭയസ്ഥാനമാണ്. അവന്റെ താവളമാണ്. അവളുടെ കിടക്കയിൽ വെച്ചാണ് പലപ്പോഴും അവൻ അറസ്റ്റു ചെയ്യപ്പെടാറ്. ഭൂമിയിലെ ഈ പറുദീസയിൽ അവളല്ലാതെ നമുക്കു മറ്റെന്താണ് ബാക്കിയുള്ളത്? ശരണാഗതിയായ ഞാൻ സ്വാഭാവികമായും ആ താവളത്തിലാണ് എത്തിയത്. പക്ഷേ, പഴയ പടി സുന്ദരൻ പ്രഭാ ഷണങ്ങളൊന്നും നടത്തിയില്ല. പഴക്കം കൊണ്ടാവാം, കുറ ച്ചൊക്കെ ശൃംഗാരകേളികൾ നടത്താതിരുന്നില്ല. പക്ഷേ, ഭാവന വരണ്ടിരുന്നു. ഇത്തിരി മടിയോടെയാണെങ്കിലും ഒരു കാര്യം സമ്മതിക്കട്ടെ, ഇല്ലെങ്കിൽ ഞാൻ മറ്റു വല്ല അശ്ലീലപദങ്ങളും ഉപയോഗിച്ചെന്നു വരും. എനിക്ക് ആ ദിനങ്ങളിൽ സ്നേഹം

ആവശ്യമായിത്തീർന്നു. തികച്ചും അരോചകം അല്ലേ? എന്തു ചെയ്യാം, വല്ലാത്ത നിഗൂഢമായ നൊമ്പരം, എന്തോ സ്വകാര്യ ശൂന്യത എന്നെ ആകെ പൊള്ളയാക്കിത്തീർത്ത പോലെ. ശൂന്യതയും പിന്നെ ഒരുതരം ജിജ്ഞാസയും ചിലരുമായി പ്രതിജ്ഞാബദ്ധനാകാൻ എന്നെ നിർബന്ധിതനാക്കി. സ്നേഹിക്കണം, സ്നേഹിക്കപ്പെടണം എന്ന എന്റെ ആവശ്യം സഫലീകരിക്കപ്പെട്ടതായി എനിക്കു തോന്നി. വേറൊരു വിധത്തിൽ പറഞ്ഞാൽ ഞാനൊരു വിഡ്ഢിവേഷം കെട്ടി.

മുമ്പൊക്കെ, അനുഭവസമ്പന്നനെന്ന നിലയ്ക്ക് ഞാൻ എല്ലായ്പോഴും ഒഴിവാക്കിയിട്ടുള്ള ഒരു ചോദ്യം, ആയിടെ പലപ്പോഴും ഞാൻ ചോദിച്ചു തുടങ്ങി. ഞാൻ ചോദിക്കും "നിനക്കെന്നെ ഇഷ്ടമാണോ?" ഈ ചോദ്യത്തിനുള്ള പതിവുത്തരം എന്തെന്ന് നിങ്ങൾക്കറിയാം, കൂട്ടത്തിലൊരു ചൂണ്ടയും "നിങ്ങൾക്കോ?" മനസ്സിലിരുപ്പ് വേറെയാണെങ്കിലും അതെയെന്നു പറഞ്ഞാൽ ആവശ്യമില്ലാത്ത ബാദ്ധ്യത ഏറ്റെടുത്തപോലെ തോന്നും. ഇല്ലെന്നു പറയാൻ ധൈര്യപ്പെട്ടാലോ, സ്നേഹിക്കപ്പെടില്ലെന്ന കാര്യം തീർച്ച. പിന്നെ എന്റെ യാതനകളും വർദ്ധിക്കും. ഏത് അനുഭൂതിയിൽ ഞാൻ സമാശ്വാസം കണ്ടെത്താൻ ശ്രമിച്ചുവോ അതിന് ഭീഷണി നേരിടുന്നുവെന്നു തോന്നിയാൽ, അത് പങ്കാളിയിൽനിന്ന് കൂടുതൽ അളവിൽ നിർബന്ധപൂർവ്വം പിടിച്ചു വാങ്ങാൻ തുടങ്ങി. അതിനു പകരമായി കൂടുതൽ വ്യക്തമായ വാഗ്ദാനങ്ങൾ നൽകേണ്ടി വന്നു... അങ്ങനെ സുന്ദരിയായ ഒരു വിഡ്ഢിപ്പെണ്ണിനോട് എനിക്കു ഭ്രമം തോന്നി. പൈങ്കിളി സാഹിത്യം അരച്ചുകലക്കിക്കുടിച്ച അവളോ, അടിയുറച്ച വിശ്വാസത്തോടെയാണ് പ്രണയത്തെപ്പറ്റി സംസാരിച്ചത്, ബുദ്ധിജീവി, വർഗ്ഗരഹിത സമുദായത്തെപ്പറ്റി പ്രസംഗിക്കുമ്പോലെ. നിങ്ങൾക്കറിയാമല്ലോ, അത്തരം ദൃഢ വിശ്വാസങ്ങൾ എളുപ്പം പകരുന്നവയാണ്. ഞാനും അങ്ങനെയൊക്കെ സംസാരിക്കാൻ ശ്രമിച്ചു ഏതാണ്ടൊക്കെ വിശ്വസിക്കുകയും ചെയ്തു. അവളെന്റെ കാമുകിയാവുന്നതു വരെയെങ്കിലും ഞാനങ്ങനെത്തന്നെ വിശ്വസിച്ചു. അതിനുശേഷമാണ് കണ്ടെത്തിയത്, പൈങ്കിളി സാഹിത്യം പ്രേമത്തെക്കുറിച്ചു സംസാരിക്കാനെ പഠിപ്പിച്ചിട്ടുള്ളൂ, പ്രേമകലയെക്കുറിച്ചു പഠിപ്പിച്ചിട്ടില്ല. അങ്ങനെ തത്തമ്മയെ സ്നേഹിച്ച എനിക്ക് സർപ്പിണിയുമായി കിടക്ക പങ്കിടേണ്ടി വന്നു. പുസ്തകങ്ങൾ വാഴ്ത്തുന്നതരം പ്രേമം കണ്ടെത്താനായി ഞാൻ പലയിടത്തും ഒരുപാടു തിരഞ്ഞു. പക്ഷേ ജീവിതത്തിലൊരിക്കലും അതു ലഭിച്ചില്ല.

എനിക്ക് പരിചയക്കുറവുണ്ടായിരുന്നു. മുപ്പതിലധികം വർഷങ്ങൾ എന്നെ മാത്രം പ്രേമിച്ചവനായിരുന്നല്ലോ, ഞാൻ. ആ പഴക്കം അത്ര പെട്ടെന്ന് കുടഞ്ഞുകളയാമെന്ന പ്രതീക്ഷ അസ്ഥാനത്തായിരുന്നു, അതെനിക്കു കഴിഞ്ഞുമില്ല, പ്രേമത്തിന്റെ കാര്യത്തിൽ ഞാൻ അല്പനായിത്തന്നെ തുടർന്നു. വാഗ്ദാനങ്ങൾ ഇരട്ടിച്ചു. പലരുമായും ഒരേ സമയത്ത് പ്രേമബന്ധത്തിലേർപ്പെട്ടു. പണ്ടൊരു കാലത്ത് പലരുമായും ഒരേ സമയം ബന്ധം പുലർത്തിയിരുന്നു, പക്ഷേ അന്ന് അനാസ്ഥക്കാലമായിരുന്നു. പക്ഷേ, ഇപ്പോൾ എന്റെ ദുരിതങ്ങൾ വർദ്ധിച്ചതേയുള്ളൂ. തത്തമ്മയുടെ കാര്യം പറഞ്ഞല്ലോ, അവൾ നിരാശ മൂത്ത് മരണം വരെ നിരാഹാരം പ്രഖ്യാപിച്ചു. ഭാഗ്യത്തിന് എനിക്കു തക്ക സമയത്ത് അവിടെയെത്താനായി. അവളുടെ ഇച്ഛാനുസരണം അവളുടെ കൈയും പിടിച്ച് പിന്നെയും കുറെ നാൾ. അതവസാനിച്ചതോ, ചെന്നിരോമങ്ങൾ നരച്ചുതുടങ്ങിയ ഒരു എഞ്ചിനീയർ ബാലിയാത്ര കഴിഞ്ഞ് തിരിച്ചെത്തിയപ്പോൾ. അവളുടെ പ്രിയപ്പെട്ട പൈങ്കിളി വാരികയിൽ അയാളെപ്പറ്റി വാർത്തയുണ്ടായിരുന്നത്രെ. എല്ലാവരും പറയുമ്പോലെയുള്ള അനശ്വര പ്രേമം കണ്ടെത്തി, അതിലൂടെ പാപവിമുക്തനാകാനുള്ള എന്റെ ശ്രമം നടന്നില്ലെന്നു മാത്രമല്ല, പാപഭാരം കൂടുകയാണുണ്ടായത്, ഞാൻ സദാചാരമാർഗ്ഗങ്ങളിൽ നിന്ന് കൂടുതൽ വ്യതിചലിക്കുകയും ചെയ്തു. പിന്നെ വർഷങ്ങളോളം ലാവിയറോസും ലീബെസ്റ്റോട്ടും[17] പല്ലു ഞെരിച്ചുകൊണ്ടല്ലാതെ എനിക്കു ചെവിക്കൊള്ളാനാവില്ലായിരുന്നു, എനിക്കു പ്രേമത്തോടു തന്നെ വെറുപ്പായി. അങ്ങനെ സ്ത്രീകളുമായുള്ള അടുപ്പം വേണ്ടെന്നുവെക്കാൻ ഞാൻ തീരുമാനിച്ചു. പാപരഹിതമായ ജീവിതം നയിക്കാൻ ശ്രമിച്ചു. അവരുടെ ചങ്ങാത്തം മാത്രം പോരെ, എന്നെ തൃപ്തിപ്പെടുത്താൻ? ഇതിനർത്ഥം ശൃംഗാരസല്ലാപങ്ങൾ ഒഴിവാക്കണമെന്നാണ്. പക്ഷേ, അതില്ലാതെ എനിക്ക് സ്ത്രീകളോടും നിശ്ചയമായും സ്ത്രീകൾക്ക് എന്നോടും മടുപ്പുതോന്നുകയല്ലേയുള്ളൂ? ശരി, ശൃംഗാരസല്ലാപങ്ങളും വേണ്ട, പ്രഹസനങ്ങളും വേണ്ട - എല്ലാം മതിയാക്കാം. ഞാൻ സത്യത്തിന്റെ ലോകത്തിൽ എത്തിയെന്ന തോന്നൽ, പക്ഷേ സത്യം പറയട്ടെ, ചങ്ങാതി, സത്യലോകം അറുമുഷിപ്പനാണ്.

പ്രേമവും സന്മാർഗ്ഗവുമൊക്കെ പരീക്ഷിച്ചു നോക്കി, അതൊക്കെ എന്നെ ഹതാശനാക്കിയതേയുള്ളൂ. ഇനി ബാക്കിയുള്ളത് വിഷയാസക്തിയൊന്നു മാത്രം. അത് പ്രേമത്തിനുള്ള

17. ലാവിയറോസ് (ഫ്രഞ്ച്), ലീബെസ്റ്റോട്ട് (ജർമൻ) സുപ്രസിദ്ധ പ്രണയഗീതങ്ങൾ

മറുമരുന്നാണ്, ചിരി നിന്നെന്നു വരും, നിശ്ശബ്ദത വീണ്ടെടുക്കാനായേക്കും, അസാന്മാർഗ്ഗികതയുടെ മുദ്ര പതിഞ്ഞുകിട്ടുമല്ലോ. വളരെ വൈകിയ രാത്രികളിൽ, സ്വബോധം മുഴുവനായും നഷ്ടപ്പെട്ടിട്ടില്ലാത്ത മദാലസതയിൽ, രണ്ടു വേശ്യകളുടെ ഇടയിലായി ഭോഗാസക്തി മുഴുവനും വാർന്നുപോയി, ശയിക്കവേ, ശുഭപ്രതീക്ഷ ഒരു യാതനയല്ലാതായിത്തീരും, ഭൂതകാലത്തെ മുഴുവനും മനസ്സ് അടക്കി ഭരിക്കും, ജീവിതം എന്നെന്നേക്കുമായി ഒരു ദുഃഖമല്ലാതാവും. ഒരുതരത്തിൽ നോക്കിയാൽ ഞാനെപ്പോഴും വിഷയലമ്പടനായിരുന്നു. അമരത്വമായിരുന്നില്ലേ ഞാൻ മോഹിച്ചത്? അതല്ലേ എന്റെ സ്വഭാവത്തിന്റെ കാതലായ അംശം? അതുകൊണ്ടല്ലേ ഞാൻ എപ്പോഴും എന്നെ മാത്രം സ്നേഹിച്ചത്? അതെ, ഞാൻ അമരത്വം പ്രാപിക്കാൻ വെമ്പുകയായിരുന്നു. എന്റെ അമൂല്യ പ്രേമഭാജനം, ഒരിക്കലും ഇല്ലാതാവരുതെന്ന, എനിക്ക് എന്നോടു തന്നേ തോന്നിയ തീവ്രമായ അനുരാഗം ഉണർന്നിരിക്കുന്ന വേളകളിൽ കുറച്ചെങ്കിലുമൊക്കെ സ്വബോധം ഉണ്ടെന്നുവരികിൽ, കാമാതുരനായ വാനരന് അമരത്വം നൽകേണ്ട ഒരൊറ്റക്കാരണം പോലും കണ്ടെത്താനായെന്നു വരില്ല. അതിനു വേറെ ആളെ നോക്കി കണ്ടുപിടിക്കേണ്ടി വരും. അമരത്വം പ്രാപിക്കാനായി ഞാൻ രാത്രികളിൽ നിറുത്താതെ മദ്യപിച്ചു, വേശ്യകളൊത്ത് കിടക്ക പങ്കിട്ടു. രാവിലെ എഴുന്നേൽക്കുമ്പോൾ എന്റെ വായ്ക്കകത്ത് മർത്യതയുടെ കയ്പുനീരു നിറഞ്ഞിരുന്നു. പക്ഷേ, അതുകൊണ്ടെന്ത്? മണിക്കൂറുകളോളം ഞാൻ നിർവൃതിയിൽ ഉയർന്നു പറക്കുകയായിരുന്നില്ലേ? ഞാനിതൊക്കെ എങ്ങനെ നിങ്ങളോടു തുറന്നു പറയും? ചില രാത്രികളിൽ വളരെ മോശമായ നിശാക്ലബ്ബിൽ പോകുമായിരുന്നു. അവിടത്തെ ഒരു ചില്ലറക്കാരി നർത്തകിയെത്തേടി, അവളെനിക്ക് പല ആനുകൂല്യങ്ങളും നൽകി, ഒരു രാത്രിയിൽ അവളുടെ മാനം രക്ഷിക്കാനായി ഒരു താടിക്കാരൻ വായാടിയോട് വഴക്കിടുകപോലുമുണ്ടായി. ചുവന്ന പ്രകാശം ചിതറുന്ന, പൊടി പറക്കുന്ന, ഭൂമിയിലെ ആ പറുദീസയിൽ ഞാനങ്ങനെ നെഞ്ചു വിടർത്തി നടക്കും, അപാരനുണകൾ പറയും, മൂക്കറ്റം കുടിക്കും. ഒടുവിൽ എന്റെ രാജകുമാരിയുടെ കിടക്കയിൽ, ഒരിക്കലും തട്ടികുടഞ്ഞു വിരിക്കപ്പെടാത്ത കിടക്കയിൽ, ചെന്നു വീഴും. അവൾ യാന്ത്രികമായി ലൈംഗിക ക്രിയയിലേർപ്പെടും. എന്നിട്ട് ഒന്നും സംഭവിച്ചിട്ടില്ലാത്ത മട്ടിൽ ഉറങ്ങിപ്പോകും, ഞാൻ പ്രഭാതം പൊട്ടിവിടരാനായി കാത്തിരിക്കും. ഈ അത്യാഹിതത്തെ വെളിച്ചത്തുകൊണ്ടു വരാനെന്നോണം പ്രഭാതം സാവധാനം

എഴുന്നെള്ളും. ഞാനെഴുന്നേറ്റ് പ്രഭാതത്തിന്റെ ഉജ്ജ്വലപ്രകാശ മേറ്റ് നിശ്ചലനായി നിൽക്കും.

എനിക്ക് അർഹതപ്പെട്ട ആശ്വാസം നൽകിയത് മദ്യവും സ്ത്രീകളുമാണ്, ഇക്കാര്യം ഞാൻ സമ്മതിക്കേണ്ടിയിരിക്കുന്നു. ഉള്ളതു പറയാമല്ലോ ചങ്ങാതി, ഇവ രണ്ടും ഉപയോഗിക്കുന്നതിൽ ഒരാശങ്കയും വേണ്ട. അപ്പോഴാണ് നിങ്ങൾക്കു മനസ്സിലാവുക വിഷയാസക്തി, മുക്തിദായകമാണ്, കാരണം അതിൽ ഉപാധി കളില്ല, ബാദ്ധ്യതക്കളൊന്നുമില്ല, അതിൽ നിങ്ങളോടൊപ്പം നിങ്ങൾ മാത്രമേയുള്ളൂ, അതിനാൽ മഹാന്മാരായ സ്വാനുരാഗികൾക്ക് ഏറ്റവും ഇഷ്ടപ്പെട്ട സമയംപോക്കും ഇതുതന്നെ. ഭൂതവും ഭാവി യുമില്ലാത്ത വനാന്തരമാണത്, വാഗ്ദാനങ്ങളോ, ശിക്ഷകളോ ഇല്ലാത്ത ഇവിടം സാധാരണക്കാരുടെ ലോകത്തിൽ നിന്നും വേർതിരിക്കപ്പെട്ടിരിക്കുന്നു. ആശങ്കകളും പ്രത്യാശകളും വെളി യിൽ ഉപേക്ഷിച്ചു വേണം അകത്തേക്കു കടക്കാൻ. സംഭാഷണം വേണമെന്നു നിർബന്ധമില്ല. വാക്കുകളുടെ സഹായം ഇല്ലാതെ ത്തന്നെ അന്വേഷിച്ചു വന്നതു ലഭിക്കും, പലപ്പോഴും പൈസയും വേണ്ടിവരില്ല. എന്നെ സഹായിച്ച, അവരോട്, അജ്ഞാതരും വിസ്മൃതരുമായ ആ സ്ത്രീകളോടുള്ള ആദരവ് ഞാനൊന്നു പ്രകടിപ്പിക്കട്ടെ. ഇന്നും അവരെക്കുറിച്ചോർക്കുമ്പോൾ എനിക്ക് ഒരു തരം ബഹുമാനമാണ് തോന്നാറുള്ളത്.

എന്തായാലും ആ സ്വതന്ത്രതാബോധം ഞാൻ നിർബാധം പ്രയോജനപ്പെടുത്തി. പാപം ചെയ്യാനെത്തുന്നവരുടെ സങ്കേതമെ ന്നറിയപ്പെട്ട ഒരു ഹോട്ടലിലും ഞാൻ പ്രത്യക്ഷപ്പെട്ടു, ഒരു മുതിർന്ന വേശ്യയും അവിവാഹിതയായ കുലീന വർഗ്ഗക്കാരിയുമൊത്ത്. ആദ്യത്തവളെ പ്രീണിപ്പിക്കുകയും രണ്ടാമത്തവൾക്ക് ജീവിത യാഥാർത്ഥ്യങ്ങൾ പഠിപ്പിച്ചു കൊടുക്കുകയും ചെയ്തു. നിർഭാഗ്യ വശാൽ വേശ്യ തനി മധ്യവർഗ്ഗക്കാരി ആയിരുന്നു. അവളിപ്പോൾ ആധുനിക വിചാരങ്ങൾ വെച്ചു പുലർത്തുന്ന ഒരു തുറന്നെഴുത്തു പത്രത്തിനു വേണ്ടി ഓർമ്മക്കുറിപ്പുകളെഴുതുന്ന തിരക്കിലാണ്. പെൺകിടാവ് കല്യാണം കഴിച്ചു; കടിഞ്ഞാണിടാനാവാത്ത മോഹ ങ്ങൾ തൃപ്തിപ്പെടുത്താനും അസാമാന്യമായ സ്വന്തം കഴിവുക ളൊക്കെ വേണ്ടവിധം പ്രയോഗിക്കാനുമായി. എനിക്കും അല്പ സ്വല്പം അഭിമാനമൊക്കെ തോന്നുന്നുണ്ട്. കാരണം അക്കാലത്തെ പേരുകേട്ട പുരുഷസഭയിലും ഞാനംഗമായി. പക്ഷേ അതിനെപ്പറ്റി വലുതായൊന്നും പറയുന്നില്ല. കാരണം ബുദ്ധിശാലികൾ പോലും,

മറ്റവനേക്കാൾ ഞാൻ ഒരു കുപ്പി കൂടുതൽ അകത്താക്കിയെന്നു പറഞ്ഞ് വീമ്പടിക്കുന്നതിൽ മഹത്വം കണ്ടെത്തുന്നവരാണ്. അങ്ങനെ ക്രമേണ ആ സന്തോഷപ്രദമായ ചുറ്റുപാടുകളിൽ ഞാൻ ശാന്തിയും മുക്തിയും കണ്ടെത്തിയിരുന്നേനെ. പക്ഷേ, ഒരു തടസ്സം, ഇത്തവണ എന്നിൽത്തന്നെ. കരൾ രോഗം; അതിന്റെ ക്ഷീണം ഇനിയും മാറിയിട്ടില്ല. മരണമില്ലാത്തവനാണെന്നു കൊട്ടി ഘോഷിച്ചു നടന്നു. എന്നിട്ടോ ഏതാനും ആഴ്ചകൾക്കകം, ഇന്നോ നാളെയോ എന്ന മട്ടിലായി.

ആ അനുഭവംകൊണ്ട് ഒരു ഗുണമെങ്കിലുമുണ്ടായി, രാത്രി സഞ്ചാരങ്ങൾ ഒഴിവാക്കിയതോടെ വേദന അല്പമൊന്നു കുറഞ്ഞു കിട്ടി. എന്റെ ശരീരത്തെ കാർന്നു തിന്നിരുന്ന ക്ഷീണത്തോടൊപ്പം പല ഭാഗങ്ങളും ദ്രവിച്ചുപോയിരുന്നു. അമിതവാസനകളോരോന്നും ഓജസ്സ് കുറയ്ക്കും. അതുകൊണ്ടുതന്നെ യാതനയും കുറയും. ധാർമ്മികമായ അധഃപതനത്തിൽ മതിഭ്രംശമൊന്നും സംഭവിക്കുന്നില്ല. പൊതുവേയുള്ള ധാരണ അങ്ങനെയല്ലെങ്കിലും അതൊരു തരം ദീർഘസുഷുപ്തിയാണ്. നിങ്ങൾ ശ്രദ്ധിച്ചിട്ടുണ്ടോ, സംശയാലുക്കളായ പുരുഷന്മാർക്ക് തൽക്ഷണം വേണ്ടത് എന്താണ്? വേറൊന്നുമില്ല, തന്നെ വഞ്ചിച്ച സ്ത്രീയോടൊപ്പം കിടക്ക പങ്കിടണം. അതെന്തിനെന്നല്ലേ? തങ്ങളുടെ പ്രിയപ്പെട്ട നിധി തങ്ങളുടേതു തന്നെയാണെന്ന് ഉറപ്പുവരുത്താൻ, അത് സ്വായത്തമാക്കണം എന്നല്ലേ പറയാറ്. പക്ഷേ, പിന്നൊരു കാര്യമുണ്ട്, സംഗതി കഴിഞ്ഞാലുടൻ അവരുടെ സംശയവും അസൂയയും കുറേയൊക്കെ മാറിക്കിട്ടുകയും ചെയ്യും. ഭാവനയിലൂടെ സ്വയം വിധിയെഴുതുന്നതിന്റെ ഫലമാണ് ജാരശങ്ക. ചില സാഹചര്യങ്ങളിൽ തനിക്കു തോന്നിയിരുന്ന അനാശാസ്യ ചിന്തകളെ, തൽക്കാലം അതേ സാഹചര്യങ്ങളിലുള്ള എതിരാളിയുടെ മേൽ കെട്ടിവെക്കുക. ഭാഗ്യവശാൽ അമിതമായ വിഷയാസക്തി, ഭാവനയേയും വിധിയെഴുത്തിനെയും ക്ഷീണിപ്പിക്കുന്നു. വീര്യം ഉറങ്ങിക്കിടക്കുമ്പോൾ പീഡാനുഭവവും തഥൈവ. ഇതേ കാരണം കൊണ്ടുതന്നെയാണ് കൗമാരപ്രായക്കാരുടെ ഇന്ദ്രിയാതീതമായ അസ്വസ്ഥത, പ്രഥമ വേഴ്ചയോടെ അവസാനിക്കുന്നത്. ചില ദാമ്പത്യ ബന്ധങ്ങൾ നിയമാനുസൃതമായ വിഷയലമ്പടത്വമാണ്, അവ ക്രമേണ സാഹസത്തിന്റെയും സർഗ്ഗശക്തിയുടെയും അതിവിരസമായ ശവമഞ്ചങ്ങളായി മാറുന്നു അതേ ചങ്ങാതി, യാഥാസ്ഥിതിക ദാമ്പത്യം നമ്മുടെ രാജ്യത്തെ തെരുവിലേക്കിറക്കിയിരിക്കുന്നു, താമസിയാതെ മരണത്തിന്റെ പടിവാതിലിലേക്കും നയിക്കും.

അതിശയോക്തിയോ? ഹേയ് അല്ല. പക്ഷേ മുഖ്യ വിഷയത്തിൽനിന്ന് തെന്നിപ്പോയിരിക്കുന്നുവെന്നതു ശരി. മാസങ്ങളോളം നീണ്ടുനിന്ന ആ ലൈംഗികകേളികളിൽനിന്ന് ഞാനെന്തു നേടിയെടുത്തു എന്നു നിങ്ങളോടു പറയുകയായിരുന്നു. ഒരു പുകമറയ്ക്കുള്ളിലല്ലെന്നപോലെയായിരുന്നു, എന്റെ ജീവിതം. ചിരി നേർത്തു നേർത്തു വന്ന്, പിന്നെ എനിക്കതു തീരെ കേൾക്കാതായി. എന്റെയുള്ളിലെ അനാസ്ഥയ്ക്ക് കട്ടികൂടി. വികാരപ്രകടനങ്ങളില്ല, സദാ അക്ഷോഭ്യൻ, നിർവികാരൻ എന്നു പറയുകയാവും ശരി. ക്ഷയരോഗം ബാധിച്ച ശ്വാസകോശങ്ങളെ ഉണക്കിയെടുക്കാനായാൽ രോഗം മാറുമത്രെ, പക്ഷേ അതോടെ അവയുടെ ഉടമസ്ഥനായ രോഗി ശ്വാസം മുട്ടി ചത്തുപോവുകയും ചെയ്യും. അതായിരുന്നു, എന്റെയും കഥ. എന്റെ ചികിത്സയേറ്റ്, ഞാൻ സമാധാനമായി മരണമടഞ്ഞു. ജോലിയിൽ നിന്നുള്ള വരുമാനം കൊണ്ടാണ് ഞാൻ ജീവിച്ചു പോന്നത്. പക്ഷേ, താറുമാറായ ജീവിതചര്യകൾ കാരണം ചിട്ടയോടെ നടത്തിക്കൊണ്ടു പോകേണ്ടിയിരുന്ന വക്കീൽപ്പണി അവതാളത്തിലായി, അനുചിതമായ പദപ്രയോഗങ്ങൾ എന്റെ പേരിനും പെരുമയ്ക്കും ഗുരുതരമായ ക്ഷതമേല്പിച്ചു. പക്ഷേ, ഇവിടെ ശ്രദ്ധേയമായ ഒരു കാര്യം ഇതാണ്: എന്റെ അതിരു കെട്ട നിശാചരത്വമല്ല, മറിച്ച് പ്രകോപനപരമായ പദപ്രയോഗങ്ങളായിരുന്നു പൊതുജനത്തെ ഏറെ നീരസപ്പെടുത്തിയത്. കോടതി മുമ്പാകെയുള്ള എന്റെ പ്രഭാഷണങ്ങളിൽ ദൈവത്തെപ്പറ്റി ഞാനിടയ്ക്കിടെ നടത്തിയ പരാമർശങ്ങൾ കാരണം, അവ വെറും വാക്കുകൾ മാത്രമായിരുന്നെങ്കിലും, കക്ഷികൾക്ക് എന്നോട് അവിശ്വാസം തോന്നിത്തുടങ്ങി. നിയമ പാണ്ഡിത്യമുള്ള അജേയനായ വക്കീലിനോളം സമർത്ഥമായി ദൈവത്തിന് തങ്ങളുടെ താത്പര്യങ്ങൾ സംരക്ഷിക്കാനാവില്ലെന്ന് അവർക്ക് ആശങ്ക തോന്നിക്കാണും. അവിടന്ന് ഒരു ചുവടു മതിയായിരുന്നു, അജ്ഞത കൊണ്ടാണ് ഞാൻ ദൈവത്തെ വിളിച്ചു പോയതെന്ന നിഗമനത്തിലെത്താൻ എന്റെ കക്ഷികൾ ആ ചുവടു താണ്ടി, എന്റെ വക്കാലത്തും കുറഞ്ഞു. ഇടയ്ക്കെങ്ങാനും ഒരു കേസു കിട്ടിയാലായി. എന്തൊക്കെ പറഞ്ഞാലും, ഞാൻ പറഞ്ഞതൊന്നും ഞാൻ സ്വയം വിശ്വസിച്ചിരുന്നില്ല എന്നതൊഴിച്ചാൽ ഞാൻ നല്ലൊരു വക്കീലായിരുന്നു, കോടതിമുമ്പാകെ എന്റെ ശബ്ദം എന്നെ മുന്നോട്ടു കൊണ്ടുപോകും. ഞാനതിനെ പിന്തുടരും, പണ്ടത്തെപ്പോലെ ശബ്ദം അത്യുന്നതങ്ങളിലേക്ക് ഉയർന്നു പൊങ്ങിയില്ല. തറയിൽ നിന്ന് അല്പം പൊക്കത്തിൽ, വേലികൾ

ചാടിക്കടക്കും, അത്രതന്നെ. തൊഴിൽ രംഗത്തിനു പുറത്ത്, വിരളമായേ ഞാൻ മറ്റുള്ളവരുമായി ഇടപെട്ടുള്ളൂ. ഒന്നോ രണ്ടോ പഴയ ബന്ധങ്ങളെ വളരെ കഷ്ടപ്പെട്ടാണ് നിലനിറുത്തിയത്. ചില സായാഹ്നങ്ങൾ കാമാവേശം ഒട്ടുമില്ലാതെ വെറും സുഹൃത്തുക്കളെന്ന നിലയിൽ ഞാനവരോടൊത്ത് ചെലവിടും, പക്ഷേ ചുറ്റും നടന്നിരുന്ന സംസാരം ഞാൻ ശ്രദ്ധിച്ചതേയില്ല. എനിക്കെല്ലാം മടുത്തു തുടങ്ങിയിരുന്നു, മടുപ്പിന് സ്വയം വഴങ്ങിക്കൊടുക്കുകയും ചെയ്തു. എനിക്ക് അല്പമൊന്നു തടി വെച്ചു, എല്ലാ ആപൽഘട്ടങ്ങളും കഴിഞ്ഞുകിട്ടിയെന്നു വിശ്വസിക്കാനായി ഇനിയൊന്നും ബാക്കിയില്ല, വൃദ്ധനാവുകയേ വേണ്ടൂ.

ഒരു ദിവസം ഒരു കൊച്ചു കപ്പൽയാത്രയ്ക്ക് ഞാനെന്റെ ചങ്ങാതിയെ കൂട്ടിക്കൊണ്ടുപോയി. ഇത് എന്റെ രോഗശമനം ആഘോഷിക്കാനാണെന്ന കാര്യം അവളോട് ഞാൻ പറഞ്ഞിട്ടില്ലായിരുന്നു. ഞാൻ കപ്പലിലെ മുകൾത്തട്ടിൽ (അല്ലാതെവിടെ?) നിൽക്കുകയായിരുന്നു, അപ്പോളതാ ദൂരെ, ചാരനിറത്തിലുള്ള കടൽപ്പരപ്പിനു മുകളിലായി ഒരു കറുത്ത പൊട്ട്, ഞാനുടൻ ദൃഷ്ടികൾ തിരിച്ചു, എന്റെ ഹൃദയം ക്രമാതീതമായി മിടിക്കാൻ തുടങ്ങി. വീണ്ടും തിരിഞ്ഞു നോക്കാനായി ഞാൻ സ്വയം നിർബന്ധിച്ചു. പക്ഷേ, അത് അദൃശ്യമായിക്കഴിഞ്ഞിരുന്നു. ഞാൻ നിലവിളിച്ചിരുന്നേനെ, വിഡ്ഢിയെപ്പോലെ സഹായത്തിനു മുറവിളി കൂട്ടിയിരുന്നേനെ, അതിനകം ഞാനതു വീണ്ടും കണ്ടു. ഏതോ പൊളിഞ്ഞ കപ്പലിൽ നിന്നുള്ള അവശിഷ്ടം, അതറിഞ്ഞിട്ടും എനിക്കതു നോക്കി നിൽക്കാനായില്ല. മുങ്ങിത്താഴുന്ന മനുഷ്യനെക്കുറിച്ചുള്ള ചിന്തയാണ് അതെന്നിലുണർത്തിയത്. പിന്നീട് ശാന്തചിത്തനായപ്പോളാണ് എനിക്കു ബോധ്യം വന്നത്, സത്യാവസ്ഥ എനിക്ക് എന്നേ അറിയാമായിരുന്നു. അത് അംഗീകരിച്ചേ പറ്റൂ. വർഷങ്ങൾക്കു മുമ്പ് എന്റെ പുറകിലായി സൈൻ നദിയിൽ നിന്നുയർന്ന രോദനം നിലച്ചിട്ടേയില്ല. നദി അതിനെ ഒഴുക്കിക്കൊണ്ടു പോയി: കടലിടുക്കിലൂടെ, അനന്തമായ സമുദ്രനിരപ്പിലൂടെ, ലോകമെങ്ങും സഞ്ചരിച്ച്, അതു കാത്തിരുന്നു, എന്നെ വീണ്ടും കണ്ടുമുട്ടുമെന്ന നാളെണ്ണിക്കൊണ്ട്... അതിനിയും എന്നെ കാത്തിരിക്കും, കടലുകളിലും നദികളിലും എല്ലായിടത്തും. എന്നെ മാമ്മോദീസ മുക്കിയ കയ്പുനിറഞ്ഞ ജലം കിടക്കുന്നിടത്തൊക്കെ. ഇത് ഇവിടെയും നമ്മൾ വെള്ളത്തിലല്ലേ? അനന്തവിശാലമായ, കരകാണാനാകാത്ത ജലപ്പരപ്പ്, ആസ്റ്റർഡാമിലെത്താനാകുമെന്നത് അവിശ്വസനീയമായി തോന്നുന്നില്ലേ?

അതിബൃഹത്തായ ഈ തീർത്ഥജലപ്പാത്രത്തിൽ നിന്ന് നമുക്ക് പുറത്തു കടക്കാനാവില്ല. ചെവിയോർക്കൂ. അദൃശ്യമെങ്കിലും കടൽക്കാക്കകളുടെ വിളി കേൾക്കുന്നില്ലേ? നമ്മളുടെ നേർക്കാണോ കരച്ചിൽ വരുന്നത്? അവരെന്തിനാണ് നമ്മെ വിളിക്കുന്നത്?

അവ അതേ കടൽക്കാക്കകളാണ്. അന്ന്, എനിക്ക് രോഗശാന്തി ഉണ്ടായിട്ടില്ലെന്ന്, രക്ഷാമാർഗ്ഗമില്ലെന്ന്, എന്തെങ്കിലും ചെയ്തേ പറ്റൂവെന്ന്, ഞാൻ മനസ്സിലാക്കിയ ആ ദിവസം അറ്റ്ലാന്റിക് സമുദ്രത്തിനു മുകളിലായി കരച്ചിലു കൂട്ടിയ അതേപറ്റം കടൽക്കാക്കകൾ. പ്രശസ്തിയും പ്രതാപവും പോയി, ചിത്തക്ഷോഭം പോയി, ശാരീരിക പ്രകമ്പനങ്ങൾ മാറിക്കിട്ടി. ഇനി കുറ്റസമ്മതം നടത്തണം. ഇടുങ്ങിയ കുടുസ്സുമുറിയിൽ ജീവിച്ചേ പറ്റൂ. നിങ്ങൾക്ക് ആ കുടുസ്സുമുറിയെപ്പറ്റി അറിയില്ലായിരിക്കാം, മദ്ധ്യയുഗത്തിൽ ഇവരുടെ പേര് കൊച്ചു കൂട് എന്നായിരുന്നു. അതിനകത്തടക്കപ്പെട്ടവർ എന്നെന്നേക്കുമായി വിസ്മരിക്കപ്പെട്ടു. അതൊരു വിചിത്രമായ തുറുങ്കായിരുന്നു. നിവർന്നു നിൽക്കാനുള്ള ഉയരമില്ല, കിടക്കാനുള്ള വീതിയുമില്ല. കോണോടുകോണായി കഷ്ടിച്ച് കുനിഞ്ഞു നിൽക്കാം, ഉണരുമ്പോൾ ചമ്രം പടിഞ്ഞ്, ഉറക്കമോ ഒരു വീഴ്ച. ചങ്ങാതി, ഞാൻ വാക്കുകൾ അളന്നു തൂക്കിയാണ് ഉപയോഗിക്കുന്നത്, കേട്ടോ, ആ കൊച്ചു കണ്ടുപിടിത്തത്തിൽ എന്തൊരു സർഗ്ഗശക്തി? അനങ്ങാനാവാത്ത കൂട്ടിനകത്ത് ശരീരം ഉറച്ചുപോകുമ്പോൾ കുറ്റവാളി താൻ അപരാധിയാണെന്നു മനസ്സിലാക്കും, സ്വതന്ത്രമായി ആനന്ദപൂർവ്വം ശരീരാവയവങ്ങൾ വലിച്ചു നീട്ടാനാവുന്നതാണ് നിരപരാധിത്വമെന്നും. കപ്പലിലെ മുകൾത്തട്ടിലും പർവ്വതശിഖരങ്ങളിലും വിലസി നടന്നവനെ ആ കൂട്ടിനകത്ത് സങ്കല്പിക്കാനാകുമോ നിങ്ങൾക്ക്? എന്ത്, എന്താ പറഞ്ഞത്, ആ കൂട്ടിനകത്തുള്ളവൻ നിരപരാധിയായിരിക്കാമെന്നോ? അസംഭവ്യം, തികച്ചും അസംഭവ്യം. അപ്പോൾ ഞാനീ നിരത്തിയ യുക്തികളൊക്കെ തകിടം മറിയും. നിരപരാധി കനിഞ്ഞുകൂടി ജീവിക്കാനിട വരികയോ - ഒരു നിമിഷ നേരത്തേക്കു പോലും അത്തരമൊരു പരികല്പനയ്ക്ക് ഇടം കൊടുക്കാനാവില്ല. മാത്രമല്ല, ആരുടെയും നിരപരാധിത്വത്തെ സ്ഥിരീകരിക്കാൻ നമുക്കാവില്ല. പക്ഷേ, അപരാധത്തെക്കുറിച്ച് ഉറപ്പിച്ചു പറയാനാവും. ഓരോ വ്യക്തിയും മറ്റെല്ലാവരുടെയും മേൽ കുറ്റങ്ങൾ ചാർത്തിക്കൊണ്ട് മൊഴി നൽകുന്നു - അതാണെന്റെ വിശ്വാസം, എന്റെ പ്രതീക്ഷയും.

ഞാൻ പറയുന്നതു കേൾക്കൂ, സദാചാരം പഠിപ്പിക്കാനും കല്പനകൾ വർഷിക്കാനും തുടങ്ങുമ്പോൾ മതങ്ങൾ തെറ്റായ വഴിക്കാണു പോകുന്നത്. കുറ്റബോധം ഉണ്ടാക്കാനോ, ശിക്ഷ നൽകാനോ ദൈവത്തിന്റെ ആവശ്യമില്ല. നമ്മുടെ സഹജീവികൾ മതിയല്ലോ. കൂട്ടത്തിൽ സഹായത്തിനു നമ്മളും സ്വയം ചെല്ലുന്നു. നിങ്ങൾ അന്തിമ വിചാരണയെപ്പറ്റി പറഞ്ഞല്ലോ. ബഹുമാന പൂർവ്വം ഞാനൊന്നു ചിരിച്ചോട്ടെ, അതിനുവേണ്ടി കാത്തിരിക്കാം, നിശ്ചയമായും കാത്തിരിക്കും, കാരണം അതിനേക്കാളും കഠിന മായ മനുഷ്യരുടെ വകയുള്ള വിചാരണയ്ക്ക് വിധേയനായവനല്ലേ ഞാൻ? അവർക്കു സാഹചര്യങ്ങളെ മയപ്പെടുത്തുന്ന പരിപാടി യില്ല, സദുദ്ദേശ്യങ്ങൾ പോലും അപരാധമായേ അവർ കണ ക്കാക്കൂ. ഈയടുത്ത കാലത്ത്, തങ്ങളാണ് ലോകത്തിലെ ഏറ്റവും മുതിയ വംശം എന്നു തെളിയിക്കാനായി ഒരു കൂട്ടർ രൂപകല്പന ചെയ്ത, തുപ്പൽക്കൂട്ടിനെപ്പറ്റി നിങ്ങൾ കേട്ടുകാണുമല്ലോ. സിമന്റു കൊണ്ടുണ്ടാക്കിയ പെട്ടി; മുൻവശത്തെ കട്ടിയുള്ള വാതിലിനു താടിവരെയേ ഉയരമുള്ളൂ. അതായത് അപരാധിയുടെ മുഖം മാത്രമേ കാണാനാകൂ. അതിലെ കടന്നുപോകുന്ന ജയിലധി കാരികൾ ഓരോരുത്തരും അപരാധിയുടെ മുഖത്തു തുപ്പുന്നു. കൊച്ചുകൂട്ടിനകത്ത് ഇളകാനാകാതെ നിൽക്കുന്ന അപരാധിക്ക് മുഖം തുടക്കാനാവുന്നില്ല, ആ... അവനു വേണമെങ്കിൽ കണ്ണു കളടക്കാം, അത് അനുവദിച്ചുകൊടുത്തിരിക്കുന്നു. ചങ്ങാതി, ഇതാണ് മനുഷ്യന്റെ കണ്ടുപിടിത്തം. ഇത്തരമൊരു അപൂർവ്വ കലാ സൃഷ്ടിയുണ്ടാക്കിയെടുക്കാൻ അവർക്ക് ദൈവത്തിന്റെ ആവശ്യം വേണ്ടിവന്നില്ല. അതുകൊണ്ടെന്തെന്നോ? കൊള്ളാം, ദൈവത്തെ ക്കൊണ്ടുള്ള ഏക പ്രയോജനം, നിരപരാധിത്വം ഉറപ്പു വരുത്താ മെന്നതാണ്. മതമെന്നു പറയുന്നത് വളരെ വലിയൊരു അലക്കു കമ്പനിയാണെന്ന് വിശ്വസിക്കാനാണ് എനിക്കു തോന്നുന്നത്. പണ്ട് കുറച്ചു കാലത്തേക്ക് - കൃത്യമായിപ്പറഞ്ഞാൽ മൂന്നു കൊല്ല ക്കാലത്തേക്ക് - അങ്ങനെ ആയിരുന്നല്ലോ, പക്ഷേ പേര് മതം എന്നായിരുന്നില്ല എന്നു മാത്രം. അതിനുശേഷം, സോപ്പ് കിട്ടാ നില്ല, നമ്മുടെ മുഖമാകെ അഴുക്കുപുരണ്ടിരിക്കുന്നു, നമ്മൾ പരസ്പരം മൂക്കു തുടച്ചു കൊടുക്കുന്നു. എല്ലാവരും മൂഢന്മാർ, എല്ലാവരും ശിക്ഷിക്കപ്പെട്ടിരിക്കുന്നു, വേഗം നടന്നാട്ടെ കുടുസ്സു കൂട്ടിലേക്ക്. എല്ലാവരും ആദ്യം തുപ്പാനുള്ള വെപ്രാളത്തിലാണ്, അത്രയേയുള്ളൂ. ഞാനൊരു രഹസ്യം പറയട്ടെ, ചങ്ങാതീ, അന്തിമ

വിചാരണക്കൊന്നും കാത്തുനിൽക്കേണ്ട ആവശ്യമില്ല. അതല്ലേ, നിത്യേന നടന്നുകൊണ്ടിരിക്കുന്നത്.

ഇല്ലില്ല, ഒന്നുമില്ല. കുളിരുന്നു, മഞ്ഞല്ലേ? ഇതാ നമ്മളെത്തി. നിങ്ങളാദ്യം ഇറങ്ങൂ. പക്ഷേ, നിൽക്കണം, കേട്ടോ. എന്നോടൊപ്പം വീടു വരെ വരണം. ഞാനെല്ലാം പറഞ്ഞു തീർന്നില്ല. ഇനിയും പറയാനുണ്ട്. തുടർന്നുകൊണ്ടുപോകാനാണ് പാട്. ദേ, നിങ്ങൾ ക്കറിയാമോ അദ്ദേഹത്തെ എന്തിനാണ് കുരിശിലേറ്റിയതെന്ന്? ഒരു പക്ഷേ, നിങ്ങളുടെ മനസ്സിൽ ഈ നിമിഷം ഉദിക്കുന്ന കാരണം? ഒരു കുന്നു കാരണങ്ങളുണ്ടാകാം. ഒരു മനുഷ്യനെ കൊല ചെയ്യു ന്നതിനു പല കാരണങ്ങളുമുണ്ടാകാം. നേരെ മറിച്ച്, അയാൾ ജീവിച്ചിരിക്കുന്നതിനെ ന്യായീകരിക്കുക അസാധ്യവും. അതു കൊണ്ടാണ് ക്രിമിനൽ വക്കീലന്മാരെ കണ്ടെത്താനാകുന്നത്. നേരിനും നെറിക്കുള്ള വക്കീലന്മാർ വിരളമാണ്. കഴിഞ്ഞ രണ്ടായിരം വർഷങ്ങളായി നമുക്ക് സുവിദിതമായി വ്യാഖാനിച്ചു തന്നിട്ടുള്ള കാരണങ്ങൾക്കു പുറമേ അതികഠിനമായ ആ മരണ യാതനയ്ക്ക്, മറ്റൊരു മുഖ്യമായ കാരണവുമുണ്ടായിരുന്നു. എന്തു കൊണ്ടാണ് ആ കാരണത്തെ ഇത്രയും നിഷ്കർഷയോടെ മറച്ചു വെച്ചിരിക്കുന്നതെന്ന് എനിക്കറിയില്ല. താൻ പൂർണ്ണമായും നിരപരാ ധിയല്ലെന്ന് അദ്ദേഹത്തിന് അറിയാമായിരുന്നു എന്നതാണ് യഥാർത്ഥ കാരണം. ചുമത്തപ്പെട്ട കുറ്റങ്ങളുടെ ഭാരം അദ്ദേഹം വഹിക്കേണ്ടതില്ലായിരുന്നു, ശരി തന്നെ, പക്ഷേ അദ്ദേഹം മറ്റു കുറ്റങ്ങൾ ചെയ്തിരുന്നു, എന്തൊക്കെയാണെന്ന് അറിയാമായിരു ന്നില്ലെങ്കിലും. അതോ ശരിക്കും അറിയാമായിരുന്നില്ലേ? എല്ലാം അദ്ദേഹത്തിൽ നിന്നല്ലേ തുടങ്ങിയത്? അപ്പോൾ പിന്നെ നിരപരാധി കളുടെ കൂട്ടക്കൊലയെപ്പറ്റി അറിയാതിരിക്കുമോ? അച്ഛൻ അദ്ദേഹത്തെ സുരക്ഷിതസ്ഥാനത്തേക്ക് കടത്തിക്കൊണ്ടുപോകു മ്പോൾ ജൂഡിയയിൽ പിഞ്ചുകുഞ്ഞുങ്ങൾ കൂട്ടത്തോടെ കുരുതി കൊടുക്കപ്പെടുകയായിരുന്നു. അദ്ദേഹത്തിനു വേണ്ടിയല്ലെങ്കിൽ പിന്നെ ആർക്കു വേണ്ടിയാണ് അവർ ജീവൻ വെടിഞ്ഞത്? രണ്ടു തുണ്ടമായി വെട്ടിയെറിയപ്പെട്ട പിഞ്ചുകുഞ്ഞുങ്ങൾ, അവരുടെ രക്തത്തിൽ അഭിഷിക്തരായ പടയാളികൾ, എല്ലാം ആ മനസ്സിൽ ഭീതിയും സങ്കടവും നിറച്ചില്ലേ? അദ്ദേഹത്തെപ്പോലൊരു മനുഷ്യന് അതൊന്നും മറക്കുവാൻ കഴിഞ്ഞില്ലെന്ന് എനിക്കുറപ്പുണ്ട്. ആ സങ്കടം അദ്ദേഹത്തിന്റെ ഓരോ ചെയ്തികളിലുമുണ്ട്. ഓരോ രാത്രിയിലും കുഞ്ഞുങ്ങളെച്ചൊല്ലി, സാന്ത്വനമടയാനാകാതെ

വിലപിക്കുന്ന റാഹേലിന്റെ[18] സങ്കടം. രാത്രിയെ ഭേദിക്കുന്ന ആ രോദനം ചെവിക്കൊള്ളേണ്ടി വന്ന മനുഷ്യന്റെ, തീരാത്ത മാന സികപീഡ. തനിക്കു വേണ്ടി ജീവത്യാഗം ചെയ്യേണ്ടി വന്ന കുഞ്ഞു ങ്ങൾ, താനിപ്പോഴും ജീവിച്ചിരിക്കുന്നു.

മറ്റുള്ളവരെ കൊലയ്ക്കു കൊടുക്കുന്നത് സ്വയം മരിക്കാതി രിക്കുന്നതിനേക്കാളും കുറഞ്ഞ കുറ്റമാണെന്ന് ആരെങ്കിലും വിശ്വസിക്കുമോ? അദ്ദേഹത്തെപ്പറ്റി നമുക്കറിയാവുന്നതൊക്കെ വെച്ചു നോക്കുമ്പോൾ, സ്വയം നിരപരാധിയെങ്കിലും അപരാധി യായിരുന്ന അദ്ദേഹത്തിന്, രാവും പകലും ഈ സത്യം അഭി മുഖീകരിച്ചുകൊണ്ട് പിടിച്ചു നിൽക്കുക അസഹനീയമായി ത്തീർന്നു കാണും. ഇതൊന്നു കഴിഞ്ഞു കിട്ടിയിരുന്നെങ്കിൽ, മരിക്കാനായെങ്കിൽ എവിടെവെച്ചെങ്കിലും പിടികൂടപ്പെട്ടിരുന്നെങ്കിൽ, എന്നൊക്കെ കരുതിക്കാണും; സ്വയം നീതീകരിക്കാനല്ല, താൻ മാത്രമാണ് രക്ഷപ്പെട്ടത് എന്നു വരില്ലല്ലോ. പക്ഷേ, ആ കുറ്റത്തിന് അദ്ദേഹം ശിക്ഷിക്കപ്പെട്ടില്ല, അവസാനത്തെ കൈയെന്ന നിലയ്ക്ക് കേണപേക്ഷിച്ചപ്പോൾ അതു മറച്ചുവെക്കപ്പെടുകയും ചെയ്തു. അതേ മൂന്നാമത്തെ സുവിശേഷകൻ ലൂക്കയാണ് ഈ യാചന ആദ്യം മറച്ചുവെച്ചത്. “അങ്ങ് എന്തേ എന്നെ കൈ വെടിഞ്ഞു?”[19] അതൊരു തരം പ്രക്ഷോഭാത്മകമായ വിലാപമല്ലേ? എങ്കിൽ ശരി, കൊണ്ടു വാ കത്രിക. ലൂക്കാ ഒന്നും മറച്ചുവെച്ചില്ലായിരുന്നെങ്കിൽ ഈ സംഗതി ആരും ശ്രദ്ധിക്കുമായിരുന്നില്ല. അതിനിത്രയും പ്രാധാന്യവും കിട്ടുമായിരുന്നില്ല. നിരോധിച്ചതിനെപ്പറ്റി നിരോധകൻ തന്നെ ഉച്ചത്തിൽ വിളിച്ചു പറയുന്നു. അതാണ് ലോകനീതി, എല്ലാം കുഴഞ്ഞുമറിഞ്ഞു കിടക്കുന്നു. അതെന്താ യാലും അപരാധിക്ക് അധികനാൾ തുടരാനായില്ല. എനിക്കറിയാം ചങ്ങാതി, അതെത്രമാത്രം വിഷമം പിടിച്ച കാര്യമാണെന്ന്. ഒരു കാലത്ത് ഒരു നിമിഷത്തിൽനിന്ന് അടുത്ത നിമിഷംവരെ എങ്ങനെ പിടിച്ചു നിൽക്കാനാകുമെന്ന് എനിക്ക് ഒരു രൂപവും ഇല്ലായിരുന്നു. അതേ, സത്യമാണ് പറയുന്നത്. ഈ ലോകത്തിൽ യുദ്ധം ചെയ്യാം, പ്രേമം അഭിനയിക്കാം, സഹജീവികളെ ബുദ്ധിമുട്ടിക്കാം, വെറു തെയിരിക്കുമ്പോളോ തുന്നൽപ്പണി നടത്തുമ്പോളോ അയൽവാ സിയെ ചീത്ത വിളിക്കാം. പക്ഷേ, ചില സാഹചര്യങ്ങളിൽ നിമിഷങ്ങളോളം പോലും പിടിച്ചു നിൽക്കുക അസാദ്ധ്യമാണ്,

18. റാഹേലിന്റെ വിലാപം മത്തായിയുടെ സുവിശേഷം 2:18

19. മത്തായിയുടെ സുവിശേഷം 27: 46

അതിമാനുഷനേ അതു പറ്റൂ. പിന്നെ, പറയുമ്പോലെ അദ്ദേഹം അതിമാനുഷനൊന്നും ആയിരുന്നില്ലല്ലോ. യാതനയുടെ മൂർദ്ധന്യത്തിൽ ഉറക്കെ കരഞ്ഞു, അതുകൊണ്ടാണ്, സുഹൃത്തേ എനിക്ക് അദ്ദേഹത്തോട് ഇഷ്ടം തോന്നുന്നത്, പാവം ഒന്നും അറിയാതെ മരിച്ചു പോയി.

നിർഭാഗ്യകരമായ വസ്തുത എന്താണെന്നു വെച്ചാൽ അദ്ദേഹം നമ്മെ തനിച്ചാക്കിപ്പോയി. എന്തു വന്നാലും ശരി, കൊച്ചുകൂട്ടിനകത്തായാലും ശരി, ജീവിച്ചുകൊള്ളണം. അദ്ദേഹത്തിനറിയാമായിരുന്നത് നമുക്കറിയാം, പക്ഷേ, അദ്ദേഹം ചെയ്തതുപോലെ ചെയ്യാനും അദ്ദേഹത്തെപ്പോലെ മരിക്കാനും നമുക്കാവില്ല. പലരും അദ്ദേഹത്തിന്റെ മരണത്തിൽ നിന്ന് മുതലെടുക്കാൻ ശ്രമിക്കുന്നു. “നിങ്ങളത്ര നല്ലൊരു കാഴ്ചയൊന്നുമല്ല, അതു നിസ്സംശയം അതിന്റെ വിശദാംശങ്ങളിലേക്കൊന്നും ഞങ്ങൾ കടക്കുന്നില്ല. കുരിശിന്റെ പേരിൽ നിങ്ങളെ ഒന്നടങ്കം ഉന്മൂലനാശം വരുത്തിയേക്കാം.” ഇങ്ങനെയൊക്കെ പറയാൻ അപാര പ്രതിഭ വേണ്ടേ? പക്ഷേ, പ്രശ്നം എന്താണെന്നു വെച്ചാൽ ഒരുപാടു പേർ കുരിശിനു മുകളിൽ പൊത്തിപ്പിടിച്ചു കയറാൻ തുടങ്ങിയിരിക്കുന്നു, മുമ്പു നിന്നിരുന്നവനെ ചവിട്ടിത്തെറിപ്പിച്ചിട്ടായാലും ശരി. അവിടെ നിന്നാലല്ലേ ഒരുപാടു ദൂരത്തു നിന്നുപോലും എല്ലാവർക്കും നല്ലപോലെ കാണാനാവൂ. പലരും ഉദാരമനസ്കത ഉപേക്ഷിച്ചിരിക്കുന്നു, ഭിക്ഷയിടാനാണ് അവർക്കിഷ്ടം. ഹോ! എന്തൊരന്യായം! അദ്ദേഹത്തോടു ചെയ്യുന്ന ഘോരമായ അന്യായം! എന്റെ ഹൃദയം ആരോ പിഴിഞ്ഞെടുക്കുംപോലെ.

ദൈവമേ, എത്ര പെട്ടെന്നാണ് എല്ലാം പഴക്കമാകുന്നത്! ഞാൻ കോടതി മുമ്പാകെ പ്രസംഗത്തിനു തയ്യാറെടുക്കും പോലുണ്ട്. ക്ഷമിക്കണേ, പക്ഷേ, എനിക്ക് എന്റേതായ കാരണങ്ങളുണ്ടെന്നു വെച്ചോളൂ. ഇതാ ഇവിടന്ന് ഏതാനും തെരുവുകൾക്കപ്പുറത്ത് ഒരു മ്യൂസിയമുണ്ട്. മച്ചിൻപുറത്തെ നമ്മുടെ പ്രഭു.[20] ഇപ്പഴവിടെ ഭൂഗർഭ ശവക്കല്ലറകൾ കേറ്റിയിട്ടിരിക്കയാണ്. അല്ലാതെപ്പിന്നെ? ഇവിടെ നിലവറകളിലൊക്കെ എപ്പോഴും വെള്ളം കയറും. പക്ഷേ, ഇപ്പോൾ പ്രഭു, മച്ചിലുമില്ല. നിലവറയിലുമില്ല. അവരദ്ദേഹത്തെ രഹസ്യമായി സ്വന്തം മനസ്സിനകത്ത് ജഡ്ജിയുടെ പീഠത്തിൽ പിടിച്ചിരുത്തിയിരിക്കയാണ്. എന്നിട്ട് അദ്ദേഹത്തിന്റെ പേരിൽ, എല്ലാവരെയും വിസ്തരിക്കുന്നു. അവരെല്ലാവരെയും കുറ്റവാളികളാക്കുന്നു.

20. മച്ചിലെ പ്രഭു - ആംസ്റ്റർഡാമിലെ പ്രധാനപ്പെട്ട പുരാതന മ്യൂസിയം

ദണ്ഡിക്കുന്നു. അദ്ദേഹം കനിവോടെ, മൃദുവായി വേശ്യയോടു പറഞ്ഞു "ഞാനും നിനക്ക് ശിക്ഷ വിധിക്കുന്നില്ല." പക്ഷേ, അതു കൊണ്ടെന്ത്? ആരെയും കുറ്റവിമുക്തരാക്കാതെ, അവർ എല്ലാ വർക്കും ശിക്ഷ വിധിക്കുന്നു. പ്രഭുവിന്റെ പേരിൽ നീ ഇതർഹി ക്കുന്നു. പ്രഭു എന്റെ ചങ്ങാതി, അദ്ദേഹം ഇത്രയ്ക്കൊന്നും പ്രതീക്ഷിച്ചിരുന്നില്ല. സ്നേഹിക്കപ്പെടണമെന്ന അദ്ദേഹം ആഗ്ര ഹിച്ചുള്ളൂ. ഉവ്വുവ്വ്, ക്രിസ്ത്യാനികളുടെ ഇടയിലും അദ്ദേഹത്തെ സ്നേഹിക്കുന്നവരുണ്ട്, ഇല്ലെന്നല്ല. പക്ഷേ, അധികം പേരൊന്നു മില്ല. അദ്ദേഹം ഇതും മുൻകൂട്ടി കണ്ടതാണ്. അദ്ദേഹം നർമ്മ ബോധം ഉള്ളവനായിരുന്നു. പീറ്റർ അറിയാമല്ലോ, ഭീരുവായ പീറ്റർ, അദ്ദേഹത്തെ തള്ളിപ്പറഞ്ഞു. "എനിക്ക് ഈ മനുഷ്യനെ അറിഞ്ഞു കൂടാ, നിങ്ങൾ പറയുന്നതെന്തെന്ന് എനിക്കു മനസ്സിലാവുന്നില്ല." ...അങ്ങനെയങ്ങനെ, അതു കുറച്ചു കൂടിപ്പോയി, ഇല്ലേ? എന്റെ സുഹൃത്ത് വാക്കുകൾകൊണ്ട് കളിച്ചു "നീ പീറ്ററാകുന്നു, ഈ പാറപ്പുറത്ത് ഞാനെന്റെ പള്ളി പണിയും." വ്യംഗത്തിനും ഒരതി രൊക്കെയുണ്ടെന്ന്, എന്താ, നിങ്ങൾക്കു തോന്നുന്നില്ലേ? ഹേയ് അവിടെയും അവർക്കാണ് ജയം. കണ്ടില്ലേ, "അദ്ദേഹം പറഞ്ഞി രുന്നു." ഉവ്വ് പറഞ്ഞിരുന്നു, അദ്ദേഹത്തിന് എല്ലാം അറിയാമാ യിരുന്നു. എന്നിട്ട്, ചുണ്ടുകളിൽ മാപ്പും ഹൃദയത്തിൽ ദണ്ഡനവു മായി വിസ്തരിക്കാനും വിധി പറയാനുമായി അവരെ ഇവിടെ നിർത്തി, അദ്ദേഹം എന്നെന്നേക്കുമായി പോയ്മറഞ്ഞു.

കാരുണ്യം ഇല്ലെന്നല്ല, ഹോ നമ്മളതേപ്പറ്റി പറയുന്നത് ഒരി ക്കലും നിർത്തുന്ന മട്ടില്ല. അതെന്തിനാണെന്നോ, ഒരുത്തരെയും ശിക്ഷയിൽനിന്ന് ഒഴിവാക്കാതിരിക്കാനാണ്. കുടുസ്സു കൂട്ടിനുള്ളിൽ അടച്ചിട്ട നിരപരാധിത്വത്തിന്റെ ശവത്തിനു മുകളിൽ ഈ ശിക്ഷകർ കൂട്ടം കൂട്ടമായി ഇരച്ചു കയറുന്നു. എല്ലാ തരത്തിലുമുള്ള ശിക്ഷകർ, ക്രിസ്തീയരുടെയും ക്രിസ്ത്യാനികളല്ലാത്തവരുടെയും വിധികർത്താക്കൾ... എല്ലാവരും ഒരേതരക്കാരാണ്. കാരണം എല്ലാ ത്തിനും ക്രിസ്ത്യാനികളെ മാത്രം കുറ്റപ്പെടുത്തരുതല്ലോ. മറ്റുള്ള വർക്കും ഇതിൽ പങ്കുണ്ട്. ഈ നഗരത്തിൽ ഡെക്കാട്ട്[21] പണ്ട് താമ സിച്ചിരുന്ന വസതിയുടെ ഇന്നത്തെ സ്ഥിതി എന്താണെന്ന റിയണോ? അതൊരു ഭ്രാന്താലയമാണ്. അതെ, പൊതുവേ എല്ലാവർക്കും ബുദ്ധിഭ്രമം, പിന്നെ പീഡനം. നമുക്കും ഇതു തന്നെ ഗതി. നിങ്ങൾ ശ്രദ്ധിച്ചു കാണും, ഞാനൊന്നിനെയും വെറുതെ

വിടുന്നില്ല. നിങ്ങളും അതേ തരക്കാരനാണ് എന്നാണ് എന്റെ അഭിപ്രായം അതുകൊണ്ട് നമ്മളൊക്കെ ശിക്ഷകരാണ്. ഒരാളുടെ മുന്നിൽ മറ്റുള്ളവരെല്ലാം അപരാധികളുമാണ്. വിലകുറഞ്ഞ ക്രിസ്തുമാർ, ഒന്നിനു പുറകെ ഒന്നായി ക്രൂശിക്കപ്പെടുന്നു, എപ്പോഴും, എന്തിനെന്നറിയാതെ. ഒന്നുമില്ലെങ്കിലും, നമുക്ക് ഒരു വഴി കണ്ടെത്താനായെങ്കിൽ ഒരേയൊരു പരിഹാരം സത്യമെന്തെന്ന്...

ഇല്ല, ഞാനിതാ നിറുത്തുകയായി. സുഹൃത്തേ, പേടിക്കേണ്ട. മാത്രമല്ല, ഇതാ എന്റെ വീടെത്തി, ഞാനിനി നിങ്ങളോടു വിട പറയുന്നു. ഏകാന്തതയിൽ അതും തളർന്നിരിക്കുമ്പോൾ തോന്നും ഞാനൊരു പ്രവാചകനാണെന്ന്. എല്ലാം പറഞ്ഞു കഴിയുമ്പോൾ അതാണ് ഞാൻ. കല്ലും മൂടൽമഞ്ഞും കെട്ടിക്കിടക്കുന്ന ജലവും – നിറഞ്ഞ മരുപ്രദേശത്ത് അഭയം തേടിയ പൊള്ളയായ, ദുഷ്കാല പ്രവാചകൻ, ദേവദൂതനല്ലാത്ത ഏലിയ,[22] അകത്തു നിറയെ പനിയും മദ്യവും; പൂപ്പലു പിടിച്ച വാതിലിൽ മുതുകു ചാരി ആകാശത്തിനു നേരെ വിരലു ചൂണ്ടി ഞാൻ ഭീഷണി മുഴക്കുന്നു, ഒരു വിധത്തിലുള്ള കുറ്റവിചാരണയും സഹിക്കാൻ തയ്യാറല്ലാത്ത നേരും നെറിയും കെട്ട മനുഷ്യരുടെ മേൽ ശാപവചനങ്ങൾ വർഷിക്കുന്നു. അവർക്കതു സഹിക്കാനാവില്ല. പ്രിയ ചങ്ങാതി, അതാണ് പ്രശ്നം. നിയമം പാലിക്കുന്നവൻ കുറ്റവിചാരണയെ ഭയപ്പെടുന്നില്ല, അത് അവൻ വിശ്വസിക്കുന്ന വ്യവസ്ഥിതിയിൽ അർഹമായ സ്ഥാനത്ത് അവനെ ഇരുത്തുന്നു. പക്ഷേ, ഏറ്റവും ദുഷ്കരമായ യാതന നിയമമില്ലാതെ കുറ്റവിചാരണ ചെയ്യപ്പെടുക എന്നതാണ്. അവിടെയാണ് നമ്മൾ എത്തിപ്പെട്ടിരിക്കുന്നത്. സ്വാഭാവികമായ കെട്ടുപാടുകളറുത്ത്, തന്നിഷ്ടം പോലെ ജോലി ചെയ്തു തീർക്കാനുള്ള പരക്കം പാച്ചിലിലാണ് നാമെല്ലാം, അവരെക്കാളും വേഗത്തിലാവണം നമ്മുടെ നീക്കങ്ങൾ, അങ്ങനെയല്ലേ? ഇത് ശരിക്കും ഒരു ഭ്രാന്താലയമാണ്. പ്രവാചകരും മുറിവൈദ്യന്മാരും പെരുകിപ്പെരുകി വരുന്നു. നല്ലൊരു നിയമസംഹിതയിലൂടെയോ, സുഘടിതമായ സ്ഥാപനത്തിലുടെയോ ലോകം വിജനമാകുന്നതിനു മുമ്പ് അവിടെ എത്തിച്ചേരാൻ അവരും ശ്രമിക്കുന്നു. ഭാഗ്യത്തിന് ഞാൻ എത്തേണ്ടിടത്ത് എത്തി, ഞാനാണ് ആദിയും അന്തവും. ഞാനാണ് നിയമം പ്രഖ്യാപിക്കുന്നത്, ചുരുക്കത്തിൽ ഞാനാണ് വിധികർത്താവ്, പശ്ചാത്താപത്തിന്.

22. ഏലിയാ പ്രവാചകൻ – പഴയ നിയമം മലാഖി 4: 5–6

ശരി, ശരി, ഈ മഹത്തായ തൊഴിലിന്റെ വിവരങ്ങളെപ്പറ്റി നാളെ പറയാം. നിങ്ങൾ നാളെ കഴിഞ്ഞ് മറ്റന്നാളല്ലേ പോകുന്നത്, അപ്പോൾ ഇത്തിരി ധൃതി വെക്കണം. നാളെ എന്റെ വീട്ടിലേക്കു വരൂ, മൂന്നു തവണ ബെല്ലടിക്കണം. പാരീസിലേക്കാണോ തിരിച്ചു പോകുന്നത്? ഹാ പാരീസ് എത്ര ദൂരെയാണ്! എന്തൊരു ഭംഗിയാണ് പാരീസിന്, ഇല്ല ഞാനൊന്നും മറന്നിട്ടില്ല. ഏതാണ്ട് ഇതു പോലുള്ള ഋതുവിലെ സന്ധ്യാവേളകൾ ഏതാണ്ടൊക്കെ എനിക്കോർമ്മയുണ്ട്. സന്ധ്യ മയങ്ങുന്നേരം, കെട്ടിടങ്ങൾക്കു മീതെ നീലപ്പുക, നഗരം മുരളുന്നു, വരണ്ട, ഉരയുന്ന ശബ്ദങ്ങൾ നദി പിറകോട്ടൊഴുകുംപോലെ. ആ സമയങ്ങളിൽ ഞാൻ നഗരവീഥികളിൽ അലഞ്ഞു തിരിയുമായിരുന്നു. പലരും ഇപ്പോഴും ചുറ്റിത്തിരിയുന്നുണ്ടാകും, എനിക്കറിയാം. ക്ഷീണിതയായ ഭാര്യയുടെ അടുത്തേക്ക്, വിട്ടുവീഴ്ചകളില്ലാത്ത വീട്ടിലേക്ക് തിടുക്കപ്പെട്ട് പോവുകയാണെന്ന നാട്യത്തിൽ. ചങ്ങാതി, മഹാനഗരങ്ങളിലെ ഏകാന്തപഥികനെന്ന ജീവിയെക്കുറിച്ച് നിങ്ങൾക്കെന്തറിയാം?

# ആറ്

**നി**ങ്ങളെത്തുമ്പോൾ ഞാൻ കിടപ്പായിരിക്കുന്നു, നാണക്കേടു തന്നെ. ഒന്നുമില്ലന്നേ, ഒരു ചെറിയ പനി, ജിൻ കൊണ്ടു മാറാവുന്നതേയുള്ളൂ ഇതൊക്കെ ഇടയ്ക്കിടെ ഉണ്ടാവാറുള്ളതാണ്. മലേരിയയാണ്, ഞാൻ മാർപ്പാപ്പ ആയിരുന്നപ്പോളായിരുന്നു ആദ്യം പിടിപെട്ടത്. അയ്യോ! പകുതി തമാശയാണു കേട്ടോ. നിങ്ങളെന്താണ് ചിന്തിക്കുന്നതെന്ന് എനിക്കറിയാം. എന്റെയീ സംസാരത്തിൽ നിന്ന് നെല്ലും പതിരും തിരിച്ചെടുക്കുക മഹാ പ്രയാസമാണ്. നിങ്ങളുടെ ഊഹം ശരിയാണെന്നു സമ്മതിച്ചു തരുന്നു. എനിക്ക് സ്വയം... അതു പോട്ടെ. എനിക്കു പരിചയമുള്ള ഒരു വ്യക്തി മനുഷ്യസമൂഹത്തെ മൂന്നായി തരംതിരിക്കുമായിരുന്നു. ഒരു കൂട്ടർക്ക് നുണ പറയേണ്ടി വരുന്നതിനേക്കാളും നല്ലത് ഒന്നും മറച്ചു വെക്കാതിരിക്കയാണെന്ന അഭിപ്രായമാണ്, രണ്ടാമത്തെ കൂട്ടർ ഒന്നും മറച്ചുവെക്കാനില്ലെങ്കിലും നുണ പറയുന്നവർ, മൂന്നാമത്തെ കൂട്ടരോ നുണയും പറയും പലതും മൂടി മറയ്ക്കുകയും ചെയ്യും. ഞാനേതു തരക്കാരനാണെന്ന് നിങ്ങൾ തന്നെ തീരുമാനിച്ചോളൂ.

പക്ഷേ അതുകൊണ്ടെനിക്കെന്ത്? നുണകൾ തന്നെയല്ലേ ഒടുവിൽ സത്യത്തിലേക്കു നയിക്കുന്നത്? എന്റെ എല്ലാ കഥകളും സത്യമായാലും മിഥ്യയായാലും ഒരേ നിഗമനത്തിലല്ലേ എത്തിച്ചേരുന്നത്? അവയ്ക്കൊക്കെ ഒരേ അർത്ഥമല്ലേ? അപ്പോൾ പിന്നെ അവ സത്യമായാലെന്ത്, മിഥ്യയായാലെന്ത്? രണ്ടുവിധത്തിലും ഞാനെന്തായിരുന്നു, എന്താണ്, എന്നതിനല്ലേ പ്രസക്തിയുള്ളൂ? ചില അവസരങ്ങളിൽ കള്ളന്റെ മനസ്സ്, സത്യസന്ധന്റേതിനേക്കാളും കൂടുതൽ വ്യക്തമായി കാണാനെളുപ്പമാണ്. സത്യം പ്രകാശമാണ്, അത് കണ്ണു മഞ്ഞളിപ്പിക്കുന്നു, കാഴ്ച നഷ്ടപ്പെടുത്തുന്നു. കളവ് നേരെ മറിച്ച്, അസ്തമയശോഭ പോലെ മനോഹരമാണ്, ഓരോ വസ്തുവിനും കൂടുതൽ ചാരുത നൽകുന്നു.

നിങ്ങളെന്തു വിധത്തിലെടുത്താലും ശരി, തടവുകാരുടെ ക്യാമ്പിൽ വെച്ച് ഞാൻ മാർപ്പാപ്പയായി തിരഞ്ഞെടുക്കപ്പെടുകയുണ്ടായി. ഇരിക്കൂ, ഇരിക്കൂ. മുറി പരിശോധിക്കുകയാണല്ലേ. ശൂന്യം, പക്ഷേ വൃത്തിയുണ്ട്. പുസ്തകങ്ങളില്ല. ഓ! ഞാനെന്നേ വായന ഉപേക്ഷിച്ചതാണ്. ഒരു കാലത്ത് എന്റെ വീടു നിറയെ പകുതി വായിച്ച പുസ്തകങ്ങളായിരുന്നു. പകുതി തിന്ന് ഉപേക്ഷിച്ച ഫ്വാഗ്രാ[23] പോലെ ജുഗുപ്സാവഹം. എന്തായാലും ഇപ്പഴെനിക്ക് കുറ്റസമ്മതങ്ങളല്ലാതെ മറ്റൊന്നും രുചിക്കാറില്ല. പക്ഷേ, കുറ്റസമ്മതം ഒഴിവാക്കാനായിട്ടാണ്, അറിയുന്നതൊന്നും പറയാതിരിക്കാനായിട്ടാണ്, എല്ലാവരും കുറ്റസമ്മതമെഴുതുന്നത്. വേദനിപ്പിക്കുന്ന ഏറ്റുപറച്ചിലു തുടങ്ങാറാവുമ്പോൾ ശ്രദ്ധിച്ചേക്കണം, അവർ ശവത്തിനു ചമയമിടാൻ തുടങ്ങും. നല്ലപോലെ മനസ്സിലാക്കിയിട്ടു തന്നെയാണ് ഇതൊക്കെ പറയുന്നത്. അതുകൊണ്ട് ഇപ്പഴതും നിർത്തി. പുസ്തകങ്ങളെ വേണ്ട, ഉപയോഗശൂന്യമായ വസ്തുക്കളൊന്നും വേണ്ട, അത്യാവശ്യം വേണ്ടതു മാത്രം മതി, കഴുകിത്തുടച്ച് വൃത്തിയാക്കിയ ശവപ്പെട്ടി പോലെ. പിന്നെ ഡച്ചുകാരുടെ കിടക്കകൾക്കു കാഠിന്യം കൂടും. വിരിപ്പുകൾക്ക് എന്തു വെണ്മ. അതിൽ കിടക്കുമ്പോൾ വിശുദ്ധിയുടെ മരണവസ്ത്രം കൊണ്ടു പുതപ്പിച്ചപോലിരിക്കും.

എന്റെ മാർപ്പാപ്പപ്പണിയെപ്പറ്റി കേൾക്കണമെന്നുണ്ടോ? അസാധാരണമായിട്ടൊന്നുമില്ല. നിങ്ങളോട് അതൊക്കെ പറയാനുള്ള ശക്തിയുണ്ടോ എന്തോ. പനി കുറഞ്ഞുവരുന്നുണ്ട്. നോക്കാം. എത്രയോ കാലം മുമ്പായിരുന്നു. ആഫ്രിക്കയിൽ ഒരു റോമലു[24] കാരണം യുദ്ധം കൊടുമ്പിരിക്കൊണ്ടിരിക്കയായിരുന്നു. ഇല്ലില്ല, ഞാനതിലൊന്നും ഇടപെട്ടിരുന്നില്ല. യൂറോപ്പിലെ യുദ്ധത്തിൽ. പട്ടാളത്തിൽ ചേർന്നിരുന്നു. പക്ഷേ യുദ്ധമൊന്നും കണ്ടില്ല. എനിക്കതിൽ അല്പം ഖേദം ഇല്ലാതില്ല. ഒരു വേള അങ്ങനെ സംഭവിച്ചിരുന്നെങ്കിൽ പല മാറ്റങ്ങളും ഉണ്ടായേനെ. യുദ്ധം നടക്കുന്ന മുന്നണികളിൽ ഫ്രഞ്ചു പട്ടാളത്തിന് എന്റ സേവനം ആവശ്യമില്ലായിരുന്നു. പിൻവാങ്ങലുകളിലായിരുന്നു എന്നോട് പങ്കെടുക്കാൻ പറഞ്ഞത്. കുറച്ചുകാലത്തിനുശേഷം ഞാൻ പാരീസിൽ തിരിച്ചെത്തി. പുറകെ ജർമ്മൻകാരും. ഞാൻ ദേശഭക്തനാണെന്ന് എനിക്കു സ്വയം ബോധ്യമായ സമയം; പ്രതിരോധത്തെപ്പറ്റിയുള്ള

23. ഫ്വാഗ്രാ - താറാവു കരളുകൊണ്ടുള്ള വിശിഷ്ട ഭക്ഷണ പദാർത്ഥം.

24. എർവിൻ റോമൽ - ഹിറ്റ്ലറുടെ സേനാനായകൻ. രണ്ടാം ലോകമഹായുദ്ധക്കാലത്ത് ആഫ്രിക്കൻ മേഖലയിൽ ജർമ്മൻ സൈന്യത്തിന് നേതൃത്വം നൽകി.

ജനസംസാരം എന്നെ പ്രലോഭിപ്പിച്ചു. എന്താ നിങ്ങൾ ചിരിക്കുന്നത്? നിങ്ങൾ വിചാരിക്കുന്നപോലൊന്നുമല്ല. ഷാറ്റേ സ്റ്റേഷനിലെ ഇടനാഴിയിൽ വെച്ചാണ് എനിക്ക് ആ ബോധ്യം വന്നത്. ഒരു നായ ഇടനാഴിയിലേക്കു കടന്നു വന്നു. ചിരിക്കുന്ന കണ്ണുകൾ, വലിയ നീണ്ട രോമങ്ങൾ, ഒരു ചെവി മടങ്ങിയിരിക്കുന്നു, നായ അതിലെ കടന്നു പോകുന്നവരുടെ കാലുകൾ മണപ്പിച്ചുകൊണ്ടിരുന്നു. എനിക്ക് പണ്ടു മുതലേ നായ്ക്കളെ വലിയ സ്നേഹവും വിശ്വാസവുമാണ്. കാരണം അവ എളുപ്പം മാപ്പു നൽകും. ഞാനിതിനെ വിളിച്ചു. ആദ്യം അല്പമൊന്നു മടിച്ചെങ്കിലും, പിന്നെ ഉത്സാഹത്തോടെ വാലിളക്കിക്കൊണ്ട് എന്റെ ഏതാനും വാര മുന്നിലായി വന്നു നിന്നു. ആ നിമിഷം ഒരു ചെറുപ്പക്കാരനായ ജർമ്മൻ പട്ടാളക്കാരൻ ചുറുചുറുക്കോടെ എന്നെ കടന്നു പോയി. നായയുടെ അടുത്തെത്തിയതും അയാളതിന്റെ തലയിൽ ലാളനാപൂർവ്വം തലോടി. ഒരു മടിയുമില്ലാതെ നായ അതേ ഉത്സാഹത്തോടെ പട്ടാളക്കാരനോടൊപ്പം ചുവടുവെച്ച് അപ്രത്യക്ഷനായി. എനിക്കാ ജർമ്മൻ പട്ടാളക്കാരനോടു തോന്നിയ നീരസവും വിദ്വേഷവും കണക്കിലെടുത്തു നോക്കിയാൽ മനസ്സിലാവും ഞാൻ ദേശഭക്തനായിരുന്നെന്ന്. നായ ഒരു ഫ്രഞ്ച് പൗരനെയായിരുന്നു പിന്തുടർന്നിരുന്നതെങ്കിൽ ഞാനതേപ്പറ്റി കൂടുതലൊന്നും ചിന്തിക്കുമായിരുന്നില്ല. മറിച്ച്, ആ നായ ജർമ്മൻ പട്ടാളത്തിന്റെ പ്രതീകമായി എനിക്കു തോന്നി, അതെന്നെ രോഷാകുലനാക്കി, വിശ്വാസയോഗ്യമായ വ്യാഖ്യാനം അല്ലേ?

ഞാൻ തെക്കൻ മേഖലയിലേക്കു ചെന്നത് ചെറുത്തുനില്പിനെക്കുറിച്ച് കൂടുതൽ വിവരങ്ങൾ ശേഖരിക്കാനാണ്. പക്ഷേ, അവിടെയെത്തി, കാര്യങ്ങളുടെ കിടപ്പു കണ്ടപ്പോൾ ഞാനൊന്നു മടിച്ചു. കാരണം അത് വെറും ബുദ്ധിശൂന്യതയായിരുന്നു, അപ്രായോഗികമായ മനോരാജ്യം. എനിക്ക് തുറസ്സായ ഔന്നത്യങ്ങളോടാണ് പ്രതിപത്തി എന്ന നിലയ്ക്ക് ഭൂമിക്കടിയിലെ പ്രവർത്തനങ്ങളൊന്നും എന്റെ സ്വഭാവത്തിനു ചേർന്നതായിരുന്നില്ല. ഭൂമിക്കടിയിലെ ഏതോ ഒരു ഇരുട്ടറയിലിരുന്ന് രാവും പകലും നോക്കാതെ ഞാൻ കയറു പിരിക്കയോ നൂൽക്കയോ വേണം. എന്നിട്ട് വല്ല കാടന്മാരും വന്ന് ഞാൻ ചെയ്തതെല്ലാം നശിപ്പിച്ച് എന്നെ മറ്റൊരു കല്ലറയിലേക്കു വലിച്ചിഴച്ചു കൊണ്ടുപോകും, തല്ലിക്കൊല്ലും. അത്തരം സാഹസിക കൃത്യങ്ങൾ ചെയ്യാനൊരുങ്ങി നിന്ന വീരന്മാരോട് എനിക്കു ബഹുമാനം തോന്നിയെങ്കിലും അവരെ അനുകരിക്കാനായില്ല.

അങ്ങനെ ഞാൻ കടൽ താണ്ടി വടക്കെ ആഫ്രിക്കയിലേക്കെത്തി, അവിടെ നിന്ന് എങ്ങനെയെങ്കിലും ലണ്ടനിലെത്തണമെന്നായിരുന്നു ഉദ്ദേശ്യം. പക്ഷേ, ആഫ്രിക്കയിലെ സ്ഥിതിഗതികൾ ദുരൂഹമായിരുന്നു. എതിർത്തു നിന്നിരുന്ന രണ്ടു പക്ഷക്കാരും ശരിയുടെ പക്ഷത്താണെന്ന് എനിക്കു തോന്നി, ഞാൻ അതിൽ നിന്നൊക്കെ മാറി നിന്നു. പ്രാധാന്യമർഹിക്കുന്ന പല വിവരങ്ങളും ഞാൻ വിട്ടു കളയുന്നുവെന്ന തോന്നൽ നിങ്ങളുടെ ശരീരഭാഷ വിളിച്ചു പറയുന്നു. അതു ശരിയാണ്, നിങ്ങളുടെ ശരിയായ വില മനസ്സിലാക്കിയ ഞാൻ, നിങ്ങളതൊക്കെ ശരിക്കും ശ്രദ്ധിക്കും എന്നു അറിഞ്ഞുകൊണ്ടുതന്നെയാണ് അങ്ങനെ വിട്ടുകളയുന്നത്. അതെന്തൊക്കെയായാലും ഞാൻ ടുണീഷ്യയിലെത്തി, അവിടെ ഒരു സുഹൃത്ത് എനിക്കൊരു ജോലി തന്നു. മിടുക്കിയായിരുന്ന അവൾ സിനിമാ ബിസിനസ്സിലായിരുന്നു. അവളോടൊപ്പം ടൂണിസ്സിലെത്തിയ എനിക്ക് അവളുടെ യഥാർത്ഥ ജോലിയെന്തെന്ന് പിടികിട്ടിയത് ആൾജീരിയയിൽ സഖ്യശക്തികളുടെ സൈന്യം ഇറങ്ങി ഏതാനും ദിവസങ്ങൾ കഴിഞ്ഞപ്പോഴാണ്. ഒരു ദിവസം ജർമ്മൻസേന അവളെ അറസ്റ്റു ചെയ്തു. കൂട്ടത്തിൽ എന്നെയും (അതിനവർ ഉദ്ദേശിച്ചിരുന്നില്ലെങ്കിലും). അവൾക്ക് എന്തു പറ്റിയെന്ന് എനിക്കറിഞ്ഞു കൂടാ. ഏതായാലും ഞാനൊരുപാട് സംഭ്രമിച്ചു പോയെങ്കിലും എനിക്കു വലിയ കുഴപ്പമൊന്നും സംഭവിച്ചില്ല. സുരക്ഷാനടപടിയെന്ന നിലയ്ക്കാണ് എന്നെ അറസ്റ്റു ചെയ്തതെന്നു മനസ്സിലായി. ട്രിപോളിക്കടുത്തുള്ള ഒരു തടങ്കൽപാളയത്തിൽ അവരെന്നെ പാർപ്പിച്ചു. മൃഗീയമായ പെരുമാറ്റത്തേക്കാളേറെ ദാഹവും നിരാലംബതയുമാണ് ഞങ്ങളെ വലച്ചത്. അതൊന്നും ഞാൻ വിസ്തരിക്കുന്നില്ല. ഈ അർദ്ധശതാബ്ദിയിലെ കുട്ടികൾക്ക് അത്തരം സ്ഥലങ്ങളെക്കുറിച്ച് സങ്കല്പിക്കാൻ രൂപ രേഖകളുടെ ആവശ്യമില്ല. നൂറുനൂറ്റമ്പതു വർഷങ്ങൾക്കു മുമ്പ് ജനങ്ങൾ തടാകങ്ങളെയും വനങ്ങളെയും കുറിച്ച് വികാരഭരിതരാകുമായിരുന്നു. ഇന്ന് നമ്മുടെ ഗീതങ്ങൾ ജയിലറകളെക്കുറിച്ചുള്ളവയാണ്. വിശദാംശങ്ങൾ ആവശ്യാനുസരണം കൂട്ടിച്ചേർത്താൽ മതി, ചുട്ടുപഴുത്ത മണൽ, മൂർദ്ധാവിൽ സൂര്യൻ, ഈച്ചകൾ, വരൾച്ച...

ഇത്രയൊക്കെയായിട്ടും വിശ്വാസം നഷ്ടപ്പെട്ടിട്ടില്ലാത്ത ഒരു ഫ്രഞ്ച് യുവാവ് എന്നോടൊപ്പം ഉണ്ടായിരുന്നു. മാലാഖക്കഥപോലെ

തോന്നുന്നുണ്ടോ? ജീക്ലങ്ങിനെ[25]പ്പോലെ ഫ്രാൻസിൽ നിന്ന് സ്പെയിനിലേക്ക് കടന്നത് യുദ്ധത്തിൽ ചേരാനായിട്ടാണ്. കത്തോലിക്കനായ ജനറലിന്റെ കീഴിലായിരുന്നു ഹരിശ്രീ. പക്ഷേ ഫ്രാങ്കോ[26] ക്യാമ്പിലെ ഭക്ഷണം, റോമിന്റെ അനുഗ്രഹത്തോടെയാണെന്നറിഞ്ഞതോടെ പുള്ളിക്കാരൻ വിഷാദരോഗത്തിനടിമയായി. പിന്നെ എത്തിപ്പെട്ടത് ആഫ്രിക്കയിലും. ആഫ്രിക്കയിലെ അന്തരീക്ഷമോ, തടങ്കൽപാളയത്തിലെ സുഖസൗകര്യങ്ങളോ അയാളുടെ വിഷാദത്തിന് മാറ്റം വരുത്തിയില്ല. പക്ഷേ, ചൂടും അഗാധ ചിന്തകളും അയാളുടെ സമനില തെറ്റിച്ചു. ചുട്ടുരുകുന്ന തകരക്കൂരയ്ക്കു കീഴിലിരുന്ന് ഞങ്ങൾ ഏതാണ്ട് പത്തു പേർ ഈച്ചകളെയാട്ടി, കിതച്ചുകൊണ്ടിരിക്കെ റോമക്കാരന് (അയാളാ ജനറലിനെ അങ്ങനെയാണ് വിളിച്ചിരുന്നത്) എതിരായുള്ള അധിക്ഷേപങ്ങൾ അയാളാവർത്തിച്ചു. ഒരാഴ്ചത്തെ വളർച്ചയുള്ള താടിരോമങ്ങൾ, അതിനുമീതെ വിഭ്രാന്തി നിറഞ്ഞ കണ്ണുകൾ ഞങ്ങളെ തുറിച്ചു നോക്കി. വിയർത്തൊഴുകുന്ന, അരയ്ക്കു മുകളിൽ നഗ്നമായ മേനി, വ്യക്തമായി കാണാമായിരുന്ന വാരിയെല്ലുകളിൽ താളം പിടിച്ചുകൊണ്ട് അയാൾ പ്രഖ്യാപിച്ചു, "എത്രയും വേഗം ഒരു മാർപ്പാപ്പയെ കണ്ടെത്തണം, അഗതികൾക്കിടയിൽ അവരോടൊപ്പം ജീവക്കുന്നവൻ, സ്വർണ്ണ സിംഹാസനത്തിലിരുന്ന് പ്രാർത്ഥിക്കുന്നവനല്ല." സംഭ്രാന്തമായ കണ്ണുകൾ കൊണ്ട് ഞങ്ങളെ ഉറ്റുനോക്കി, അയാൾ തല കുലുക്കി "അതേ വേഗം വരണം." എന്നിട്ട്, ശാന്തനായി, പതിഞ്ഞ ശബ്ദത്തിൽ പറഞ്ഞു ഞങ്ങളുടെ ഇടയിൽ നിന്നുതന്നെ ആവാമെന്ന്, ഒരു സമ്പൂർണ്ണ മനുഷ്യനെ, അയാളുടെ നന്മകളും തിന്മകളുമടക്കം നമ്മൾ തിരഞ്ഞെടുക്കണം, അയാളോടു കൂറു പ്രഖ്യാപിക്കണം, ഒരൊറ്റ നിബന്ധന മാത്രം, തന്നിലും മറ്റുള്ളവരിലും ഈ ദുരിതങ്ങളുടെ കൂട്ടായ്മ അവൻ നിലനിർത്തിക്കൊണ്ടു പോകണം. "നമ്മളിൽ ആരാണ് ഏറ്റവും വലിയ പിഴയാളി?" അയാൾ ചോദിച്ചു, ഒരു തമാശയെന്നവണ്ണം ഞാൻ കൈ പൊക്കി, ഞാൻ മാത്രമേ കൈ പൊക്കിയുള്ളു. "ശരി, എന്നാൽ ഴോങ് ബാറ്റിസ്റ്റ് തന്നെയാവട്ടെ" അല്ല, തികച്ചും അങ്ങനെയല്ല, പറഞ്ഞത്, അക്കാലത്ത് എനിക്കു മറ്റൊരു പേരായിരുന്നു. സ്വയം നാമനിർദ്ദേശം

25. ബെർതോഡെ ജീക്ലങ് (1320-1380) - പുരാതനകാലത്തെ പേരുകേട്ട ഫ്രഞ്ച് സേനാനായകൻ.

26. ജനറൽ ഫ്രാൻസിസ്കോ ഫ്രാങ്കോ - സ്പെയിനിലെ പട്ടാളമേധാവി. സഖ്യശക്തികളുടെ ഭാഗത്തായിരുന്നെങ്കിലും ഇറ്റലിക്കും ജർമ്മനിക്കും സഹായങ്ങൾ നൽകി.

ചെയ്തത് ഏറ്റവും നന്മയെ സൂചിപ്പിക്കുന്നു എന്ന് പ്രഖ്യാപിച്ചു കൊണ്ട് അയാൾ എന്നെ തിരഞ്ഞെടുക്കാൻ പറഞ്ഞു. എല്ലാവരും സമ്മതിച്ചു. എല്ലാം തമാശയായിരുന്നെങ്കിലും, കളിയിൽ ഗൗരവത്തിന്റെ നേരിയം അംശം കലർന്നിരുന്നു. സത്യം പറഞ്ഞാൽ ജിക്ലണ്ട് ഞങ്ങളെ വല്ലാതെ സ്വാധീനിച്ചിരുന്നു. ഞാനും മുഴുവനായങ്ങ് ചിരിക്കുകയായിരുന്നില്ലെന്ന് ഇപ്പോൾ തോന്നിപ്പോകുന്നു. ആദ്യമൊക്കെ കൊച്ചു പ്രവാചകൻ ശരിയായിരുന്നെന്ന് എനിക്കു തോന്നി. പിന്നെ, കടുത്ത സൂര്യനും എല്ലു മുറിയുന്ന ദേഹാദ്ധ്വാനവും വെള്ളത്തിനു വേണ്ടിയുള്ള സംഘർഷങ്ങളും കാരണം ഞങ്ങളുടെ പെരുമാറ്റം വഷളായി. എന്തായാലും പുരോഹിതവൃത്തി വർദ്ധിച്ച കാര്യഗൗരവത്തോടെ ഞാൻ ആഴ്ചകളോളം നിർവഹിച്ചു.

ഓ അതെന്തൊക്കേയാണെന്നോ? ഞാൻ ഏതാണ്ട് ഒരു സംഘത്തലവനോ സെക്രട്ടറിയോ പോലായിരുന്നു. മറ്റെല്ലാവരും, ഇതിലൊന്നും വിശ്വാസമില്ലാത്തവരുപോലും ഞാൻ പറഞ്ഞത് അനുസരിക്കാൻ തുടങ്ങി. ജിക്ലിന് ഒരുപാടു യാതനകളുണ്ടായിരുന്നു, ഞാനവന്റെ സങ്കടങ്ങൾക്കു നിവൃത്തി കാണാൻ ശ്രമിച്ചു. അപ്പോഴാണ് എനിക്കു മനസ്സിലാക്കാനായത്, മാർപ്പാപ്പാ പദവി അത്ര എളുപ്പമുള്ള കാര്യമല്ലെന്ന്. ഇന്നലെ വിധികർത്താക്കളെപ്പറ്റി, നമ്മുടെ സഹജീവികളെപ്പറ്റി, വളരെ അപഹാസ്യമായ രീതിയിൽ നിങ്ങളോടു പ്രസംഗിച്ചില്ലേ, അതിനുശേഷം എനിക്ക് ഇക്കാര്യം ഓർമ്മ വന്നു. തടങ്കൽപാളയത്തിലെ ഏറ്റവും വലിയ പ്രശ്നം വെള്ളം അനുവദിച്ചു കൊടുക്കുന്നതിലായിരുന്നു. രാഷ്ട്രീയ, സാമുദായികാടിസ്ഥാനത്തിലുള്ള വേറെയും സംഘങ്ങൾ ക്യാമ്പിലുണ്ടായിരുന്നു. അവരൊക്കെ അവരുടെ കൂട്ടത്തിലുള്ളവരോടാണ് കൂറു കാട്ടിയത്, അതേവിധം ഞാനും എന്റെ സഖാക്കളോടു മാത്രം കൂറു പുലർത്താൻ നിർബന്ധിതനായി. ഇത് ഒരു ചെറിയ ആശ്വാസമായിരുന്നു. ഞങ്ങളുടെ കൂട്ടത്തിൽത്തന്നെ പൂർണ്ണമായും സമത്വം പാലിക്കാൻ എനിക്കായില്ല. സഖാക്കളുടെ സാഹചര്യങ്ങൾ കണക്കിലെടുത്ത്, അല്ലെങ്കിൽ അവർ ചെയ്യുന്ന ജോലിക്കനുസരിച്ച്, ഞാൻ ചിലർക്ക് ആനുകൂല്യങ്ങൾ നൽകി. അത്തരം പക്ഷപാതങ്ങളുടെ പ്രഭാവം ദീർഘദൂരം വരെ ചെന്നെത്തും. എനിക്ക് അക്കാര്യം ഉറപ്പിച്ചു പറയാനാകും. പക്ഷേ, തൽക്കാലം ആ കാലഘട്ടത്തെപ്പറ്റിയൊന്നും ആലോചിക്കാനേ വയ്യാത്ത വിധം എനിക്കു വല്ലാത്ത ക്ഷീണമുണ്ട്. ഉള്ളതു പറയാമല്ലോ, ഒരു ദിവസം മരണാസന്നനായിക്കിടന്ന ഒരു അംഗത്തിന്റെ

വെള്ളം ഞാൻ കുടിച്ചു. അല്ലല്ല, ജിക്ലിന്റേതല്ല, അയാളെന്നേ മരിച്ചുകഴിഞ്ഞിരുന്നു, കാരണം അയാൾ വളരെ അരിഷ്ടിച്ചാണ് കഴിഞ്ഞിരുന്നത്. ഇനി ഒരു വേള അയാളുണ്ടായിരുന്നെങ്കിൽ, അയാളോടുള്ള സ്നേഹം മൂലം ഞാനതു ചെയ്യുമായിരുന്നില്ല, അതേ എനിക്ക് അയാളോട് സ്നേഹം തോന്നിയിരുന്നു, അതെ, സ്നേഹം തന്നെ, എന്ന് ഇപ്പോൾ തോന്നുന്നു. വെള്ളം കുടിച്ചു എന്നതു തീർച്ച. മരണാസന്നനായിക്കിടക്കുന്ന ഇവനേക്കാളും സംഘത്തിന് എന്നെയാണാവശ്യം, അതുകൊണ്ട് സംഘത്തിനുവേണ്ടി എന്റെ ജീവൻ നിലനിർത്തേണ്ട കടമ എനിക്കുണ്ട്, എന്നു സ്വയം വിശ്വസിപ്പിച്ചുകൊണ്ടാണ് ഞാൻ അവന്റെ ഓഹരി വെള്ളം കുടിച്ചത്. എന്റെ ചങ്ങാതി, സാമ്രാജ്യങ്ങളും പള്ളികളും മരണസൂര്യന്റെ കീഴിലാണ് രൂപംകൊള്ളുന്നത്. ഞാൻ ഇന്നലെ പറഞ്ഞത് അല്പം തിരുത്തേണ്ടിയിരിക്കുന്നു, അതിനുവേണ്ടി ഇപ്പഴിങ്ങനെ പറഞ്ഞുകൊണ്ടിരിക്കെ, എനിക്കു തോന്നിയ മറ്റൊരു മഹത്തായ ആശയം നിങ്ങളോടു പറയട്ടെ - അതൊരു വേള ഞാൻ അനുഭവിച്ചതാവാം, അല്ലെങ്കിൽ സ്വപ്നം കണ്ടതാവാം. എന്റെ ആശയം ഇതാണ് മാർപ്പാപ്പയോട് നമ്മളൊക്കെ പൊറുക്കണം. ഒന്നാമത് മറ്റാരേക്കാളും കൂടുതലായി അദ്ദേഹം അത് അർഹിക്കുന്നു. രണ്ടാമത് അദ്ദേഹത്തേക്കാളും ഔന്നത്യത്തിൽ നമ്മെ പ്രതിഷ്ഠിക്കാൻ അതേ ഒരു വഴിയുള്ളൂ.

നിങ്ങൾ വാതിൽ ശരിക്ക് അടച്ചോ? ഒന്നുകൂടി ഉറപ്പുവരുത്തൂ. പൊറുക്കണേ എനിക്ക് ബോൾട്ട് ഇടുന്നതിനെപ്പറ്റി ഭയങ്കര ശങ്കയാണ്. ഉറങ്ങാൻ പോകുന്നതിനു മുമ്പ് ബോൾട്ട് ഇട്ടോ ഇല്ലയോ എന്ന് എനിക്കു തീർച്ചയുണ്ടാവില്ല. എല്ലാ രാത്രികളിലും വീണ്ടും എഴുന്നേറ്റുചെന്ന് ഉറപ്പുവരുത്തും. ഞാൻ പറഞ്ഞില്ലേ, ഒന്നും അങ്ങനെ തീർത്തു പറയാനാവില്ല. ബോൾട്ടിനെ ചുറ്റിപ്പറ്റിയുള്ള ഈ ചിന്ത ഒരു വീട്ടുകാരന്റെ ആശങ്കയായി കാണരുത്. പണ്ടൊന്നും ഞാനൊരിക്കലും വീടോ കാറോ പൂട്ടാറില്ലായിരുന്നു. പണം വെച്ചു പൂട്ടാറില്ലായിരുന്നു. എന്റെ സ്വത്തിൽ ഞാൻ പിടിച്ചു തൂങ്ങിക്കിടന്നില്ല. സത്യം പറഞ്ഞാൽ എന്തെങ്കിലും സ്വന്തമാണെന്നു പറയുന്നതുതന്നെ എനിക്കു നാണക്കേടായി തോന്നിയിരുന്നു. ഞാൻ പരസ്യമായി പറയാറുണ്ടായിരുന്നു "സ്വത്തും പണവും, മാന്യരേ കൊലപാതകമാണ്." അർഹതയുള്ള നിർദ്ധനനോടൊപ്പം പങ്കുവെക്കുന്നതിനു പകരം, സ്വത്തും സമ്പത്തുമൊക്കെ ഞാൻ മോഷ്ടാക്കളുടെ കൈക്ക് വിട്ടുകൊടുത്തു, അന്യായം, യാദൃച്ഛികമായെങ്കിലും, തിരുത്താനായെങ്കിലങ്ങനെ. ഇന്ന് എനിക്ക് ഒന്നുമില്ല.

103

അതുകൊണ്ട് സുരക്ഷയെക്കരുതി ആശങ്കയുമില്ല. എനിക്ക് എന്നെ പ്പറ്റിയും എന്റെ മനസ്സാന്നിദ്ധ്യത്തെപ്പറ്റിയും മാത്രമേ ആശങ്ക യുള്ളൂ. പിന്നെ ഞാൻ രാജാവും നീതിപതിയും മാർപ്പാപ്പയുമായി രിക്കുന്ന ഈ കൊച്ചു പ്രപഞ്ചത്തിലേക്കുള്ള വാതിലടക്കാൻ എനിക്കു ധൃതിയുണ്ട്.

ഇനി ആ അലമാരയൊന്നു തുറക്കാമോ അതേ, ആ പെയി ന്റിംഗ് നോക്കൂ. മനസ്സിലായില്ലേ അത് "ധർമ്മനിഷ്ഠയുള്ള വിധികർത്താക്കൾ"[27] ആണ്. എന്താ ഞെട്ടിപ്പോയോ? അതോ നിങ്ങളുടെ സംസ്ക്കാരത്തിന് വിടവുകളുണ്ടെന്നു വരുമോ? നിങ്ങൾ പത്രം വായിക്കുന്ന കൂട്ടത്തിലാണെങ്കിൽ 1934-ൽ ഘെന്റിലെ ഷാബോവോൺ കത്തീഡ്രലിലെ അൾത്താരയിൽ നിന്ന് വാന്നി ക്കിന്റെ "നിഷ്ക്കളങ്കനായ കുഞ്ഞാടിനെ ആരാധിക്കൽ" എന്ന അതിവിഖ്യാത ചിത്രസഞ്ചയത്തിലെ ഒരെണ്ണം മോഷണം പോയ കാര്യം ഓർമ്മ വരുന്നില്ലേ? അതെ, ആ ചിത്രമാണ് ഇത്, ഇതിന്റെ പേര്. "ധർമ്മനിഷ്ഠയുള്ള വിധികർത്താക്കൾ" എന്നാണ്. കുതിര പ്പുറത്തിരിക്കുന്ന വിധികർത്താക്കൾ വിശുദ്ധകുഞ്ഞാടിനെ ആരാധി ക്കാനായി പോകയാണ്. ഇതിനു പകരം അവിടെയിപ്പോൾ ഒരു തകർപ്പൻ പകർപ്പ് ഇരിപ്പുണ്ട്. മൂലകലാസൃഷ്ടി കണ്ടെത്താ നായില്ല. അതിതാ ഇവിടെ. ഹേയ് എനിക്കിതിൽ യാതൊരു പങ്കും ഇല്ല. *മെക്സിക്കോ സിറ്റി*യിലെ ഒരു പതിവുകാരൻ - അന്ന് ഒരു നോക്കു കണ്ടില്ലേ. അയാൾ തന്നെ - കുടിച്ചു മതികെട്ട ഒരു സായാഹ്നത്തിൽ ഗറില്ലക്ക് ഒരു കുപ്പി ജിന്നിനു പകരമായി ഇതു വിറ്റു. എന്റെ ഉപദേശപ്രകാരം നമ്മുടെ സുഹൃത്ത് അതിനെ ചുമരിൽ അതിപ്രധാനമായ ഒരിടത്ത് തൂക്കി. വളരെക്കാലം ലോക മെമ്പാടും ആളുകൾ ഇതിനെ കണ്ടെത്താനായി പരിശ്രമിച്ചു കൊണ്ടിരിക്കേ, മദ്യപാനികളുടെയും ദല്ലാളികളുടെയും തലയ്ക്കു മുകളിൽ വിധികർത്താക്കൾ സ്ഥാനമലങ്കരിച്ചു. പിന്നെ എന്റെ അപേക്ഷ പ്രകാരം ഗറില്ല ഇത് എന്റെ സൂക്ഷിപ്പിനു വിട്ടുതന്നു. ആദ്യം തട്ടിയും മുട്ടിയുമൊക്കെ നിന്നു. എന്നാലും കാര്യം വിശദീ കരിച്ചുകൊടുത്തപ്പോൾ പുള്ളിക്കാരനങ്ങു പേടിച്ചു പോയി. അന്നു മുതൽ ഇവരാണ് എന്റെ ഏകാന്തവാസത്തിലെ കൂട്ടുകാർ. *മെക്സിക്കോ സിറ്റി*യിൽ മദ്യശാലയ്ക്കു മുകളിൽ ദീർഘചതുരാ കൃതിയിലുള്ള ഒഴിഞ്ഞ സ്ഥലം ഈ പടം നീക്കിയപ്പോൾ ഉണ്ടാ യതാണ്.

---

27. ധർമ്മനിഷ്ഠയുള്ള വിധികർത്താക്കൾ - ഈ ചിത്രം ഘെന്റിലെ അൾത്താരയിൽ നിന്ന് മോഷണം പോയത് ചരിത്രസത്യമാണ്, ഇതുവരേക്കും കണ്ടുകിട്ടിയിട്ടില്ല.

എന്തുകൊണ്ടാണ് വേണ്ടിടത്തേക്ക് തിരിച്ചുകൊടുക്കാഞ്ഞ തെന്നോ? കൊള്ളാമല്ലോ നിങ്ങൾക്ക് പോലീസുകാരുടെ ബുദ്ധി യാണ്. ഈ പടം എന്റെ മുറിയിലാണെന്ന് ആർക്കെങ്കിലും സംശയം തോന്നിയെന്നു വെക്കുക എങ്കിൽ അറ്റോർണി ജനറലി നോടെന്നപോലെ ഞാൻ നിങ്ങളോടു മറുപടി പറയാം, കേട്ടോളൂ. ഒന്നാമത്, ഇത് എന്റേതല്ല, ഇതിന്റെ ഉടമസ്ഥാവകാശം ഘെന്റിലെ ആർച്ച് ബിഷപ്പിനോളം തന്നെ *മെക്സിക്കോ സിറ്റി*യുടെ മുതലാളി ക്കുമുണ്ട്.

രണ്ടാമതായി "വിശുദ്ധ കുഞ്ഞാടിന്റെ ആരാധന"ക്കു മുന്നി ലൂടെ, അതും നോക്കി നടന്നു നീങ്ങുന്ന ജനകോടികൾക്കൊന്നും മൂലസൃഷ്ടിയും പകർപ്പും തമ്മിലുള്ള അന്തരം അറിയില്ലെന്ന നിലയ്ക്ക് എന്റെ ദുർന്നടപടി കൊണ്ട് ആർക്കും ഒരു ദോഷവും വന്നിട്ടുമില്ല. മൂന്നാമത് ഇത് എനിക്ക് ഒരുതരം മേൽക്കോയ്മ നൽകുന്നു. വ്യാജ വിധികർത്താക്കളെയാണ് ലോകത്തിന്റെ ആരാധനാപാത്രമായി ഉയർത്തിവെച്ചിരിക്കുന്നുവെന്ന സത്യം എനിക്കു മാത്രമേ അറിയൂ. നാലാമത് എനിക്ക് ജയിലിൽ പോകേണ്ടി വന്നേക്കാം - അല്ല കൊള്ളാവുന്ന കാര്യം തന്നെ യാണ്. അഞ്ചാമത്, വിധികർത്താക്കൾ കുഞ്ഞാടിനെ കാണാനായി പോകയാണല്ലോ; പക്ഷേ ഇന്നത്തെക്കാലത്ത് കുഞ്ഞാടുമില്ല, നിഷ്ക്കളങ്കതയുമില്ല എന്ന സ്ഥിതിക്ക്, ഇതു അടിച്ചുമാറ്റിയ സൂത്ര ശാലിയായ തെമ്മാടി ഏതോ അജ്ഞാതമായ, അനിവാര്യമായ നീതിനിർവ്വഹണത്തിന്റെ ഭാഗമായിരിക്കണം എന്നു വരുന്നില്ലേ? പിന്നെ ഏറ്റവും അവസാനമായി പറയട്ടെ, ഈ അവസ്ഥാവിശേഷ മാണ് ഏറ്റവും പൊരുത്തമുള്ള സ്ഥിതി, നീതി എന്നെന്നേക്കുമായി നിഷ്ക്കളങ്കതയിൽ നിന്ന് വേർപെടുത്തപ്പെട്ടിരിക്കുന്നു; ആദ്യത്തേത് അലമാരക്കകത്തും രണ്ടാമത്തേത് കുരിശിലും. എന്റെ വിശ്വാസ മനുസരിച്ച്, എന്റെ മനസ്സാക്ഷിയെ ശുദ്ധീകരിക്കാനുള്ള വഴി തെളി ഞ്ഞിരിക്കുന്നു. കരിഞ്ഞുപോയ ഒട്ടനേകം പ്രതീക്ഷകൾക്കും വൈരുദ്ധ്യങ്ങൾക്കും ശേഷം തെളിഞ്ഞ മനസ്സുമായി പശ്ചാത്ത പിക്കുന്ന വിധികർത്താവ് എന്ന നിലയ്ക്കുള്ള എന്റെ വിഷമം പിടിച്ച ചുമതല നിർവ്വഹിക്കാം. അതെന്താണെന്ന് നിങ്ങളോടു പറ യാനുള്ള സമയമായിരിക്കുന്നു. നിങ്ങൾ ഇവിടം വിടുകയാണല്ലോ.

ഒന്നെഴുന്നേറ്റിരിക്കട്ടെ, ശ്വാസം കഴിക്കാൻ കുറെക്കൂടെ എളുപ്പ മാവും. ഓ! എന്തൊരു തളർച്ച. വിധികർത്താക്കളെ പൂട്ടി വെച്ചേക്കൂ. ഇനി എന്റെ ഇപ്പഴത്തെ പശ്ചാത്തപിക്കുന്ന വിധികർത്താവ് എന്ന ജോലിയെപ്പറ്റി, സാധാരണ എന്റെ ഓഫീസ് *മെക്സിക്കോ*

*സിറ്റി*യിലാണ്. പക്ഷേ, യഥാർത്ഥ ജോലി അതിനു വെളിയിലും പല സ്ഥലങ്ങളിലുമായി തുടരുന്നു. കിടപ്പാണെങ്കിലും പനിയുണ്ടെങ്കിലും ഞാൻ ജോലി ചെയ്തുകൊണ്ടേയിരിക്കും. പിന്നെ ഇതു വെറും ജോലിയല്ല, ശ്വാസോച്ഛ്വാസം പോലെയാണ്, നിരന്തരമായി ചെയ്തുകൊണ്ടിരിക്കണം. അഞ്ചു ദിവസം നിങ്ങളോടു ഇത്രയൊക്കെ സംസാരിച്ചത് വെറുമൊരു രസത്തിനാണെന്നാണോ നിങ്ങളുടെ വിചാരം? അല്ല. പണ്ടുകാലത്ത് വാചകമടി എന്റെ സ്ഥിരം തൊഴിലായിരുന്നു. പക്ഷേ, ഇപ്പോൾ എന്റെ വാക്കുകൾക്ക് ഒരുദ്ദേശ്യമുണ്ട്. ചിരിയെ ഇല്ലാതാക്കണമെന്ന ഉദ്ദേശ്യം. വ്യക്തിപരമായ കുറ്റവിചാരണയിൽ നിന്ന് ഒഴിവാകണമെന്ന ഉദ്ദേശ്യം രണ്ടിൽനിന്നും പ്രത്യക്ഷത്തിൽ രക്ഷയില്ല. നമ്മെ ഏറ്റവും ആദ്യം നിന്ദിക്കുന്നത് സ്വയം നാം തന്നെയാണ് എന്ന വസ്തുതയല്ലേ നമ്മുടെ രക്ഷാമാർഗ്ഗത്തിന് വിലങ്ങുതടിയായി കിടക്കുന്നത്? അതുകൊണ്ട് ആദ്യം ഈ നിന്ദ പക്ഷപാതരഹിതമായി എല്ലാവരിലേക്കും വ്യാപിപ്പിക്കേണ്ടിയിരിക്കുന്നു, എന്നാലല്ലേ ഉത്ഭവസ്ഥാനത്ത് കനം കുറഞ്ഞു കിട്ടൂ.

ആർക്കും ഒരൊഴികഴിവും കൊടുക്കരുത്. അതാണ് എന്റെ ആദ്യത്തെ നിയമം. സദുദ്ദേശ്യങ്ങളെ, മാന്യമായ പിഴവിനെ, അനൗചിത്യതയെ, പ്രത്യക്ഷഗൗരവം ദുർബലപ്പെടുത്തുന്ന എല്ലാത്തിനെയും ഞാൻ നിഷേധിക്കുന്നു. മുക്തിയോ അനുഗ്രഹമോ ഞാൻ പ്രദാനം ചെയ്യുന്നില്ല. എല്ലാം വളരെ ലളിതമാണ്, എല്ലാത്തിന്റെയും ആകെത്തുക. എന്നിട്ട് ഇതാ മൊത്തം ഇത്ര. നീയൊരു ദുഷ്കർമ്മിയാണ്, പരിഹാസി, ജന്മനാ നുണപറയുന്നവൻ, സ്വവർഗ്ഗഭോഗി, കലാകാരൻ അങ്ങനെയങ്ങനെ. അത്രതന്നെ. അതെ എല്ലാം നേരെ ചൊവ്വെ തത്ത്വശാസ്ത്രത്തിലും രാഷ്ട്രീയത്തിലുമെന്നപോലെ, ഇവിടെയും നിരപരാധിത്വം അനുവദിച്ചുകൊടുക്കാത്ത ഏതു സിദ്ധാന്തത്തെയും അപരാധിയെന്ന് കണക്കാക്കുന്ന ഏതു സമ്പ്രദായത്തെയും ഞാൻ പിന്താങ്ങുന്നു. അടിമത്തത്തെക്കുറിച്ച് ബോധവൽക്കരിക്കപ്പെട്ട വക്താവിനെ എന്നിൽ നിങ്ങൾക്കു കാണാൻ കഴിയും.

അടിമത്തമല്ലാതെ പ്രത്യക്ഷത്തിൽ വേറെ നിശ്ചിതമായ പരിഹാരങ്ങളൊന്നുമില്ല. എനിക്കതു വളരെ വേഗം മനസ്സിലായി. പണ്ടൊരു കാലത്ത് ഞാനെപ്പോഴും സ്വാതന്ത്ര്യത്തെപ്പറ്റി സംസാരിച്ചുകൊണ്ടിരിക്കുമായിരുന്നു. പ്രാതലിന് ഞാനതെന്റെ റൊട്ടിയിൽ പുരട്ടി, ദിവസം മുഴുവനും ഞാനതും ചവച്ചുകൊണ്ടു നടന്നു, കൂട്ടുകാരോടൊത്തിരിക്കേ എന്റെ ശ്വാസത്തിൽ നിന്ന്

സ്വാതന്ത്ര്യത്തിന്റെ ആകർഷകമായ സുഗന്ധമുയർന്നു. എന്നെ എതിർത്തവരെയൊക്കെ ഈ ഗദക്കിരയാക്കുമായിരുന്നു, എന്റെ ഇച്ഛകൾക്കും അധികാരശക്തിക്കും അതിനെക്കൊണ്ട് ദാസ്യ വൃത്തി ചെയ്യിച്ചു. കിടക്കയിൽ എന്നോടൊപ്പം സഹശയനം നടത്തിയ പങ്കാളികളുടെ ചെവിയിൽ ഞാനതു മന്ത്രിച്ചു, അവരെ ഉപേക്ഷിക്കാൻ അതെന്നെ സഹായിച്ചു, ഞാനതു തിരുകി... ഓ! നിർത്തട്ടെ, ഞാനങ്ങ് വികാരഭരിതനാകുന്നു, അളവുകൾ മീറുന്നു. ഉവ്വ്. ചില സന്ദർഭങ്ങളിൽ സ്വാർത്ഥരാഹിത്യത്തോടെ ഞാൻ സ്വാതന്ത്ര്യം ഉപയോഗപ്പെടുത്തി- എന്റെ നിഷ്ക്കളങ്കത നോക്കൂ- രണ്ടോ മൂന്നോ തവണ അതിനെ ന്യായീകരിക്കുകയും ചെയ്തു. അല്ല, അതിനായി മരിക്കാനൊന്നും ഒരുങ്ങിയില്ലെങ്കിലും ഏതാനും സാഹസങ്ങൾക്കു തുനിഞ്ഞു. അത്തരം മുൻപിൻ നോക്കാതെ യുള്ള പ്രവൃത്തികൾക്ക് എന്നോടു പൊറുക്കേണ്ടതാണ്, എന്താണ് ചെയ്യുന്നതെന്ന് എനിക്ക് ഒരു ബോധവുമില്ലായിരുന്നു. ഷാംപെയിൻ കുടിച്ച് ആഘോഷിക്കേണ്ട തരത്തിലുള്ള ഒരു പ്രതി ഫലമോ, കീർത്തിമുദ്രയോ അല്ല സ്വാതന്ത്ര്യം എന്ന് എനിക്കറി യില്ലായിരുന്നു. അതൊരു സമ്മാനമല്ല, വിരലു നക്കാൻ മാത്രം വിശിഷ്ടമായ മധുരപലഹാരപ്പെട്ടിയുമല്ല. ഓ അല്ലേയല്ല. നേരെ മറിച്ച്, അതൊരു ചിട്ടയാണ്, അതിദീർഘമായ, സപ്തനാഡികളും തളർത്തുന്ന, ഓട്ടപ്പന്തയമാണ്, അതും തനിച്ച്. ഷാംപെയിനില്ല, ഗ്ലാസ്സുകൾ ഉയർത്തിപ്പിടിച്ച് നിങ്ങളെ സ്നേഹപൂർവ്വം കടാക്ഷി ക്കുന്ന സുഹൃത്തുക്കളുമില്ല. ഏകനായി ഭീതിജനകമായ ഒരു മുറി ക്കകത്ത്; ഏകനായി പ്രതിക്കൂട്ടിൽ; ഏകനായി വിധികർത്താ ക്കളുടെ മുന്നിൽ; ഏകനായി തന്റേയോ മറ്റുള്ളവരുടെയോ വിചാര ണയെ അഭിമുഖീകരിക്കണം; എന്നിട്ട് ഏകനായി തീരുമാനമെടു ക്കണം. എല്ലാ തരത്തിലുമുള്ള സ്വാതന്ത്ര്യത്തിനു ശേഷം കോടതി വിധിയുണ്ട്. അതുകൊണ്ടാണ് സ്വാതന്ത്ര്യത്തിന് ഇത്രയും ഭാരം അനുഭവപ്പെടുന്നത്. പ്രത്യേകിച്ച് പനിപിടിച്ചു കിടക്കുമ്പോൾ, അല്ലെങ്കിൽ ദുരിതമനുഭവിക്കുമ്പോൾ, അതുമല്ലെങ്കിൽ ആരെയും സ്നേഹിക്കാതിരിക്കുമ്പോൾ.

സ്നേഹിതാ, ദൈവമില്ലാതെ, നാഥനില്ലാതെ, ഏകനായ ഒരുത്തന് ദിവസങ്ങളുടെ ഭാരം അതികഠിനമാണ്. അതുകൊണ്ട് നാഥനെ സ്വീകരിക്കണം, ദൈവം സമകാലീന പരിഷ്കാരത്തി ലില്ലല്ലോ. മാത്രമല്ല, ആ പദത്തിന് അർത്ഥച്യുതി സംഭവിച്ചിരി ക്കുന്നു. ആരേയെങ്കിലുമൊക്കെ ഞെട്ടിപ്പിക്കാമെന്നല്ലാതെ, ആ സാഹസത്തിന് ഒരു വിലയുമില്ല. ഉദാഹരണത്തിന് നമ്മുടെ

സദാചാര തത്ത്വചിന്തകന്മാരുടെ കാര്യമെടുക്കൂ. ഗൗരവക്കാർ, അയൽവാസിയെ സ്നേഹിക്കുന്നവർ... പിന്നെ ബാക്കിയുള്ളതു മുഴുവനും. അവരും ക്രൈസ്തവരും തമ്മിൽ ഒരു വ്യത്യാസവു മില്ല, പള്ളിയിലെ പ്രബോധനം ഇല്ലെന്നതൊഴിച്ചാൽ. നിങ്ങളുടെ അഭിപ്രായത്തിൽ അവരെന്താ അങ്ങോട്ടു മാറാതെ പിടിച്ചുനിൽക്കു ന്നത്? ഒരു വേള ആദരവ്, മനുഷ്യരോടുള്ള ആദരവ്, അതെ തന്നോടു തന്നെയുള്ള ആദരവ്? അപകീർത്തികരമായതൊന്നും തുടങ്ങിവെക്കണമെന്ന് അവർക്കില്ല, അതുകൊണ്ട്, സ്വന്തം വികാരങ്ങൾ ഉള്ളിലൊതുക്കിക്കഴിയുന്നു. എനിക്ക് നാസ്തികനായ ഒരു നോവലിസ്റ്റിനെ അറിയാമായിരുന്നു. അയാളെന്നും രാത്രി പ്രാർത്ഥിക്കുമായിരുന്നു. അതുകൊണ്ടെന്ത് സ്വന്തം പുസ്തക ങ്ങളിലൂടെ ദൈവത്തിന് കണക്കിനു കൊടുത്തില്ലേ? പൊടി പാറ്റി ആരെങ്കിലുമൊക്കെ പറഞ്ഞെന്നിരിക്കും. തീവ്രവാദിയായ സ്വതന്ത്ര ചിന്തകനോട് ഇതേപ്പറ്റി ഞാൻ സംസാരിച്ചപ്പോൾ അയാൾ രണ്ടു കൈകളും ഉയർത്തി (ഇല്ല, ദുരുദ്ദേശ്യങ്ങളൊന്നുമുണ്ടായിരുന്നില്ല, കേട്ടോ) ആകാശത്തിലേക്ക്, എന്നിട്ട് നെടുനിശ്വാസത്തോടെ ആ അപ്പോസ്തലൻ പറഞ്ഞു “ഇതിലെന്തുണ്ട് പുതുമ?, അവരൊക്കെ അത്തരക്കാരാണ്.” അയാളുടെ അഭിപ്രായത്തിൽ പേരുവെക്കാതെ എഴുതാനുള്ള സൗകര്യമുണ്ടായിരുന്നെങ്കിൽ എഴുത്തുകാരിൽ എൺപതു ശതമാനവും എഴുതുകയും ദൈവനാമം വാഴ്ത്തുകയും ചെയ്യുമായിരുന്നു. പക്ഷേ, അവർ സ്വന്തം പേരിലെഴുതുന്നു, കാരണം അവർക്ക് അവരോടുതന്നെ വലിയ സ്നേഹമാണ്, അവരാരെയും വാഴ്ത്തുന്നില്ല, കാരണം അവർക്കു സ്വയം പുച്ഛം തോന്നുന്നു. പക്ഷേ, കുറ്റവിചാരണയിൽ നിന്ന് ഒഴിവാകാൻ വയ്യാ ത്തതുകാരണം സദാചാരബോധനത്തിലൂടെ വിടവു നികത്തുന്നു. ചുരുക്കത്തിൽ അവരുടെ സാത്താനിസം നന്മ നിറഞ്ഞതാണ്. എന്തൊരു വൈപരീത്യം! മനസ്സുകൾ കുഴഞ്ഞുമറിഞ്ഞു കിടക്കു ന്നതിൽ ഒരതിശയവും ഇല്ല. എന്റെ ഒരു സുഹൃത്ത് മാതൃകാ ഭർത്താവായിരുന്നപ്പോൾ നാസ്തികനായിരുന്നു, അവിഹിതബന്ധം തുടങ്ങിയപ്പോൾ മറുഭാഗത്തു ചേർന്നു.

ഓ! ഒളിച്ചുകളിക്കാർ, കപടവേഷധാരികൾ, അഭിനേതാ ക്കൾ!!! ഹോ! എന്നിട്ടും എത്ര ഹൃദയസ്പർശിയായിരിക്കുന്നു. അതേയതെ, ഞാനീപ്പറയുന്നതു വിശ്വസിക്കൂ, സ്വർഗ്ഗത്തിനു തീ വെയ്ക്കുമ്പോഴും, അവരിങ്ങനെത്തന്നെ ആയിരിക്കും നാസ്തിക രായാലും ശരി വിശ്വാസികളായാലും ശരി, മോസ്ക്കോക്കാരനാ യാലും ബോസ്റ്റൺ വാസിയായാലും അച്ഛനും മകനുമൊക്കെ

ക്രൈസ്തവരാണ്. പക്ഷേ, അച്ഛന്മാരൊന്നും ബാക്കിയില്ല. അതുകൊണ്ട് നിയമങ്ങളുമില്ല. എല്ലാവരും സ്വതന്ത്രരാണ്; എല്ലാവർക്കും അവരുടേതായ വഴി; അവർക്കു സ്വാതന്ത്ര്യമോ അതിനോടൊപ്പമുള്ള വിചാരണയോ വേണ്ടെന്ന സ്ഥിതിക്ക്, അവർ വിരലുകളിൽ അടി ചോദിച്ചു വാങ്ങുന്നു; അതി ഭീകരങ്ങളായ നിയമങ്ങൾ കണ്ടുപിടിക്കുന്നു. പള്ളികൾക്കു പകരമായി വിറകുകൂനകളുയർത്തുന്നു. സാവൊനറോളന്മാർ![28] പക്ഷേ അവർ പാപത്തിൽ മാത്രമെ വിശ്വസിക്കുന്നുള്ളൂ. ഒരിക്കലും കാരുണ്യത്തിലല്ല. അവരതിനെക്കുറിച്ച് ചിന്തിക്കാറുണ്ട്. കരുണയാണ് അവർക്കു വേണ്ടത്, സ്വീകാര്യത, വിധേയത്വം, ആനന്ദം. പിന്നെ, അവർ വികാരപരവശരാണെങ്കിൽ വിവാഹവാഗ്ദാനം, കന്യകയായ വധു, സത്യസന്ധനായ വരൻ, പിന്നെ ഉപകരണ സംഗീതം. എന്റെ കാര്യം എടുത്തോളൂ, ഞാൻ വികാരപരവശനല്ല, ഞാനെന്താണ് സ്വപ്നം കാണാറുണ്ടായിരുന്നതെന്നു പറയട്ടെ, മനസ്സും ശരീരവും ഉൾക്കൊള്ളുന്ന സമ്പൂർണ്ണമായ പ്രണയം, രാവും പകലും, വേർപിരിക്കാനാവാത്ത ആലിംഗനം, ഇന്ദ്രിയ സുഖങ്ങൾ. മാനസികമായ ആഹ്ലാദം - എല്ലാം ഒരഞ്ചു വർഷത്തേക്ക്. പിന്നെ മരണത്തിലവസാനം. ഹാ, അങ്ങനെയായിരുന്നെങ്കിൽ!

അങ്ങനെ, വിവാഹവാഗ്ദാനത്തിനും അനർഗ്ഗളമായ പ്രണയത്തിനും പകരം വിവാഹം, മൃഗീയമായ വിവാഹം, ഒപ്പം അധികാരവും ചാട്ടവാറും. എല്ലാ കാര്യങ്ങളും വളരെ ലളിതമായിരിക്കേണ്ടത് അത്യാവശ്യമാണ്. ഒരു പൈതലിനെന്നപോലെ. ഓരോ പ്രവൃത്തിയും ചിട്ടയനുസരിച്ചാവണം, നന്മയും തിന്മയും ഇടകലർന്നാവും, അതുകൊണ്ട് അവയെ പ്രത്യേകം ചൂണ്ടിക്കാട്ടിയിരിക്കണം. ഞാനതിന് തയ്യാറാണ്, ഞാനൊരു സിസിലിക്കാരനോ ജാവക്കാരനോ ആയിരുന്നാലും, ക്രിസ്ത്യൻ അല്ലേയല്ലെന്നാണെങ്കിലും (പ്രഥമ ക്രിസ്ത്യനോട് സൗഹൃദം തോന്നുന്നുണ്ടെങ്കിലും). പക്ഷേ, പാരീസിലെ പാലത്തിനു മുകളിൽ വെച്ച് എനിക്കു മനസ്സിലായി, സ്വാതന്ത്ര്യത്തെ എനിക്കും പേടിയാണെന്ന്. അതുകൊണ്ട് സ്വർഗ്ഗ നിയമങ്ങൾക്കു പകരമായുള്ള മേലധികാരികൾ അവർ ആരായിരുന്നാലും ശരി വാഴ്ത്തപ്പെടട്ടെ. പേരിന് ഇവിടെയുള്ള നമ്മുടെ പിതാവ്... നമ്മുടെ വഴികാട്ടികൾ സഹർഷം കർക്കശരാകുന്ന മേലധികാരികൾ, ക്രൂരരും

28. ജിറോലാമോ സാവനറോള (1452-1498) - ക്രൈസ്തവ പൗരോഹിത്യത്തിലും സഭാഭരണത്തിലും കടന്നുകൂടിയ അധാർമ്മികതയ്ക്കുനേരെ വിരൽചൂണ്ടിയ ഇറ്റാലിയൻ മതപ്രഭാഷകൻ, ജീവനോടെ തീയിലെരിക്കപ്പെട്ടു.

സ്നേഹമുള്ളവരുമായ നേതാക്കന്മാർ... ചുരുക്കത്തിൽ സ്വതന്ത്ര രായി നിലനിൽക്കുന്നതിനു പകരം, പശ്ചാത്താപത്തോടെ, തന്നേ ക്കാളും വലിയ തെമ്മാടിയെ അനുസരിക്കുക. നമ്മൾ എല്ലാവരും കുറ്റക്കാരാണെന്നു വന്നാൽ പിന്നെ അതു ജനാധിപത്യമായി. ഒരു കാര്യം മറക്കരുത്, സുഹൃത്തേ, ഏകനായി മരിക്കേണ്ടി വരുന്ന തിന് നമ്മളൊക്കെ പ്രതികാരം ചെയ്യേണ്ടിയിരിക്കുന്നു. മരണം തനിമയാണ്, എന്നാൽ അടിമത്തം കൂട്ടായ്മയാണ്. എല്ലാവരും ഒരേ സമയത്ത്, ഒന്നിച്ച്. അതാണ് പ്രധാനം. എല്ലാവരും ഒന്നിച്ച്, മുട്ടുകുത്തി തല താഴ്ത്തി.

ഭൂലോകത്തിൽ മറ്റുള്ളവരെപ്പോലെ ജീവിക്കാനാകുന്നത് നല്ലതുതന്നെ, പക്ഷേ അതിന് ഭൂമിയിലെ മറ്റെല്ലാവരും എന്നെ പ്പോലെയാകേണ്ടേ? ഭീഷണി, മാനഹാനി, പോലീസ് ഇതൊക്കെ യാണ് ആ സമാനതയ്ക്കുള്ള വിശുദ്ധ നടപടിക്രമങ്ങൾ. അപഹാസിതനാവുമ്പോൾ തുരത്തിയോടിക്കപ്പെടുമ്പോൾ നിർബ ന്ധിതനാവുമ്പോൾ എനിക്ക് എന്റെ മൂല്യം കാണിച്ചു തരാനാവും, ഞാനെന്ന എന്നെ, എനിക്ക് ആസ്വദിക്കാനാവും, സ്വാഭാവിക നാവാനാകും. അതുകൊണ്ടാണ് സുഹൃത്തേ, സ്വാതന്ത്ര്യ ത്തോടുള്ള എന്റെ സ്നേഹാദരവുകൾ പ്രകടിപ്പിച്ചശേഷം ഞാൻ സ്വകാര്യമായി ഒരു തീരുമാനമെടുത്തത്, അധികം വൈകാതെ ഇതിലെ വരുന്ന ആരെയെങ്കിലും അതങ്ങ് ഏല്പിക്കണമെന്ന്. സാധ്യമാകുമ്പോഴൊക്കെ ഞാൻ *മെക്സിക്കോ സിറ്റി*യിലെ എന്റെ പള്ളിയിൽ പ്രബോധനം നടത്താറുണ്ട്. സന്മനസ്സുള്ളവരെ ക്ഷണിക്കും, അധികാരത്തിനു കീഴടങ്ങാൻ വിനയത്തോടെ അടിമ ത്തത്തിൽ ആശ്വാസം കൈക്കൊള്ളാൻ, ഞാനതിനെ യഥാർത്ഥ സ്വാതന്ത്ര്യമായിട്ടാണ് അവതരിപ്പിക്കാറുള്ളതെങ്കിലും.

ഇല്ല, എനിക്കു ഭ്രാന്തില്ല. എനിക്കറിയാം അടിമത്തം ഉടനടിയങ്ങ് നടപ്പാക്കാൻ ആവില്ലെന്ന്. ഭാവിയിൽ വരാനിരിക്കുന്ന അനുഗ്രഹ ങ്ങളിൽ ഒന്നായിരിക്കും, അത്. തൽക്കാലം വർത്തമാനകാലവു മായി പൊരുത്തപ്പെട്ടു പോകേണ്ടതുണ്ട്, ഒരു താൽക്കാലിക പരി ഹാരമെങ്കിലും കണ്ടെത്തേണ്ടതുണ്ട്. അതുകൊണ്ട്, ആത്മനിന്ദ എല്ലാവരിലേക്കും വ്യാപിപ്പിക്കാനായി, എന്റെ ചുമലുകളുടെ ഭാരം കുറയ്ക്കാനായി, എനിക്ക് മറ്റൊരു മാർഗ്ഗം കണ്ടെത്തേണ്ടി വന്നു. ഞാനതു കണ്ടെത്തി, ആ ജനാലയൊന്നു തുറക്കാമോ? അല്പം മതി, വല്ലാതെ ചൂടെടുക്കുന്നു. അയ്യോ! അത്ര വേണ്ട, എനിക്ക് തണുക്കുന്നുമുണ്ട്. എന്റെ ആശയം വളരെ സരളവും ഫലപ്രദ വുമാണ്. എനിക്കുമാത്രം പുറത്ത് സ്വസ്ഥമായി ഇരിക്കാനായി

മറ്റെല്ലാവരെയും ഉൾപ്പെടുത്തുന്നതെങ്ങനെ? പ്രസംഗപീഠത്തിനു മുകളിൽ കയറി നിന്ന് വിശിഷ്ടരായ എന്റെ സമകാലീനരെപ്പോലെ, മനുഷ്യരാശിയെ ഒന്നടങ്കം ശപിക്കണോ? അത് വളരെ ആപൽക്കരമാണ്. എന്നെങ്കിലും ഒരു ദിവസം, അല്ലെങ്കിൽ ഒരു രാത്രി, ഒരു മുന്നറിയിപ്പും കൂടാതെ പൊട്ടിച്ചിരി ഉയർന്നെന്നു വരും. മറ്റുള്ളവരുടെ മേൽ നിങ്ങൾ അടിച്ചേല്പിക്കുന്ന നിന്ദ നിങ്ങളുടെ മുഖത്തേക്കുള്ള തിരിച്ചടിയായെന്നു വരും, പരുക്കേറ്റെന്നു വരും. അതുകൊണ്ടെന്ത് എന്നു നിങ്ങൾ ചോദിക്കുന്നു. ഇതാ അതി പ്രഗൽഭമായ ഒരു ആശയം. അധികാരികൾ കുറുവടികളുമായി വരുന്നതും കാത്തിരിക്കാതെ, നമ്മൾ കോപ്പർ നിക്കസിനെപ്പോലെ[29] ഇന്നത്തേക്കു ജയിക്കാനായി യുക്തിയെ പുറകോട്ടു നയിക്കണം. സ്വയം കുറ്റവിചാരണയ്ക്കു വിധേയനാകാതെ മറ്റുള്ളവർക്കു ശിക്ഷ വിധിക്കാനാവില്ല, അതായത്, മറ്റുള്ളവരെ വിമർശിക്കാനുള്ള അവകാശം കിട്ടണമെങ്കിൽ സ്വയം അതിൽ മുഴുകണം. ശരി, പക്ഷേ ഓരോ വിധികർത്താവും എന്നെങ്കിലും ഒരുനാൾ പശ്ചാത്തപിക്കേണ്ടി വരും എന്നതുകൊണ്ട് ഒരാൾക്കു എതിർ ദിശയിൽ നിന്നു തുടങ്ങാമല്ലോ. പശ്ചാത്താപം എന്ന തൊഴിലിൽ പ്രാവീണ്യം നേടിയ ശേഷം, വിധികർത്താവായിത്തീരാം. നിങ്ങൾക്കു മനസ്സിലായോ? നല്ലത്. എന്നാലും കുറെക്കൂടി വ്യക്തമാക്കിത്തരാനായി ഞാൻ എന്റെ നടപടിക്രമങ്ങളെക്കുറിച്ചു പറയാം.

ആദ്യം ഞാനെന്റെ വക്കീലോഫീസു പൂട്ടി, പാരീസ് ഉപേക്ഷിച്ചു യാത്ര ചെയ്തു. മറ്റേതെങ്കിലും പേരിൽ, കേസുകൾക്കു അഭാവമില്ലാത്ത വേറെ എവിടെയെങ്കിലും വക്കാലത്തു തുടങ്ങാമെന്നാണ് ഞാൻ ഉദ്ദേശിച്ചത്. ഈ ലോകത്തിൽ അത്തരം പല സ്ഥലങ്ങളുമുണ്ട്. പക്ഷേ യാദൃച്ഛികത, സൗകര്യം, അല്പം വ്യംഗ്യത, പിന്നെ ശരീരപീഡനത്തിന്റെ ആവശ്യകത, ഇതെല്ലാം ചേർന്ന് വെള്ളവും മൂടൽമഞ്ഞും തിക്കും തിരക്കും നിറഞ്ഞ, കൈത്തോടുകളുടെ അരഞ്ഞാണണിയുന്ന, ഭൂമിയുടെ എല്ലാ കോണുകളിൽ നിന്നുമുള്ള സന്ദർശകരെത്തുന്ന ഈ തലസ്ഥാന നഗരിയെ, തിരഞ്ഞെടുക്കാൻ എന്നെ നിർബന്ധിതനാക്കി. നാവികരുടെ താവളത്തിലായിരുന്നു എന്റെ ഓഫീസ്. തുറമുഖത്തെ കക്ഷികൾ പലതരക്കാരാണ്. ദരിദ്രർ, നഗരത്തിലെ ആർഭാടം നിറഞ്ഞ ഭാഗങ്ങളിലേക്കു പോകാറില്ല. പക്ഷേ മാന്യന്മാർ ഒരിക്കലെങ്കിലും അപഖ്യാതിയുള്ള ഇടങ്ങളിൽ വരാതിരിക്കില്ല. ഇതാ

29. കോപ്പർ നിക്കസ് (1473–1543) - ഗണിതശാസ്ത്രം, ജ്യോതിശാസ്ത്രം എന്നീ മേഖലകളിൽ പ്രശസ്തനായിരുന്ന യൂറോപ്യൻ ശാസ്ത്രജ്ഞൻ

നിങ്ങളെപ്പോലെ. ഞാൻ തക്കം പാർത്തിരിക്കും. മധ്യവർഗ്ഗക്കാർക്കു വേണ്ടി, അതും കൂട്ടം തെറ്റി വരുന്ന മധ്യവർഗ്ഗക്കാർക്കുവേണ്ടി. അത്തരക്കാരിൽ നിന്നാണ് ഏറ്റവും നല്ല ഫലങ്ങൾ എനിക്കു ലഭിക്കുക. അതിവിദഗ്ദ്ധനായ കലാകാരൻ അപൂർവ്വ വയലിനിൽ നിന്നെന്നപോലെ, വളരെ നിഗൂഢമായ സ്വരവീചികൾ ഞാനവനിൽനിന്നും പുറത്തേക്കു വലിച്ചെടുക്കും.

അങ്ങനെ, കുറച്ചുകാലമായി *മെക്സിക്കോ സിറ്റി*യിൽ പ്രയോജനകരമായ ഈ തൊഴിൽ ഞാൻ നടത്തിക്കൊണ്ടുപോകുന്നു. നിങ്ങൾക്ക് സ്വന്തം അനുഭവത്തിൽ നിന്നറിയാമല്ലോ, മിക്കപ്പോഴും പരസ്യമായ ഏറ്റുപറച്ചിലിൽ നിന്നാണ്, തുടക്കം. ഞാനെന്നെത്തന്നെ നിന്ദിക്കും, ആകാശപാതാളങ്ങളോളം. അതത്ര ബുദ്ധിമുട്ടുള്ള കാര്യമല്ല, കാരണം, എനിക്ക് ഇപ്പോൾ നല്ല ഓർമ്മശക്തിയുണ്ട്. പക്ഷേ, ഒരു കാര്യം ചൂണ്ടിക്കാട്ടട്ടെ, ഞാനങ്ങനെ പ്രാകൃതമായ വിധത്തിൽ നെഞ്ചത്തലച്ചുകൊണ്ടല്ല കുറ്റാരോപണം നടത്തുക. അങ്ങനെയല്ല, വളരെ നിപുണതയോടെ, വൈവിധ്യങ്ങളും വ്യതിയാനങ്ങളും പെരുപ്പിച്ചുകൊണ്ട്, ചുരുക്കത്തിൽ ശ്രോതാവിന് അനുയോജ്യമായ വാക്കുകളിലൂടെ അയാളെ നയിക്കുന്നു; എന്നെ കടത്തിവെട്ടാൻ അയാളെ പ്രേരിപ്പിക്കുന്നു. എന്റെയും മറ്റുള്ളവരുടെയും വേവലാതികൾ കൂട്ടിക്കലർത്തും, ഞങ്ങൾക്കു രണ്ടുപേർക്കും പൊതുവായുള്ള ലക്ഷണങ്ങൾ തിരഞ്ഞെടുക്കും, ഞങ്ങൾക്ക് സഹിക്കേണ്ടിവന്നിട്ടുള്ള അനുഭവങ്ങളും പങ്കിട്ടിരിക്കാവുന്ന പാളിച്ചകളും. എല്ലാമെല്ലാം ചേർത്ത് ഞാൻ നല്ലൊരു ഛായാചിത്രം തയ്യാറാക്കുന്നു - എന്നിലും മറ്റെല്ലാവരിലും കുടികൊള്ളുന്ന ഇന്നത്തെ മനുഷ്യൻ, ഒരു നല്ല രൂപം. അതെല്ലാവരുടെയും പ്രതിഛായയാണ്, എന്നാൽ ആരുടേതുമല്ലാതാനും. ഒരു മുഖംമൂടി, ചുരുക്കിപ്പറഞ്ഞാൽ ഉത്സവപ്പറമ്പുകളിൽ ഉപയോഗിക്കാറുള്ള, സജീവമെന്നും മോടിപിടിപ്പിച്ചതെന്നും ഒരേസമയം തോന്നിക്കുന്ന തരത്തിലുള്ള മുഖംമൂടി; അതു പലരെക്കൊണ്ടും പറയിപ്പിക്കും "ഉവ്വ്, തീർച്ചയായും ഇയാളെ മുമ്പ് കണ്ടിട്ടുണ്ട്" ഛായാചിത്രം മുഴുവനായാൽ, അതായത്, ഇന്നത്തെ സായാഹ്നം പോലെ. വളരെയധികം സങ്കടത്തോടെ ഞാനതു കാണിച്ചുകൊടുക്കും. "ഹാ കഷ്ടം! ഇതാ, ഇതാണ് ഞാൻ" കുറ്റാരോപണം കഴിഞ്ഞു. പക്ഷേ, അതേസമയം എന്റെ സമകാലീനരുടെ നേരെ ഞാൻ ഉയർത്തിപ്പിടിച്ചിരിക്കുന്ന ഛായാചിത്രം, ഒരു കണ്ണാടിയായി മാറുന്നു.

ചാരം വാരിപ്പൂശി, തലമുടി പിടിച്ചു വലിച്ച്, മുഖത്ത് നഖക്ഷ തങ്ങൾ പേറി, പക്ഷേ തുളഞ്ഞുകയറുന്ന കണ്ണുകളുമായി മനുഷ്യ രാശിയുടെ മുമ്പാകെ ലജ്ജാവഹമായ പൂർവ്വകാലചെയ്തികൾ പുനർവിചിന്തനം ചെയ്തുകൊണ്ട് ഞാൻ നിൽക്കുന്നു. ഞാൻ അവരിൽ ഉളവാക്കുന്ന പ്രഭാവം എനിക്ക് അദൃശ്യമല്ല. ഞാൻ പറ യുന്ന "ഞാൻ നികൃഷ്ടരിൽ നികൃഷ്ടനായിരുന്നു." എന്നിട്ട് ആരോരുമറിയാതെ അതിസൂക്ഷ്മമായി "ഞാൻ" "നമ്മൾ" ആയി മാറുന്നു. "ഇതാ, നമ്മളൊക്കെ ഇങ്ങനെയാണ്" എന്ന ഇടത്തെ ത്തുമ്പോൾ കളി തീരുന്നു, ഞാനവരോട് പൊയ്ക്കൊള്ളാൻ പറയും. അതേയതെ, ഞാനും അവരെപ്പോലെത്തന്നെയാണ്, ഈ വിഷമാവസ്ഥയിൽ ഞങ്ങളൊന്നിച്ചാണ്. എന്നാലും ഈ വിവരം എനിക്ക് അറിയുമെന്നതുകൊണ്ട് ഞാൻ മുന്തിയവനാണ്, അതെ നിക്ക് സംസാരിക്കാനുള്ള അവകാശം തരുന്നു. ഈ സവിശേഷാ നുകൂല്യം നിങ്ങൾക്കു മനസ്സിലായില്ലേ? എന്നെ എത്രത്തോളം താഴ്ത്തിക്കെട്ടുന്നുവോ അത്രത്തോളം നിങ്ങളെ കുറ്റവിചാരണ ചെയ്യാനുള്ള എന്റെ അവകാശവും വർദ്ധിക്കുന്നു. അതിലും മെച്ച പ്പെട്ടത്, ഞാൻ നിങ്ങളെ സ്വയം ആത്മനിന്ദയ്ക്ക് പ്രകോപിപ്പി ക്കുന്നു എന്നതാണ്, അതു വഴി എന്റെ ഭാരം അത്രയ്ക്കെങ്കിലും കുറയുന്നു. സുഹൃത്തേ, നമ്മളൊക്കെ ദുരിതം പിടിച്ച അസാ ധാരണ ജീവികളാണ്, ജീവിതത്തിലേക്ക് വെറുതെയൊന്നു തിരിഞ്ഞു നോക്കിയാൽ മതി നമ്മെ ആശ്ചര്യപരതന്ത്രരാക്കുകയും നമുക്ക് അപമാനം വരുത്തിവെക്കുന്നതുമായ സന്ദർഭങ്ങൾ ഒട്ടും കുറവല്ലെന്നു കാണാം. ശ്രമിച്ചു നോക്കൂ. നിങ്ങൾക്ക് ഉറപ്പു തരാം, നിങ്ങളുടെ ഏറ്റുപറച്ചിൽ അതീവ സാഹോദര്യഭാവത്തോടെ ഞാൻ കേൾക്കാം.

വേണ്ട, ചിരിക്കേണ്ട. നിങ്ങൾ വിഷമം പിടിച്ച കക്ഷിയാണ് ഞാനത് നേരത്തേ കണ്ടിരുന്നു. പക്ഷേ, നിങ്ങളും അവിടെയെത്തി ക്കോളും, അത് അനിവാര്യമാണ്. മറ്റുള്ളവരൊക്കെ, ബുദ്ധിമാന്മാ രെന്നതിനേക്കാളേറെ, വികാരജീവികളാണ്, അവർ പെട്ടെന്ന് പതറി പ്പോകും. ബുദ്ധിശാലികൾക്ക് സമയം പിടിക്കും. അവരോട് ഈ പ്രക്രിയ വ്യക്തമായി വിശദീകരിച്ചാൽ മതി. അവർ ഒരിക്കലും മറക്കില്ല, അവർ പുനരവലോകനം ചെയ്യും. ഏറെ താമസിയാതെ പാതി കളിയെന്ന മട്ടിലും പാതി വികാരക്ഷോഭം മൂലവും അവരും പിടുത്തം വിടും എല്ലാം തുറന്നു പറയും. നിങ്ങൾ ബുദ്ധിശാലി മാത്രമല്ല, അനുഭവത്തിന്റെ തേച്ചുമിനുക്കലും നിങ്ങളിൽ കാണാ നുണ്ട്. എന്നാലും സമ്മതിച്ചേക്കാമോ, അഞ്ചു ദിവസം മുമ്പു

തോന്നിയിരുന്നത്ര പ്രസന്നത ഇന്ന് നിങ്ങൾക്കു നിങ്ങളിൽ തോന്നുന്നില്ലെന്ന്? ഞാൻ കാത്തിരിക്കും, നിങ്ങളുടെ കത്തിനു വേണ്ടി, നിങ്ങളുടെ തിരിച്ചുവരവിനായി. കാരണം, നിങ്ങൾ തിരിച്ചു വരും. എനിക്കതുറപ്പുണ്ട്. നിങ്ങൾ എന്നെ ഇവിടെ കണ്ടെത്തും, ഒരു മാറ്റവുമില്ലാതെ. ഞാനെന്തിനു മാറണം? കാപട്യത്തെ, അതെന്നെ അലോസരപ്പെടുത്തുന്നതിനു പകരം ഞാനതിനെ സ്വായത്തമാക്കിയിരിക്കുന്നു. ഞാനതിൽ സ്വസ്ഥമായി ഇരിപ്പുറപ്പിച്ചിരിക്കുന്നു. ജീവിതകാലം മുഴുവനും ഞാൻ അന്വേഷിച്ചു നടന്ന സമാശ്വാസം ഇവിടെ കണ്ടെത്തിയിരിക്കുന്നു. കുറ്റവിചാരണ ഒഴിവാക്കുക എന്നതാണ് ഏറ്റവും മുഖ്യമായതെന്ന് ഞാൻ പറഞ്ഞതു തെറ്റാണ്. ഏറ്റവും മുഖ്യമായത് എല്ലാം അനുവദിച്ചുകൊടുക്കാനാകുക എന്നതാണ്, ഇടയ്ക്കിടെ സ്വന്തം അപചാരങ്ങളെപ്പറ്റി ഉത്ക്രോശിക്കേണ്ടി വന്നാലും ശരി. പണ്ടെന്നപോലെ വീണ്ടും ഞാനെനിക്ക് എല്ലാം അനുവദിച്ചു തന്നിരിക്കുന്നു. പക്ഷേ, ആ ചിരി ഇപ്പോഴില്ലെന്നു മാത്രം. ഞാനെന്റെ ജീവിതരീതി മാറ്റിയിട്ടില്ല, ഞാനിപ്പോഴും എന്നെ സ്നേഹിക്കുന്നു, മറ്റുള്ളവരെ ഉപയോഗപ്പെടുത്തുന്നു. ലാഘവമായ ഹൃദയത്തോടെ വീണ്ടും പുതിയൊരു തുടക്കം കുറിക്കാനും ഇരട്ട സന്തോഷങ്ങൾ (ഒന്നാമത് പ്രകൃത്യായുള്ള എന്റെ സ്വഭാവം, രണ്ടാമത്, അതിചാരുതയാർന്ന പശ്ചാത്താപം) രുചിക്കാനും ഏറ്റുപറച്ചിൽ എനിക്ക് അനുമതി നൽകുന്നു.

ഈ പരിഹാരമാർഗ്ഗം കണ്ടെത്തിയതിൽപ്പിന്നെ ഞാനെല്ലാത്തിനും കീഴ്പ്പെടുന്നു, സ്ത്രീകൾ, അഹന്ത, മടുപ്പ്, നീരസം, എന്തിന് ഈ പനിക്കു പോലും, ഈ നിമിഷം അതിങ്ങനെ ഉയരുന്നത് എന്തു രസത്തോടെയാണ് ഞാൻ അനുഭവിച്ചറിയുന്നത്. അങ്ങനെ അവസാനം, എന്നെന്നേക്കുമായി എനിക്കാണ് മേൽക്കോയ്മ എന്നു വന്നിരിക്കുന്നു, വീണ്ടും എനിക്കു മാത്രം കയറിപ്പറ്റാവുന്ന ഉന്നതസ്ഥാനം ഞാൻ കണ്ടെത്തിയിരിക്കുന്നു, അവിടെ നിന്നുകൊണ്ട് എനിക്ക് എല്ലാവരെയും കുറ്റവിചാരണ ചെയ്യാം. വിധി പറയാം. നീണ്ട നീണ്ട ഇടവേളകൾക്കു ശേഷം അതിമനോഹരമായ രാത്രിയിൽ അങ്ങ് ദൂരെയെവിടെയോ ആ ചിരി കേട്ടെന്നു തോന്നും, എനിക്ക് വീണ്ടും ആശങ്കകൾ തോന്നും. പക്ഷേ, ഉടൻതന്നെ എന്റെ ദൗർബല്യത്തിനു കീഴിൽ ഞാനെല്ലാം ചതച്ചരയ്ക്കും, വ്യക്തികളെയും വസ്തുക്കളെയും. എന്നിട്ട് വളരെ വേഗം ധൈര്യം വീണ്ടെടുക്കും.

ശരി, അപ്പോൾ *മെക്സിക്കോസിറ്റി*യിൽ നിങ്ങളുടെ വിശേഷങ്ങളറിയാൻ എത്ര കാലം വേണമെങ്കിലും ഞാൻ കാത്തിരിക്കും.

ഇതാ ഈ കമ്പിളിയൊന്നു മാറ്റാമോ, എനിക്കു നന്നായിട്ടൊന്നു ശ്വസിക്കണം. നിങ്ങൾ വരും, ഇല്ലേ എന്റെ പ്രവർത്തനരീതിയുടെ വിശദാംശങ്ങൾ നിങ്ങൾക്കു കാണിച്ചു തരാം, കാരണം എനിക്കെന്തോ നിങ്ങളോടു വല്ലാത്ത അടുപ്പം തോന്നുന്നു. നിങ്ങൾ വന്നു കാണണം ഞാനവരെ ഓരോ രാത്രിയും തുടരെത്തുടരെ പഠിപ്പിക്കുന്നത്, അവർ ദുഷ്ടരാണെന്ന്; മാത്രമല്ല, ഇന്നു രാത്രിയും അതു തുടരണം. അതു ചെയ്യാതെ വയ്യ. അല്ലെങ്കിൽ, അവരിലൊരുത്തൻ മദ്യത്തിന്റെ സഹായത്തോടെ ആകെ തകർന്ന് മാറത്തലച്ചു കരയുന്ന നിമിഷങ്ങൾ എനിക്കു നിഷേധിക്കപ്പെടും. അപ്പോഴാണ് എനിക്കു പൊക്കം കൂടുന്നത്, വളരെ സ്വതന്ത്രമായി ശ്വസിക്കാനാവുന്നത്, ഞാൻ മലമുകളിൽ നിൽക്കുകയാവും; താഴെ എന്റെ കണ്ണുകൾക്കു മുന്നിലായി പരന്നുകിടക്കുന്ന സമതലം; എന്തൊരു ലഹരി, പിതാവായ ദൈവമെന്ന അനുഭൂതി ലഹരിയൂട്ടുന്നു, എന്നിട്ട്, ദുർന്നടപടിക്കാർക്കും ദുഃസ്വഭാവികൾക്കുമുള്ള പ്രമാണപത്രങ്ങൾ ഞാൻ വിതരണം ചെയ്യുന്നു; ദുർമാലാഖമാരാൽ ചുറ്റപ്പെട്ട് ഞാൻ സിംഹാസനത്തിലിരിക്കുന്നു. ഇവിടെ ഈ ഡച്ചു സ്വർഗ്ഗത്തിൽ മൂടൽമഞ്ഞിലൂടെയും വെള്ളത്തിലൂടെയും അന്തിമവിധിയും കാത്ത് അസംഖ്യം പേർ എന്റെ നേർക്ക് ഉയർന്നു വരുന്നത് ഞാൻ കാണുന്നു, വളരെ പതുക്കെയാണ് അവരുടെ വരവ്. ആദ്യത്തവൻ എത്തിയത് ഞാനറിയുന്നു; കൈകൊണ്ട് പകുതി മറച്ചുപിടിച്ചിരിക്കുന്ന അവന്റെ മുഖത്ത് പരിഭ്രമം, ദുഃഖമെന്ന സാർവ്വത്രികമായ അവസ്ഥയും അതിൽ നിന്നു രക്ഷപ്പെടാനാകാത്ത വിവശതയും ആ മുഖത്തു നിന്ന് എനിക്കു വായിച്ചെടുക്കാം. ഞാനോ, സഹതപിക്കുന്നു, മുക്തി നൽകുന്നില്ല, മനസ്സിലാക്കുന്നു, മാപ്പു നൽകുന്നില്ല. ഞാൻ ആരാധിക്കപ്പെടുകയാണെന്ന് എനിക്കു ബോദ്ധ്യമാകുന്നു.

അതെ ഞാനെഴുന്നേറ്റു നടക്കുന്നു. ഒരു നല്ല രോഗിയെപ്പോലെ എനിക്ക് എങ്ങനെ കിടക്കാനാവും? ഞാൻ നിങ്ങളെക്കാളും ഉയരത്തിലാവണം, എന്റെ ചിന്തകൾ എന്നെ ഉയർത്തുന്നു. ഇത്തരം രാത്രികളിൽ അല്ലെങ്കിൽ പകലുകളിൽ (വീഴ്ചകൾ എപ്പോഴും പുലർച്ച നേരത്താണുണ്ടാവുക) ഞാൻ കൈത്തോടുകളുടെ തീരത്തുകൂടി ചുറുചുറുക്കോടെ നടക്കും. ഇരുണ്ട ആകാശത്ത് അടരുകളായി കനം കുറഞ്ഞ തൂവലുകൾ, പ്രാവുകൾ മേലോട്ടു പൊന്തിക്കാണും, മേൽക്കൂരകൾക്കു മുകളിൽ ഇളംചുവപ്പുനിറം; എന്റെ സൃഷ്ടിയിലെ ഒരു പുതിയ ദിനം. ഈർപ്പമാർന്ന കാറ്റിലൂടെ ദാംറാക്കിൽ ആദ്യത്തെ ട്രാമുകളുടെ മണിയടി; യൂറോപ്പിന്റെ

ഇങ്ങേയറ്റത്ത് ജീവിതം ഉണരുകയാണ്; അതേസമയം അനേ കായിരം മനുഷ്യർ എന്റെ പ്രജകൾ, വേദനയോടെ വായ്ക്കകത്ത് കയ്പുരസവുമായി, കിടക്ക വിട്ട് എണീക്കുന്നു, വിരസമായ ജോലിക്കു പോകാനായി. എന്നിട്ട് ഞാനറിയാതെത്തന്നെ എന്റെ വരുതിക്കു കീഴിലുള്ള ഈ വൻകരയുടെ മുകളിലേക്ക് ഉയർന്നു പറന്ന്, പൊട്ടിവിടരുന്ന പ്രഭാതത്തിന്റെ വീഞ്ഞുവർണ്ണം പാനം ചെയ്തുകൊണ്ട്, അശ്ലീലപദങ്ങളുടെ ലഹരിയിൽ ആനന്ദിക്കുന്നു – അതെ ഞാൻ ആനന്ദിക്കുന്നു, അല്ലെന്ന് വിചാരിക്കാൻ ഞാൻ നിങ്ങളെ സമ്മതിക്കില്ല, മരണംവരെ ഞാൻ ആനന്ദവാനായി രിക്കും, സൂര്യൻ, കടൽതീരങ്ങൾ, വാണിജ്യക്കാറ്റുകൾ, നമ്മെ ഹതാശരാക്കുന്ന യൗവ്വനത്തെക്കുറിച്ചുള്ള സ്മൃതി.

ഞാനിത്തിരി കിടക്കട്ടെ, എന്നോടു പൊറുക്കണം. ഞാൻ വല്ലാതെ വികാരാധീനനായെന്നു തോന്നുന്നു. എന്നാലും കരയു ന്നില്ല. സുഖജീവിതത്തിന്റെ രഹസ്യം കണ്ടെത്തിയാലും ഇട യ്ക്കൊക്കെ വലഞ്ഞുപോകുന്നു, വസ്തുതകൾ ശരിയാണോ എന്ന ശങ്ക തോന്നുന്നു. ഞാൻ കണ്ടെത്തിയ പ്രതിവിധി ഏറ്റവും അനുയോജ്യമായതല്ലെന്ന് കാര്യം തീർച്ചയാണ്. പക്ഷേ, നിങ്ങൾക്ക് സ്വന്തം ജീവിതം ഇഷ്ടപ്പെടുന്നില്ല എന്നു വന്നാൽ ജീവിതം മാറ്റിയേ ഒക്കൂ എന്നുവന്നാൽ വേറെന്തുണ്ട് വഴി? എങ്ങനെ മറ്റൊ രാളാകും? അസാധ്യം. ഒരിക്കലെങ്കിലും സ്വയം താനല്ലാതായിത്തീ രണം, താനാരാണെന്നതു മറന്ന് മറ്റൊരാളായിത്തീരണം. പക്ഷേ എങ്ങനെ? ഇതാ എന്നോടു ചൂടാകേണ്ട. അന്ന് ഹോട്ടലിലെ മട്ടു പ്പാവിൽ എന്റെ കൈ വിടാൻ കൂട്ടാക്കാതിരുന്ന യാചകൻ എന്നോടു പറഞ്ഞതെന്താണെന്നോ "സർ, എന്റെ നില മോശമായതു കൊണ്ടല്ല, നിങ്ങൾക്ക് വെളിച്ചത്തിന്റെ വഴി നഷ്ടപ്പെട്ടതാണ്." അതെ നമുക്ക് നഷ്ടപ്പെട്ടിരിക്കുന്നു, വെളിച്ചത്തിന്റെ വഴി, പ്രഭാത ങ്ങൾ, സ്വയം പൊറുക്കാനറിയുന്നവരുടെ വിശുദ്ധമായ നിഷ്ക്ക ളങ്കത.

നോക്കൂ, മഞ്ഞു പൊഴിയുന്നു. ഓ! എനിക്കു പുറത്തേക്കിറ ങ്ങണം. വെളുത്ത രാത്രിയിൽ നിദ്രാലീനയായ ആംസ്റ്റർഡാം, മഞ്ഞുമൂടിക്കിടക്കുന്ന കൊച്ചുപാലങ്ങൾക്കു താഴെ കരിംപച്ച കൈത്തോടുകൾ. വിജനമായ തെരുവുകൾ, എന്റെ പതിഞ്ഞ പാദ പതനങ്ങൾ, നാളത്തെ ചെളിക്കും ചേറിനും മുമ്പുള്ള വിശുദ്ധി, ക്ഷണികമെങ്കിലും കണ്ടോ, കണ്ണാടിജനാലകൾക്കു മീതെ പാറി വീഴുന്ന വലിയ മഞ്ഞുപടലങ്ങൾ. അതു പ്രാവുകളാവണം. ഓ അവസാനം അവ താഴെ ഇറങ്ങാൻ തന്നെ തീരുമാനിച്ചുവോ,

കോച്ചോമനകൾ; ജലാശയങ്ങളും മേൽക്കൂരകളും അവ തൂവലുകളുടെ കട്ടിയുള്ള വിരിപ്പുകൊണ്ടു മൂടുന്നു. ഓരോ ജാലകത്തിലും ചിറകടിക്കുന്നു. എന്താരാക്രമണമാണ്! അവ ശുഭവാർത്തയും കൊണ്ടുവന്നിരിക്കയാണെന്ന് നമുക്ക് ആശിക്കാം. എല്ലാവരും രക്ഷപ്പെടുമായിരിക്കും, അല്ലേ- തിരഞ്ഞെടുക്കപ്പെട്ടവർ മാത്രമല്ല? സ്വത്തും ദുരിതങ്ങളും എല്ലാം പങ്കുവെക്കപ്പെടും, ഉദാഹരണത്തിന് നിങ്ങൾ ഇന്നു മുതൽ എല്ലാ രാത്രികളിലും എനിക്കുവേണ്ടി തറയിൽ കിടന്നുറങ്ങണം. അല്ലല്ല ഒരു കാര്യം സമ്മതിച്ചേക്കൂ എന്നെ കൊണ്ടുപോകാനായി സ്വർഗ്ഗത്തിൽനിന്ന് ഒരു രഥം ഇറങ്ങി വന്നാൽ അല്ലെങ്കിൽ ഈ മഞ്ഞിന് തീ പിടിച്ചാൽ, നിങ്ങളാകെ അന്ധാളിച്ചു പോകും, ഇല്ലേ? നിങ്ങൾക്കിതിലൊന്നും വിശ്വാസമില്ല? വേണ്ട, എനിക്കുമില്ല വിശ്വാസം. എന്നാലും പുറത്തേക്കു പോയേ തീരൂ.

ശരി, ശരി, ഞാൻ മിണ്ടാതിരുന്നേക്കാം. ദേഷ്യപ്പെടേണ്ട. എന്റെയീ വികാരവിസ്ഫോടനങ്ങളോ പുലമ്പലോ കാര്യമായി എടുക്കരുത്. അതൊക്കെ ഇതാ നിയന്ത്രിച്ചു. ഞാൻ നടത്തിയ ആരെയും വശീകരിക്കുന്ന ഏറ്റുപറച്ചിലിന് ഉദ്ദേശിച്ച ഒരു ഫലം കിട്ടിയോ ഇല്ലയോ എന്ന് എനിക്കറിയണം. ഞാനെപ്പോഴും വിചാരിക്കും, എന്നോടു സംവദിക്കുന്നയാൾ ഒരു പോലീസുകാരൻ ആയിരിക്കണമെന്ന്, അയാൾ ധർമ്മിഷ്ഠരായ വിധികർത്താക്കളുടെ മോഷണത്തിന് എന്നെ അറസ്റ്റു ചെയ്യുമെന്ന്. ബാക്കിയുള്ളതിനൊന്നും - ശരിയല്ലേ ഞാൻ പറഞ്ഞത്? - ആർക്കും എന്നെ അറസ്റ്റു ചെയ്യാനാവില്ല. പക്ഷേ മോഷണത്തിന്റെ കാര്യം അത് നിയമത്തിന്റെ പരിധിയിൽ പെടുന്നതാണ്, ഞാനെല്ലാം ഏർപ്പാടാക്കി വെച്ചിട്ടുണ്ട്. ഞാനൊരു കൂട്ടാളിയാണെന്നേ വരൂ. ഞാനാ ചിത്രം വെച്ചിരിക്കുന്നു എന്നേയുള്ളൂ, കാണണമെന്നുള്ളവർക്കൊക്കെ കാണിച്ചു കൊടുക്കുന്നുമുണ്ട്. നിങ്ങളെന്നെ അറസ്റ്റു ചെയ്തേക്കൂ, അതൊരു നല്ല തുടക്കമാകും. ഒരു വേള ബാക്കിയുള്ളതൊക്കെ അതിന്റേതായ വഴിക്ക് നടന്നെന്നു വരും. ഉദാഹരണത്തിന് എന്റെ തല പോകുമായിരിക്കും; പിന്നെ എനിക്ക് മരണത്തെ പേടിക്കയേ വേണ്ടല്ലോ. അങ്ങനെ ഞാൻ രക്ഷപ്പെടും. ജനക്കൂട്ടത്തിനു മുന്നിലായി, നിങ്ങൾ എന്റെ ചൂടു മാറാത്ത ശിരസ്സ് ഉയർത്തിപ്പിടിക്കും. അവരൊക്കെ തങ്ങളെത്തന്നെ അതിൽ തിരിച്ചറിയും, അങ്ങനെ എനിക്ക് വീണ്ടും മേൽക്കോയ്മ! ശ്ലാഘനീയമായ മേൽക്കോയ്മ! എല്ലാം അവസാനിക്കും. അദൃശ്യനായി, അജ്ഞാതനായി, വനാന്തരങ്ങളിൽ വിലപിച്ചുകൊണ്ട്,

പുറത്തേക്കു വരാൻ കൂട്ടാക്കാഞ്ഞ, വ്യാജപ്രവാചകനെന്ന നില യിലുള്ള എന്റെ ജോലിക്ക് ഞാൻ പരിസമാപ്തി കുറിച്ചിരിക്കും. പക്ഷേ നിങ്ങൾ പോലീസുകാരനല്ലല്ലോ. എങ്കിലെത്ര എളുപ്പ മായേനെ. എന്താ? ഓ! ഞാനത് സംശയിച്ചതാണ്, കേട്ടോ; ഓ! അപ്പോൾ വിചിത്രമായ അടുപ്പം തോന്നിയതിനു കാരണമുണ്ട്. പാരീസിൽ വക്കാലത്തെന്ന കുലീന തൊഴിൽ ചെയ്യുന്ന വക്കീൽ നമ്മൾ രണ്ടാളും ഒരേ ഇനത്തിൽ പെട്ടവരാണെന്ന് എനിക്കു തോന്നിയിരുന്നു. നമ്മളൊക്കെ ഒരേ തരക്കാരല്ലേ, ആരോടെന്നി ല്ലാതെ എപ്പോഴും ചിലച്ചുകൊണ്ടിരിക്കുന്നവർ; ഉത്തരം മുൻകൂട്ടി അറിയാമായിരുന്നിട്ടും ഒരേ ചോദ്യം ചോദിച്ചുകൊണ്ടിരിക്കു ന്നവർ; എന്നാൽ പറയൂ, അന്നു രാത്രിയിൽ സൈൻ നദിയുടെ കല്പടവുകളിൽ വെച്ച് എന്താണ് നിങ്ങൾക്കു സംഭവിച്ചത്? നിങ്ങളെങ്ങനെ ജീവാപായമില്ലാതെ രക്ഷപ്പെട്ടു? നിങ്ങൾ തന്നെ പറയൂ വർഷങ്ങളോളം രാത്രികളിൽ, എന്റെ ചിന്തകളിൽ അനവരതം പ്രതിധ്വനിച്ചുകൊണ്ടേയിരുന്ന വാക്കുകൾ, നിങ്ങളുടെ വായിലൂടെ അവസാനമായി ഞാനതു പറയട്ടെ. "ഓ തരുണീ, ഒരിക്കൽ കൂടി വെള്ളത്തിലേക്ക് എടുത്തു ചാടൂ, നമ്മളിരു വരെയും രക്ഷിക്കാനുള്ള രണ്ടാമതൊരവസരം എനിക്കു ണ്ടാവട്ടെ." രണ്ടാമതൊരവസരമോ? എന്തൊരു ആപൽക്കരമായ പരാമർശം! ഒന്നാലോചിച്ചു നോക്കൂ. സുഹൃത്തേ, ഇതാരെങ്കിലും അക്ഷരാർത്ഥത്തിൽ എടുത്താലോ? നമുക്കതു ചെയ്യേണ്ടി വന്നേക്കും. ബ്രർർർ... വെള്ളത്തിനു നല്ല തണുപ്പുണ്ട്, പക്ഷേ പരിഭ്രമിക്കാനൊന്നുമില്ല, ഇപ്പോൾ വല്ലാതെ വൈകിപ്പോയി, അതെപ്പോഴും അങ്ങനെയാണ്, വല്ലാതെ വൈകിയിരിക്കും, ഭാഗ്യ വശാൽ.

www.ingramcontent.com/pod-product-compliance
Lightning Source LLC
LaVergne TN
LVHW040105080526
838202LV00045B/3786

* 9 7 8 8 1 8 4 2 3 2 7 3 8 *